વિકાસનો પથ

સ્વેટ માર્ડેન

ડાયમંડ બુક્સ

www.diamondbook.in

પ્રકાશક : ડાયમંડ પૉકેટ બુક્સ પ્રા. લિ.
X-30, ઓખલા ઇંડસ્ટ્રિયલ એરિયા, ફેઝ-II,
નવી દિલ્હી-110020
ફોન : 011- 40712200
ઇ-મેઇલ : sales@dpb.in
વેબસાઇટ : www.diamondbook.in
સંસ્કરણ : 2022
મુદ્રક : Repro (India)

વિકાસનો પથ

VIKAS KA PATH (GUJRATI)

By - Swett Marden

અનુક્રમ

૧. જીવનની ખુશીઓ અને સુખ

બહુધા લોકો વિચારે છે કે, પ્રસન્નતા ધનથી પ્રાપ્ત કરી શકાય છે. અધિક ધન હશે, તો અધિક ભૌતિક વસ્તુઓ ખરીદી શકાય છે. અધિક વસ્તુઓ પ્રાપ્ત કરીને વધારે પ્રસન્નતા પ્રાપ્ત કરી શકાય છે. પરંતુ શું અધિક ધનથી મનની સાચી પ્રસન્નતા ખરીદી શકાય છે?

મનુષ્ય ઈશ્વરની સર્વોત્તમ સૃષ્ટિ છે. જેને સૃષ્ટાએ સંસારની અપાર સંપદાઓનો સ્વામી બનાવીને સુખી જીવન જીવવા અને પ્રસન્ન રહેવા માટેનું વરદાન આપ્યું છે. એક મહાન રસાયણશાસ્ત્રીની જેમ પ્રકૃતિએ વાયુમંડળમાં એવા તત્વો ભેળવી દીધા છે, જે મનુષ્યને સ્વાસ્થ્ય, સૌંદર્ય તથા પ્રસન્નતા એક સાથે પ્રદાન કરાવે છે. જૉન વાનમેકરે કહ્યું છે - "સૂર્યોદયની સાથે મારા આત્માનો સૂર્યનો પણ ઉદય થઈ જાય છે." સૂર્યોદય સંસારમાં મનુષ્ય, પ્રાણીઓ, પક્ષીઓ, જડ, ચેતન દરેકમાં નવું જીવન ભરી દે છે અને એ સૂર્ય દરેક માટે મુક્ત દાન છે.

તેમ છતાં યુગોથી મનુષ્ય સુખની શોધમાં ભટકી રહ્યો છે. એ ના તો સંતુષ્ટ છે ના તો પ્રસન્ન.

પ્રસન્નતા માટે અનેક પ્રકારના વિચારો પ્રચલિત છે. બહુધા લોકો એવું વિચારે છે કે પ્રસન્નતા ધન વડે ખરીદી શકાય છે. અધિક ધન હશે તો અધિક ભૌતિક વસ્તુઓ

ખરીદી શકાય છે. અધિક વસ્તુઓ પ્રાપ્ત કરી વધારે પ્રસન્નતા પ્રાપ્ત કરી શકાય છે. પરંતુ શું અધિક ધનથી મનની સાચી અને વાસ્તવિક પ્રસન્નતા ખરીદી શકાય છે ?

મને એક એવા પરિવાર વિશે માહિતી છે, જેઓ પોતાની આવકમાં સુખેથી પ્રસન્નતાપૂર્વક પોતાનું જીવન વ્યતીત કરી રહ્યો હતો. અચાનક આ પરિવારને અઢળક ધન મળી ગયું. ધન મળતાંની સાથે તેઓના મનમાં સુખ-ભોગની લાલસા જાગી. તેમની રહેણીકરણી અને વ્યાવહારિક જીવનમાં પરિવર્તન આવી ગયું. ત્યારબાદ એ પરિવારે પોતાના કરતાં વધારે સંપન્ન અને શ્રીમંત વ્યક્તિઓ સાથે પોતાની ઘનિષ્ટતા વધારી દીધી. પરિણામસ્વરૂપ એ પરિવારની પહેલાંની ખુશી-આનંદ છીનવાઈ ગયા, તેઓ હવે અસંતુષ્ટ અને અસ્વસ્થ રહેવા લાગ્યા. એ પરિવારના લોકોના મનમાં હવે ઈર્ષ્યા અને દ્વેષની ભાવનાઓ વૃદ્ધિ પામવા લાગી. આ પ્રમાણે થોડાં જ સમયમાં રાજસી ઠાઠ-બાઠથી રહેવા અને વ્યવહાર કરવામાં જે કશું પણ એમની પાસે હતું, બધું ખર્ચ થઈ ગયું. પરિવારની છોકરીઓના લગ્ન પોતાના કરતાં વધારે શ્રીમંત પરિવારોમાં કરવાને લીધે કપડાવાળાં દરજી તથા ઝવેરીઓના તેઓ દેણદાર બની ગયા. અંતતઃ પરિવારને પોતાનું પૈતૃક મકાન વેચવાની ફરજ પડી અને તેમના સુખ-શાંતિ અને આરામ બધું જ સમાપ્ત થઈ ગયું.

સંસારમાં અડધા કરતાં વધારે લોકોની અપ્રસન્નતાનું કારણ હોય છે - અન્યની અદેખાઈ કરવી અને ખુદમાં અસંતોષ. આપણે ક્યારેય આપણા વર્તમાન જીવનથી ખુશ હોતા નથી કારણ કે આપણી પાસે જે હોય છે, તેનાથી આપણને સંતોષ હોતો નથી અને જે આપણી પાસે નથી તેને મેળવવાની-પ્રાપ્ત કરવાની ઝંખનામાં વર્તમાનનો આનંદ પણ ગુમાવી બેસીએ છીએ.આપણે કોઈ મોટી-મોટી કલ્પનાઓ તથા અનોખા અવસરોની પ્રતીક્ષા કરવા લાગીએ છીએ, જે અનાયાસ જ આપણા જીવનને આનંદથી ભરી દેશે. સામાન્ય અને સાધારણ બાબતોનું આપણા જીવનમાં કોઈ જ મહત્ત્વ રહેતું નથી. આ જ આપણી અપ્રસન્નતા અને અસંતુષ્ટિનું સૌથી મોટું કારણ હોય છે.

ડૉ. ફ્રેન્કએ કહ્યું છે- "સંસારની સતાવાયેલી આત્માઓ જ હંમેશાં એને પોતાની ઈચ્છાઓ પર ઝૂકાવવાનો પ્રયાસ કરતી રહે છે." આપણે સુખી સંસારની શોધમાં પોતાના વર્તમાન સુખભર્યા સંસારને ભુલાવી દઈએ છીએ અને અપ્રસન્ન રહીએ છીએ. આપણે અનોખા કાલ્પનિક સંસારનો વૈભવ પ્રાપ્ત કરવાના શમણાંઓ નિહાળવા લાગીએ છીએ. બરાબર જે પ્રમાણે એક લોકકથા અનુસાર એક છોકરાએ કર્યું હતું.

એક પહાડની ટોચ ઉપર એક એક ભાંગી-તૂટી ઝૂંપડીમાં એક છોકરો રહેતો હતો. સૂર્યાસ્ત સમયે એ નિત્ય પોતાની ઝૂંપડીના દરવાજા આગળ બેસીને તળેટીના દૂર સુધી ફેલાયેલા મેદાન તરફ જોયા કરતો હતો. નિર્ધન હોવા છતાં તે પોતાના મનમાં શ્રીમંત

બનવાનું સ્વપ્ન જોયા કરતો હતો. ઝુંપડીના દરવાજે બેસીને તે એક સુંદર મહેલની કલ્પના કર્યા કરતો હતો જેની સુંદર બારીઓ દૂરથી પણ ચમકતી હોય. થોડા દિવસોમાં તેને એવો આભાસ થવા લાગ્યો હતો કે તળેટીમાં એક સુંદર મહેલ આવેલો છે, જેની સોનાની બનેલી બારીઓ તેને પોતાના તરફ આકર્ષિત કરી રહી છે. તે પોતાની કલ્પનાઓમાં તલ્લીન બનીને એક જાદુઈ મહેલના શમણાંઓ જોયા કરતો હતો. તેને એવું લાગતું હતું કે, એ મહેલની સોનાની બારીઓ તેને બોલાવી રહી છે. એ છોકરાએ તળેટીમાં આવેલા એ મહેલમાં જવાનો નિર્ણય કરી લીધો. બીજા દિવસે સૂર્યોદય પહેલાં જ તે ચાલી નીકળ્યો. ઉત્સાહથી છલોછલ તે છોકરો ધૂળિયાં માર્ગે, સૂર્યની થકાવી દેનાર પ્રખર કિરણોની પરવાહ કર્યા સિવાય એ મહેલને પ્રાપ્ત કરવા માટે આગળને આગળ વધતો ચાલ્યો.

સૂર્યાસ્ત સમયે તે તળેટીના પેલા અંતિમ છેડા સુધી પહોંચી શક્યો. સહસા તેને પોતાની સામે એક તૂટેલું-ફૂટેલું મકાન જોવા મળ્યું. જેની બારીઓ તૂટેલી અને મેલાંઘેલાં કાચવાળી હતી. અરે! એનો એ સુંદર મહેલ ક્યાં ગયો, જેની સોનેરી બારીઓ હતી!? ભૂખ-તરસ અને થાકથી ચૂરચૂર તેના મુખમાંથી નિઃસાસો નીકળી ગયો અને પેલા તૂટેલાં-ફૂટેલાં મકાન તરફ પોતાની પીઠ રાખી ભોંય પર ફસડાઈ પડ્યો. થોડા સમય સુધી રૂદન કર્યા પછી તે થોડો સંયત થયો અને અશ્રુભર્યા નયનથી તેણે તળેટીની ઉપર પહાડી પર પોતાની ઝૂંપડી ઉપર નજર કરી. અસ્ત થતાં સૂર્યના કિરણોએ તેની નાનકડી ઝૂંપડી તથા તેની બારીઓને સુવર્ણ આભાથી ઝગમગાવી દીધી હતી.

જીવનનો આનંદ અને સુખ આપણને બહુધા એ ધરતી ઉપર દેખાય છે, જ્યાં આપણે નથી હોતા. આપણને પણ દૂર રહેલાં સોનેરી ભવન આકર્ષે છે અને આપણે પણ પેલા અબુધ બાળકની જેમ સંસારના મૃગજળની પાછળ દોટ મૂકીએ છીએ. આપણે વિચારીએ છીએ કે આજે નહીં, પરંતુ એક દિવસ તો ચોક્કસ આપણે એ સૌંદર્યલોકમાં પહોંચી જઈશું. શું આજ સુધી દૂર ચમકતાં એ સોનેરી મહેલ સુધી કોઈ પહોંચી શક્યું છે? આપણે કલ્પના કરીએ છીએ કે કોઈ ચમત્કાર અથવા તો ધનથી આપણે જાદુઈ મહેલને પ્રાપ્ત કરી લઈશું, જેના આપણે શમણાં સેવીએ છીએ અને આપણા વર્તમાન સુખોથી અને આનંદથી આપણે વંચિત રહી જઈએ છીએ.

કેટલાંક લોકો તો એ પણ જાણતાં હોતા નથી કે તેઓ શું ઇચ્છે છે? તેઓ ફક્ત એટલું જ જાણે છે કે તેઓ દુઃખી છે, અપ્રસન્ન છે. પ્રસન્નતા મેળવવા માટે તેઓ સંસારમાં ભટક્યાં કરે છે પરંતુ વ્યર્થ ! એવા કેટલાંય નિરાશ અને અસંતુષ્ટ લોકો છે, જેઓ પોતાની અપ્રસન્નતાનું કોઈ કારણ પણ જણાવી શકે!

હું એવા અનેક લોકોને મળ્યો છું, જેઓ જીવનથી તદ્દન નિરાશ, થાકેલાં હારી ગયેલાં હતા. જેવા જીવનની તેઓ આકાંક્ષા ધરાવતા હતા તેવું જીવન તેમને મળ્યું નથી. યૌવનના સ્વપ્નોની સાથે-સાથે આગળ વધતાં તેઓને જીવનમાં નિરાશા જ

પ્રાપ્ત થઈ, જીવન વધારે સૂનકાર લાગવા લાગ્યું. પેલી ચળકતી વસ્તુઓ જે તેઓને દૂરથી બોલાવી રહી હતી, નજીક જતાં વધારેને વધારે દૂર ચમકતી જોવા મળી.

કાલ સુધી આપણે જે વસ્તુને પ્રાપ્ત કરવા માટે કઠોર તનતોડ સંઘર્ષ કરતાં હતા, આજે તેને પામી લીધાં પછી પણ સંતુષ્ટ નથી, પ્રસન્ન નથી. પ્રાપ્ત વસ્તુને છોડીને આપણે બીજી કોઈ વસ્તુ મેળવવા માટે સંઘર્ષ કરવા લાગીએ છીએ. આપણે વિચારીએ છીએ કે અમુક વસ્તુ મેળવી લેવાથી વાસ્તવિક આનંદ-પ્રસન્નતા આપણને પ્રાપ્ત થઈ જશે. પરંતુ તેને મેળવી લીધા પછી બીજી વસ્તુઓ આપણને આકર્ષિત કરવા લાગે છે અને તેનું પરિણામ એ જ આવે છે - નિરાશા, અસંતુષ્ટિ અને અપ્રસન્નતા. આપણે આખું જીવન નિરાશા અને અપ્રસન્નતામાં જ વિતાવી દઈએ છીએ.

એક વિચારક અનુસાર - "અપ્રસન્નતા તો મનુષ્યના પોતાના પડછાયા જેવી હોય છે, આપણે જેટલા તેની પાછળ ભાગીશું, તેટલી તે પણ આપણાથી દૂર ભાગતી રહેશે." હકીકત તો એ છે કે પ્રસન્નતા કે સુખ ઇચ્છાઓની પૂર્તિમાં નથી, અપિતુ પોતાના આત્માની સંતુષ્ટિમાં છે.

સંસારના મહાન વાર્તાકાર ટૉલ્સટૉયે એક વાર્તાના માધ્યમથી આ વાતને અત્યંત સુંદર રીતે રજૂ કરી છે. વાર્તાનો નાયક એક સામાન્ય ખેડૂત છે. જેની પાસે પોતાની જમીન પણ નથી. એ નોકરી કરીને ખૂબ શાંત અને સુખી જીવન પસાર કરી રહ્યો હતો. એક દિવસ તેને ખબર પડી કે તેનો માલિક જમીન વેચી રહ્યો છે. તેણે જેમ-તેમ કરીને થોડી જમીન ખરીદી લીધી. પરંતુ તેને એટલાથી સંતોષ થયો નહીં વધારે જમીન ખરીદવાની લાલસા તેના મનમાં જાગૃત થઈ ગઈ. તે વિચારતો, જો તેને ક્યાંકથી વધારે ધન પ્રાપ્ત થઈ જાય, તો તે વધારે જમીન ખરીદી લે. તેને માટે તે વધારેને વધારે અથાગ પરિશ્રમ કરવા લાગ્યો. જીવનમાં વધારે સુખ પ્રાપ્ત કરવાની લાલસા તેને વિનાશના આરે લઈ ગઈ અને તેણે પોતાના જીવનને નષ્ટ કરી દીધું.

ભૌતિક વસ્તુઓથી આપણને ક્ષણિક સુખ મળી શકે છે, સાચી પ્રસન્નતા નહીં. જે રીતે ગરમીના દિવસોમાં આઇસક્રીમ, સોડાવૉટર કે કોલ્ડ કૉફી તરસ તો છિપાવે છે, પરંતુ જે આનંદ અને સંતોષ ઠંડુ પાણી પીને તરસ છિપાવ્યા પછી આવે છે, તેવો આનંદ આઇસક્રીમ, સોડાવૉટર કે કોલ્ડ કૉફીથી મળતો નથી. સાચી પ્રસન્નતા તો આત્માના આનંદથી મળે છે.

હેનરી ડ્રુમૈંડ લખે છે કે -"સંસારમાં અડધા ઉપરાંતના લોકો પ્રસન્નતાને યોગ્ય રીતે શોધતા નથી. તેઓના વિચારમાં પ્રસન્નતા તો બીજાઓ દ્વારા આપવામાં આવેલી સુખ-સુવિધાઓનો ઉપયોગ કરવામાં છે. જ્યારે સત્ય તો એ છે કે પ્રસન્નતા અન્યોને આપવામાં અને તેઓ ઉપર ઉપકાર કરવામાં પ્રાપ્ત થાય છે." આપણે મધમાખી પાસેથી શીખી શકીએ છીએ. મધમાખીને મધ તૈયાર મળી જતું નથી. તેણે મધ બનાવવા એક-એક ફૂલમાંથી થોડુ- થોડું મધ એકઠું કરવું પડે છે. જેને માટે તેને કઠોર પરિશ્રમ

કરવો પડે છે. મધમાખીની જેમ આપણે પણ જીવનરૂપી બગીચામાં કઠોર પરિશ્રમ કરીને જે પ્રસન્નતાનું મધ મેળવી શકીએ છીએ.

પ્રસન્નતા કોઈની દાસી નથી. તેને કોઈપણ બાંધીને રાખી શકે નહીં. એ તો જીવનનો એવો અમૂલ્ય ખજાનો છે, જેની કિંમત ચૂકવ્યા પછી જ પ્રાપ્ત કરી શકાય છે. આપણને થોડી ખુશી ત્યારે મળે છે, જ્યારે આપણે કોઈ બીજા માટે કંઈક ત્યાગ કરીએ છીએ. કોઈ દુઃખી વ્યક્તિનો ભાર આપણે જ્યારે થોડો ઓછો કરીએ છીએ ત્યારે આપણને આનંદ પ્રાપ્ત થાય છે. પ્રસન્નતા એવી મૂલ્યવાન ભેટ છે, જે આપણાં સારા વિચારો, બીજાઓની ભલાઈ માટે કરેલા કામો અને નિઃસ્વાર્થ સેવા કરવાથી પ્રાપ્ત થાય છે.

અબ્રાહમ લિંકને કહ્યું છે કે - "લોકો પોતાના મનમાં જેટલી પ્રસન્નતા મેળવવાનો નિશ્ચય કરે છે એટલી જ પ્રસન્નતા તેને મળે છે." વિશ્વ એક ગુંબજ જેવું છે. આપણે જેવો ધ્વનિ કાઢીશું, તેવો જ પ્રતિધ્વનિ એ ગુંબજમાંથી પાછો આવી આપણને સંભળાશે. એ તો એક દર્પણ સમાન છે જેમાં આપણને આપણું જ પ્રતિબિંબ દૃષ્ટિગોચર થાય છે. આપણને દરેકને એ બાબતનો અનુભવ છે કે જ્યારે આપણે આનંદિત હોઈએ છીએ, ત્યારે સમસ્ત પ્રકૃતિ જાણે આનંદથી ઝૂમી રહી, નાચી રહી હોય છે. એથી વિપરીત જ્યારે આપણે દુઃખી હોઈએ છીએ, ત્યારે એવું પ્રતીત થાય છે કે પ્રકૃતિ પણ વિલાપ કરી રહી છે. જો આપણે પ્રકૃતિના સૌંદર્યને આપણા મનમાં આત્મસાત કરી લઈશું, તો સમસ્ત સૃષ્ટિ આપણને આનંદથી ભરી દેશે.

યુગોથી મનુષ્ય પ્રસન્નતાની શોધમાં ભટકી રહ્યો છે પરંતુ કેટલાએ તેને પ્રાપ્ત કરી લીધી? એનું કારણ છે કે, ઈસુ ખ્રિસ્તના મહાન વચનોને આપણે સમજી શક્યા નથી."ઈશ્વરનું રાજ્ય તમારા હૃદયમાં છે." ઈસુ ખ્રિસ્તે એવું જ કહ્યું છે કે જ્યારે આપણો સંબંધ પ્રસન્નતાના સ્રોત એવા ઈશ્વરની સાથે જોડી દઈએ છીએ, ત્યારે પ્રસન્નતા આપણને આપમેળે પ્રાપ્ત થઈ જાય છે. આપણે આસપાસ વિખેરાયેલા સૃષ્ટિના સૌંદર્યને પણ જાણી લઈએ છીએ. આજ સુધી મનુષ્ય એ જ ભ્રમમાં જીવ્યો છે કે, ધન-વૈભવ જ સમસ્ત સુખોનું દ્વાર છે. બાહ્ય ભૌતિક વસ્તુઓની પ્રાપ્તિથી પ્રસન્નતાની પ્રાપ્તિ થઈ શકે છે, આજ સુધી તેણે પોતાના હૃદયમાં એ આનંદની શોધ કરી નથી. સુખની શોધમાં એ સમસ્ત સંસારમાં ભટકતો રહે છે, એ જ પ્રમાણે જેમ કસ્તુરીમૃગ સુગંધ મેળવવા માટે પોતાની અંદર શોધ્યા વગર બહાર ભટક્યા કરે છે. જો એ અલૌકિક આનંદને આપણે પોતાના હૃદયમાં શોધી લઈશું, તો આપણા મુખ ઉપર અનોખી આભા ચમકવા લાગશે. આપણે એ પ્રસન્નતાના ખજાનાને મેળવી લઈએ તો આપણને જોઈને કોઈપણ એવું કહી શકે કે, આપણા ભાગ્યનો સિતારો ચમકવા લાગ્યો છે.

બધાં જ એ જાણે છે કે, આપણને આપણી મનગમતી વસ્તુ મળે ત્યારે આપણે કેટલાં પ્રસન્ન થઈ જઈએ છીએ. નિરાશા આશામાં પરિવર્તિત થઈ જાય છે. ઉદાસી અને દુઃખ, ઉલ્લાસ અને આનંદમાં પરિવર્તિત થઈ જાય છે. વ્યક્તિ જાણે બીજા જ

લોકનું પ્રાણી હોય તેવું લાગવા લાગે છે. અચાનક જાણે કોઈ જાદુઈ સ્પર્શથી જીવનમાં નવો સંચાર થઈ જાય છે. ખરેખર તો ઈશ્વરના બાળકો તરીકે આપણે હંમેશાં પ્રસન્ન રહેવું જોઈએ, શોકાતુર નહીં. આ જ ઉલ્લાસમય જીવન આપણે બધાએ જીવવું જોઈએ. હૃદયનો આનંદ આપણા મુખ ઉપર છલકાવો જોઈએ અને આત્માનો આનંદ આપણી આંખોમાંથી પ્રકાશ બનીને ફેલાવો જોઈએ .

નવીન વિચાર-દર્શન અનુસાર પ્રસન્નતા આપણા આત્માની સંપત્તિ છે જેને તમે ગમે ત્યારે પ્રાપ્ત કરી શકાય છે. પ્રસન્નતા કોઈ બાહ્ય વસ્તુ નથી. એ તો સદા આપણા હૃદયમાં ઉપસ્થિત રહે છે.

અંધવિશ્વાસ મનુષ્યના દુઃખોનું એક મુખ્ય કારણ છે. અંધવિશ્વાસી એવું સમજે છે કે, પ્રસન્નતા આ ધરતીની વસ્તુ નથી. એ કોઈ બીજા જ વિશ્વની (સ્વર્ગની) વસ્તુ છે જે મૃત્યુ પશ્ચાત જ આપણને પ્રાપ્ત થઈ શકે છે. ધર્મપ્રચારકો દ્વારા ભરમાવામાં આવેલા ભ્રમ સંપૂર્ણ માનવતા માટે અભિશ્રાપ સિદ્ધ થયા છે. પ્રાચીન વિચારકોએ પ્રસન્નતા જીવન માટે આવશ્યક છે એ રીતે ક્યારે પણ મૂલવી નથી કે જેના વગર મનુષ્યનું જીવન નીરસ અને નિષ્પ્રાણ બની જાય છે. ઘણાં વિચારકો રમત-ગમતને પણ રાક્ષસી આચરણ ગણે છે. તેઓ એ ભૂલી જાય છે કે, રમવાથી શરીર સ્વસ્થ રહે છે અને મન પ્રસન્ન બને છે. રમવું-કૂદવું જીવન માટે કેટલું અનિવાર્ય છે. જો મનુષ્યની ક્રીડા-પ્રવૃત્તિને દબાવી દેવામાં આવે તો મનુષ્ય પાગલ અથવા તો અપરાધી બની શકે છે. પ્રચારકો એ સમજી શક્યા નથી. શતાબ્દિઓ સુધી એ પૂજારીઓ લોકોને રમત-ગમતમાં ભાગ લેતા રોકતા રહ્યાં. તેમનું માનવું છે કે રમવું એ બધી જ દુષ્ટતાઓનું મૂળ છે.

ધર્મ- પ્રચારકોએ એવા પ્રકારના ભિન્ન-ભિન્ન ભય અને અંધ વિશ્વાસ મનુષ્યના હૃદયમાં સ્થાપિત કરી દીધા, જેને કારણે માનવતા જ અભિશપ્ત થઈ ગઈ. મનુષ્યનું હસવું પણ ખરાબ માનવામાં આવતું હતું. હસતાં-હસતાં જીવન વ્યતીત કરનારાઓને શેતાનના સંતાનો કહેવામાં આવતા હતા. આવા અંધવિશ્વાસીઓનું એવું કહેવું હતું કે જો જન્મ સમયે શિશુના સંસ્કાર ના કરવામાં આવે, તો તે આજીવન નિરાશા અને દુઃખ ભોગવીને અંતે ઘોર નરકને પ્રાપ્ત કરશે. આવા પ્રકારના ડર તથા અંધ વિશ્વાસો મનુષ્યના જીવનમાં વિષ ઘોળી દે છે, જેને કારણે મનુષ્ય જીવનમાં ક્યારેય પ્રસન્નતાનો અનુભવ કરી શકતો નથી. એ સમયે શોક-ગ્લાનિથી ભરપૂર, હંમેશાં ઉદાસ રહેનારા જ પવિત્રતાનું ચિહ્ન ગણાતા હતા. એ જ કારણે આવા ધાર્મિક લોકોના જીવન પણ અસ્વાભાવિક બની ગયા, જેમાં પ્રસન્નતાનું નામોનિશાન જોવા મળતું નથી. આવા દાર્શનિકો જેઓ સ્વયં મનુષ્ય જીવન સાહજિક રીતે જીવી શકતા નથી તેઓ કેવી રીતે બીજાને શીખવી શકે છે. જેઓ અંધકારભરેલી કોટડીઓમાં(ગુફાઓમાં) બિન-આરોગ્યપ્રદ શ્વાસ લેતાં અપ્રાકૃતિક જીવન વ્યતીત કરતાં હોય, જેઓ માનવ સ્વભાવને જિદપૂર્વક દબાવીને આવા ધર્મ-સિદ્ધાંતો ઘડે છે- તેઓ પાસે માનવતાના કલ્યાણની

કેવી રીતે અપેક્ષા રાખી શકાય?

આધુનિક વિચાર-દર્શનનો પણ એ જ સંદેશ છે કે, અંધ વિશ્વાસ, ભય અને ચિંતાનો ત્યાગ કરીને પ્રસન્ન અને આનંદિત જીવન જીવવું જોઈએ. કારણકે પ્રસન્ન રહેવું મનુષ્ય સ્વભાવ છે. મનુષ્યનો જન્મ સુખ પ્રાપ્ત કરવા માટે થયો છે. પ્રકૃતિ સ્વયં આનંદમયી છે. આધુનિક વિચાર માનવજીવન પ્રત્યે એવો દૃષ્ટિકોણ ધરાવે છે, જે માનવસ્વભાવને અનુરૂપ છે. તેઓ પ્રસન્નતાને જ માનવધર્મ ગણાવે છે. નવીન વિચારકો વર્તમાનને મહત્ત્વ આપે છે, જ્યારે પ્રાચીન ધર્મ-વિચારકો મૃત્યુ પશ્ચાતના જીવનના કાલ્પનિક સ્વર્ગ અને નરકના સિદ્ધાંતોને જણાવે છે. શું ઈસુ ખ્રિસ્તે ખુદને લોકોથી અલિપ્ત રાખ્યા હતા? તેઓ તો હંમેશાં મનુષ્યોની ભીડની વચ્ચે જ રહેતા હતા અને માનવ સમાજમાં હળી-ભળીને ફરતા હતા. આ જ કારણે તેમણે આપણને જે શીખવ્યું એ બધું મનુષ્ય જીવન માટે ઉપયોગી સિદ્ધ થયું છે. ઈસુનો ઉપદેશ સ્વાભાવિક અને વ્યાવહારિક છે. જો તેમાં કોઈ ત્રુટિ આવે છે તો તે મનુષ્યનો જ દોષ છે.

ન્યૂયૉર્કની પ્રજાને અનેક મહીનાઓ સુધી મંત્રમુગ્ધ કરનારું નાટક 'પોલિયાના' જેની નાયિકા પોલિયાના કહે છે – "જો ઈશ્વરે આપણને આઠસો વખત પ્રસન્ન રહેવાનો સંદેશ આપ્યો છે, તો તેનો અર્થ એવો થાય છે કે તેઓ આપણને પ્રસન્ન જોવા ઇચ્છે છે."

"અધિક પ્રસન્નતા ઉજવો." "ઈશ્વરના સંતાનોનું હૃદય સદા પ્રસન્ન રહે." "હું વારંવાર કહું છું કે ઈશ્વરમાં પ્રસન્નતા શોધો; તમારી પાસેથી કોઈ એ પ્રસન્નતાને છીનવી શકશે નહીં."

ઈશ્વર એ જ ઇચ્છે છે. બાઇબલમાં મનુષ્યને પ્રસન્ન રહેવા માટે વારંવાર લખવામાં આવ્યું છે. માત્ર પ્રસન્ન રહેવા નહીં પરંતુ વધારેથી વધારે પ્રસન્ન રહેવા માટે કહેવામાં આવ્યું છે.

જીવન જીવવાની કળાને જો આપણે જાણી લઈશું, તો આપણું જીવન એક સ્મિતથી ભરેલું જીવન બની જશે. જીવન પ્રત્યે હંમેશાં આશાવાદી રહેવું જોઈએ. જે રીતે રોગીના મનમાં જીવન પ્રત્યે આશાનો ભાવ જાગી જવાથી તેને પોતાની ચારેય તરફનો સંસાર ઉલ્લાસમય પ્રતીત થવા લાગે છે, જેનું હમણાં જ ઑપરેશન કરવામાં આવ્યું હતું તથા તેણે પોતાના દવાખાનામાં રોગશૈયા ઉપર લખ્યું છે –

"હું જણાવી શકતો નથી કે એ ક્યો ચમત્કાર હતો – મારી આસ-પાસ કશું પણ નવીન ન હતું. તેમ છતાં મને બધી જ વસ્તુઓ અલૌકિક પ્રકાશથી પરિપૂર્ણ લાગવા લાગી હતી. મેં જીવનમાં પ્રથમ વખત પોતાના જીવનને આટલું બધું ઉલ્લાસમય અનુભવ્યું. મને લાગ્યું કે હવામાં વૃક્ષો ઝૂમી રહ્યાં છે અને પક્ષીઓ કલરવ કરી રહ્યાં છે. દવાખાનામાં આવતાં-જતાં લોકો, ત્યાંની નર્સો બધું જ મને આનંદમય લાગવા લાગ્યું હતું. મને આત્મિક સુખની પ્રાપ્તિ થઈ હતી."

જીવનમાં થોડી ઘણી મુશ્કેલીઓ અથવા આપત્તિઓ આવવાથી જ્યારે લોકોને હું રડતાં-કકળતાં નિહાળું છું, તો મને એક વૃદ્ધ મહિલાનું સ્મરણ થઈ આવે છે કે જે પોતાના કષ્ટમય જીવનને પણ કેટલાં ઉત્સાહપૂર્વક અને ઉમંગ સાથે પ્રસન્નાપૂર્વક જીવી રહી હતી. જ્યારે મેં એ મહિલા પાસે એનું રહસ્ય જાણવાની ઇચ્છા જણાવી, ત્યારે તેણે મને જણાવ્યું કે -"મારી પાસે એક ડાયરી છે. જીવનના આરંભકાળથી જ મેં નિર્ણય કર્યો હતો કે, રોજ રાત્રે જીવનમાં પ્રસન્નતા લાવનારા અનુભવો જ એમાં લખીશ. જેનાથી મારા જીવનમાં આશાનો સંચાર થયો, જીવન પ્રત્યેની આસ્થા વધી ગઈ અને રોજે-રોજ નવા-નવા અનુભવો શોધવાની ટેવ પડી ગઈ. હું મુશ્કેલીઓમાં અને વિપત્તિઓના ઘનઘોર વાદળાઓમાં પણ પ્રસન્નતારૂપી પ્રકાશનું એક નાનકડું કિરણ શોધી કાઢવામાં સફળ બની છું."

જીવનમાં મુશ્કેલીઓ કે સંઘર્ષ આપણને નિરાશ અથવા ઉદાસ કરવા માટે નથી આવતા, બલ્કે આપણામાં નવા સાહસ અને શક્તિનો સંચાર કરવા માટે આવતા હોય છે.

સંસારમાં એ જ મનુષ્ય સુખમય જીવન જીવી શકે છે, જેઓ મુશ્કેલીઓ આવે ત્યારે હતાશ બનતા નથી, પરંતુ વધારે કઠોર પરિશ્રમ કરીને હસતાં-હસતાં ગાતાં-ગણગણતાં રહે છે. જરૂર કરતાં વધારે ગંભીરતા મનુષ્યની શક્તિઓને નષ્ટ કરી દે છે. જેના કારણે કાર્ય કરવાની ક્ષમતામાં ઘટાડો થાય છે. જે વ્યક્તિઓ જીવનથી નિરાશ-હતાશ બની જાય છે, તેઓ માત્ર પોતાના જીવનનો આનંદ તો ગુમાવી દે છે સાથે-સાથે પોતાના સાહસ અને શક્તિને પણ ગુમાવી બેસે છે. આવા ઉદાસ અને નિરાશ લોકોને જોઈને મારા મનમાં હંમેશાં એ જ ભાવના જાગૃત થાય છે કે આવા વ્યક્તિઓના નિરાશામય જીવનમાં આશાનો દીપક પ્રગટાવી તેમનો માર્ગ પ્રશસ્ત કરી દઉં, જેથી તેઓ સંસારમાં વિખેરાયેલા તમામ સુખોનો ઉપભોગ કરીને પ્રસન્નતાપૂર્વક જીવન વ્યતીત કરી શકે.

ખરેખર તો ઈશ્વરના સંતાનોએ તો ઉલ્લાસમય જીવન અપનાવવું જોઈએ. મનુષ્યએ શોકાતુર નહીં બલ્કે પ્રસન્ન રહેવું જોઈએ.

૨. ઈચ્છાશક્તિનું મહત્ત્વ

હૃદયમાં કોઈ પ્રકારની ઈચ્છાનું હોવું એ વાતનું પ્રમાણ છે કે, ઈશ્વરે એ વસ્તુને તમારા માટે સુરક્ષિત રાખી છે. - ઍમિલી એચ. કેન્ડી

ઈશ્વરે આપણા હૃદયમાં એવી કોઈ ઈચ્છા ઉત્પન્ન નથી કરી, જેને આપણે પૂરી ના કરી શકીએ. આપણી ચારે બાજુનું વાતાવરણ આપણાં જ વિચારો, ઈચ્છાઓ અને વિશ્વાસનું ફળ છે. આપણે જે વિચારીએ છીએ અને વિશ્વાસ કરીએ છીએ, એ જ આપણને પ્રાપ્ત થાય છે. આપણે જીવનમાં જે પણ પ્રાપ્ત કરીએ છીએ, આપણી ઈચ્છાઓને અનુરૂપ મેળવીએ છીએ.

આપણું જીવન આપણી ઈચ્છાઓ, આપણા વિચારોનું ફળ છે. આપણે જેવું વિચારીએ છીએ તેવા જ બની જઈએ છીએ. આપણે આપણી આશાઓથી વધીને બીજું કશું બની શકતા નથી. ઘણાં લોકો પોતાની નિરાશાઓને કારણે ઈશ્વરીય શક્તિઓને સંકુચિત કરી દે છે. તેઓ વિસરી જાય છે કે નિરાશાઓ અને અવરોધોની કલ્પના કરીને તેઓ સ્વયં પોતાની ઈચ્છાપૂર્તિના માર્ગમાં અવરોધો ઉત્પન્ન કરી રહ્યાં છે. તેઓ તો એ પણ ભૂલી જાય છે કે પોતાની નબળાઈઓ, અભાવો અને ગરીબીની કલ્પના કરી તેઓ સ્વયં પોતાની સફળતા ઉપર કુઠારાઘાત કરી રહ્યાં છે.

એ જ વિચારો, જે તમે ઈચ્છો છો. આ જ સફળતાનું રહસ્ય છે. સંપૂર્ણ મન અને વિશ્વાસની સાથે ઈચ્છાપૂર્તિ કરવા માટે વિચારો અને તેને પ્રાપ્ત કરવા માટે સંપૂર્ણ

મનોયોગથી મશગુલ બની જાવ. તમે ચોક્કસપણે પોતાની વિચારેલી ઇચ્છિત વસ્તુને પ્રાપ્ત કરી લેશો. એથી વિપરીત જો તમારા મનમાં એ ઇચ્છાની પૂર્તિ માટે સંદેહ ઉદ્ભવ્યો, એ જ ક્ષણે સફળતા તમારાથી દૂર ચાલી જાય છે. કારણ કે તમારો અવિશ્વાસ તમને વિપરીત દિશા તરફ લઈ જાય છે.

જીવનમાં નિષ્ફળતા કે નિરાશા મળવાનું કારણ એ જ છે કે, તમે સફળતા મેળવવા માટે સંપૂર્ણ મનથી પ્રયાસ કરતાં નથી. આપણે આપણામાં રહેલી મહાન શક્તિઓને હજુ સુધી ઓળખી-પારખી નથી. આપણે સફળતા પ્રાપ્ત કરવા માટે યોગ્ય પ્રયાસો કરતાં નથી એ કારણે આપણને નિષ્ફળતા મળે છે. જો આપણે માત્ર સફળતા મેળવવાના વિષય અંગે જ વિચાર અને પ્રયાસ કરીએ તો કોઈ કારણ નથી કે આપણને નિષ્ફળતા મળે. તમે જોશો કે હંમેશાં સફળતાની અભિલાષા કરતાં તમે ચોક્કસ એક દિવસ તેને મેળવી જ લેશો.

આપણા જીવનમાં આપણે કેટલાંક એવા લોકો વિશે સાંભળ્યું છે કે - "અમુક વ્યક્તિ જે કામ હાથ ઉપર લે છે, તેમાં સફળ થઈ જાય છે." અથવા તો "અમુક વ્યક્તિ તો માટી પણ હાથમાં લે, તો સોનુ બની જાય છે." આવું સાંભળીને આપણે આશ્ચર્ય તો વ્યક્ત કરીએ છીએ પરંતુ તેનું કારણ જાણવાની ચેષ્ટા કરતાં નથી કે તે શા માટે સફળ થાય છે? કોઈપણ વ્યક્તિની સફળતા તેની ઇચ્છાશક્તિ તથા આત્મવિશ્વાસ ઉપર નિર્ભર હોય છે. એ વ્યક્તિ હંમેશાં પોતાના કાર્યોની સફળતાના વિષયમાં જ વિચાર્યા કરે છે અને દૃઢતાથી આગળ વધતો જાય છે. આ જ આત્મવિશ્વાસને આધારે એ અડચણો અને વિઘ્નોને પાર કરતાં-કરતાં પોતાના લક્ષ્યને પ્રાપ્ત કરી જ લે છે.

બ્રોડણેની દુર્લભ પદવી 'સ્ટાર'થી સન્માનિત અભિનેતા ક્લિફટન ક્રાફોર્ડ જયારે અમેરિકામાં પ્રથમવાર પોતાનો અભિનય બતાવી રહ્યાં હતા, ત્યારે એ કંપનીના એક વરિષ્ઠ સદસ્યએ તેઓને એ પ્રમાણે કહ્યું હતું કે, તેમણે પાછા જતાં રહેવું જોઈએ. તેઓ અભિનયકળામાં સફળ થઈ શકશે નહીં. પરંતુ યુવક ક્લિફટન ક્રાફોર્ડએ એ વાતને સહેજપણ ગણકારી નહીં. તેમણે પોતાના અત્મવિશ્વાસને વધારે દૃઢ કર્યો અને અમેરિકામાં જ રહીને અભિનય કરતાં રહ્યાં. પરિણામ એ આવ્યું કે તેઓને એક દિવસ 'સ્ટાર'ની પદવીથી સન્માનિત કરવામાં આવ્યા. ન્યૂયૉર્કમાં અસાધારણ સફળતા મેળવ્યા પછી તેઓ પોતાના જૂના એ મિત્રને મળ્યાં કે જેમણે તેઓને પાછા જતાં રહેવાની સલાહ આપી હતી. ક્લિફટન ક્રાફોર્ડ પોતાની અભિનેતા બનવાની ઇચ્છા ઉપર મક્કમતાથી પરિશ્રમ કરીને પોતાના લક્ષ્યને પ્રાપ્ત કરી લીધું. માર્ગની સમસ્ત અડચણો અને વિઘ્નોને એક બાજુ કરતાં-કરતાં તેઓ પોતાના લક્ષ્ય તરફ અગ્રેસર બન્યા, ત્યારે જ સફળતા તેઓને પ્રાપ્ત થઈ.

યાદ રાખો કે, હૃદયમાં કોઈપણ ઉત્કટ અભિલાષા ઈશ્વરની પ્રેરણા હોય છે. પોતાની આકાંક્ષાઓને અસંભવ માની તેનાથી દૂર ખસી જવાના વિચારને પોતાના મનમાં ઉગવા જ ના દો. પોતાની ઈચ્છાઓથી ક્યારેય ડરશો નહીં. ક્યારેય પણ તેની ઉપેક્ષા કરશો નહીં, કારણ કે તેની પાછળ ઈશ્વરની પ્રેરણા સામેલ હોય છે. ક્લિફટન ક્રાફોર્ડની સફળતાનું રહસ્ય એ જ હતું કે, તેમણે પોતાની માનસિક અને શારીરિક ક્ષમતાઓને પોતાની ઈચ્છાપૂર્તિમાં લગાવી દીધી. બીજાની વાતો ઉપર ધ્યાન ના આપતા તે પોતાના પડાવ તરફ પૂર્ણ ધગશ અને આત્મવિશ્વાસની સાથે વધતા ગયા અને એક દિવસ પોતાનું લક્ષ્ય પ્રાપ્ત કરી જ લીધું.

જો તમે પોતાની ઈચ્છાઓને પૂરી કરી શકતા નથી, તો તેમાં દોષ સંસારનો નથી અને ના તો તેમાં ઈશ્વરનો કોઈ દોષ છે. દોષ તો તમારી અંદર જ રહેલો છે. તમે તમારી ઈચ્છાને પૂર્ણ કરવા માટેના પ્રયાસો જ નથી કરી રહ્યાં. પોતાની ઈચ્છાઓના પૂર્ણ થવામાં તમને સંદેહ આવી ગયો છે. એટલા માટે તમારો આત્મવિશ્વાસ વિચલિત થઈ ગયો છે. ત્યારે કેવી રીતે સફળતા ગળશે? સફળતા પ્રાપ્ત કરવા માટે વિશ્વાસપૂર્વક આગળ વધવું અને ઈચ્છાશક્તિને દૃઢ રાખવાથી સફળતા મળશે. જીવનમાં સફળતા એવી જ વ્યક્તિઓને મળે છે, જેઓએ પોતાના મનમાં અગાઉથી તેને પ્રાપ્ત કરી લીધી છે. જે લોકોએ પોતાના સ્વપ્નોને સાકાર કરી બતાવ્યાં છે, તેમણે પહેલાં તો એ સ્વપ્નને મનમાં વાસ્તવિકરૂપે જોઈ લીધું હતું અને એ જ વિશ્વાસના આધારે તેઓ સફળતા પ્રાપ્ત કરી શક્યા છે. આપણે પણ એ જ માર્ગ અપનાવવો પડશે. આપણા મનની સફળતા જ વાસ્તવિક સફળતાની જનની છે.

'આઝાદ હિન્દ ફોજ'નું નામ ભારતના સ્વાતંત્ર્ય સંગ્રામના ઈતિહાસમાં હંમેશાં સુવર્ણ અક્ષરોમાં અંકિત રહેશે. આ નામની સાથે જ દરેક ભારતવાસીની આંખો સમક્ષ સુભાષચંદ્ર બોઝનું ચિત્ર ઉપસી આવે છે. તેમનું એક માત્ર નામ હતું - 'નેતાજી'.

કારાગૃહમાં બેઠેલા સુભાષચંદ્ર બોઝ પોતાના અન્ય સહયોગીઓની નીતિઓથી અસંતુષ્ટ બનીને ભારતની સ્વતંત્રતા અંગે વિચાર કરી રહ્યાં હતા. તેઓ વિચારતા હતા કે ભારતને કેવી રીતે સ્વતંત્ર કરવા માટે કેવા ઉપાયો કરવા જોઈએ. અચાનક તેમણે પોતાના મનમાં એક નિર્ણય કર્યો કે, તેઓ જેલમાંથી જ વિદેશ તરફ ભાગી છૂટશે. તેમણે પોતાના મનમાં વિદેશ જઈને 'આઝાદ હિન્દ ફોજ' બનાવવાનો દૃઢ સંકલ્પ કરી લીધો હતો. સુભાષચંદ્ર બોઝે ખૂબ જ સમજી-વિચારીને પોતાના લક્ષ્યને નક્કી કર્યું. તેમના હૃદયમાં દેશપ્રેમનો અગ્નિ ભભૂકતો હતો. પોતાના અથાગ પરિશ્રમ અને ધગશને કારણે સુભાષચંદ્ર બોઝ પોતાના સ્વપ્નને મૂર્તિમંત કરવામાં સફળ થઈ

ગયા. નેતાજીએ વિદેશમાં જઈને જે કામ કરી બતાવ્યું, એ સંસારના ઇતિહાસમાં અપૂર્વ અને અદ્વિતીય ઘટના છે. વિદેશોમાં રહેતાં ભારતીય મૂળના યુવકોમાં નેતાજીએ દેશભક્તિની એવી ભાવનાને ભરી દીધી કે, તેઓ ભારતને સ્વતંત્ર કરાવવા માટે તત્પર બની ગયા. આની પાછળનું રહસ્ય શું હતું ? 'આઝાદ હિન્દ ફોજ' હકીકતમાં સુભાષચંદ્ર બોઝના દૃઢ સંકલ્પનું મૂર્તિમંત સ્વરૂપ હતું. કોઈપણ પરતંત્ર દેશના યુવક દ્વારા વિદેશમાં સૈન્યને તૈયાર કરવું એ અવિશ્વસનીય જેવું લાગે છે, પરંતુ એ સ્વપ્નદૃષ્ટાએ તેને સાકાર કરી બતાવ્યું, જેમણે પ્રથમ પોતાના મનમાં તેને મૂર્તિમંત કરી લીધું હતું.

ઇંગ્લેન્ડના વડાપ્રધાન બનીને અસાધારણ સફળતા પ્રાપ્ત કરનારા બેન્જામિન ડિઝરાઇલી જાતિ અને જન્મથી તો વિદેશી જ હતા. બેન્જામિન ડિઝરાઇલીનું કહેવું છે કે- "મનુષ્ય પરિસ્થિતિઓનો દાસ નથી, પરિસ્થિતિઓ તેની દાસ છે." આ દુનિયા વિચારોની બનેલી છે. આપણે જેવું વિચારીએ છીએ અને વિશ્વાસ કરીએ છીએ આપણું જીવન તેવું બની જાય છે. આપણી આસપાસ ચારેય બાજુના વાતાવરણ આપણા વિચારો, ઇચ્છાઓ અને વિશ્વાસનું જ ફળ છે. એવી કોઈપણ ઇચ્છા નથી જેને આપણે પૂરી ન કરી શકીએ. ઈસુ ખ્રિસ્તનું મહાન જીવન આ જ સંદેશ આપે છે કે, હંમેશાં પોતાની આત્માનો જ અવાજ સાંભળો ! બની શકે છે કે તમને પોતાની ઇચ્છાઓને પૂર્ણ કરવા માટે અથવા પોતાના સ્વપ્નાઓને સાકાર કરવા માટે ઘણો બધો ત્યાગ કરવો પડે, પરંતુ પોતાની ઇચ્છાઓ ઉપર દૃઢતાથી વળગી રહો અને ધૈર્યપૂર્ણ જીવન-લક્ષ્યને વિશ્વાસ સાથે પકડીને આગળ વધો. લોકો તમારી આલોચના કરશે. તમારા માર્ગમાં જાત-જાતની અડચણો ઊભી કરશે અને બની શકે કે તમને મૂર્ખ કે ઘેલાં પણ કહે, તો પણ તમે તમારા લક્ષ્ય તરફ આગળ વધતાં રહો. ઈસુ ખ્રિસ્તને પણ લોકોએ એ પ્રમાણે જ કહ્યું હતું. જો આજે તમારું જીવન મુશ્કેલીઓથી ઘેરાયેલું છે અને નિરાશાના વાદળો આસપાસ છવાયેલાં છે તો ચિંતા કરશો નહીં, ગભરાશો નહીં, તમારો વિશ્વાસ અને દૃઢ સંકલ્પ બધી અસ્થાયી અડચણોને દૂર કરીને તમને તમારા પડાવ સુધી પહોંચાડી દેશે. જરૂર એ વાતની છે કે, તમે તમારામાં આત્મવિશ્વાસ ઉત્પન્ન કરો. પોતાના જીવન લક્ષ્યને દરેક ક્ષણે પોતાની સમક્ષ રાખો, એક ક્ષણ માટે પણ દૃષ્ટિમાંથી ઓઝલ થવા દેશો નહીં. કારણ કે એ જ તો તમને તમારા પડાવ સુધી લઈ જશે. મનુષ્યના સુંદર, બળવાન શરીર અને વિવેકશીલ મસ્તિષ્ક ઈશ્વરે તમારા જીવનને મહાન બનાવવા માટે જ આપ્યા છે.

જે વસ્તુ કે વ્યક્તિની ઇચ્છા તમે તમારા મનમાં રાખો છો, તમારા મનની તમામ શક્તિઓ તે તરફ ખેંચાઈ જાય છે અને પોતાના આકર્ષણથી તેને પ્રાપ્ત કરી લે છે.

આવું મનોવૈજ્ઞાનિકો પણ કહે છે. જો કોઈ યુવકનું મન વિલાસિતા ભણી આકર્ષિત થયું છે તો આપણે જોઈ શકીએ છીએ કે તે નાચઘર, સિનેમાઘર અને સેલૂન વગરે સ્થળો તરફ જ જશે. એ રીતે તે પોતાના મનોરંજનની ઇચ્છાઓને સંતોષે છે. આથી વિપરીત જો કોઈ યુવકની ઇચ્છા વિદ્વાન કે લેખક બનવાની છે તો તેને પ્રાપ્ત કરવા માટે તે પુસ્તકાલયમાં જશે કે વિદ્વાનોની વચ્ચે જશે. ઉદાહરણ માટે જ્યારે કોઈ વ્યક્તિ વિદેશમાં જાય છે, ત્યારે થોડા દિવસોમાં તેના અનેક મિત્રો બની જાય છે. જો દસ હજાર વ્યક્તિઓને અલગ-અલગ શહેરોમાંથી લાવીને ન્યૂયૉર્ક શહેરમાં છોડી દેવામાં આવે, તો આપણને એ બાબતનું આશ્ચર્ય ના થવું જોઈએ કે તેઓ શીઘ્ર આપણને તેમાંના કેટલાંક જુગારખાનાઓમાં જોવા મળશે અને કેટલાંક કલાકારો, સંગીતકારો અથવા ધાર્મિકજનો સાથે કે ચોરોની સાથે જોવા મળશે. એનો અર્થ એવો થયો કે મનુષ્યનું મન ચુમ્બક સમાન છે, તે પોતાની ઇચ્છિતવસ્તુને પોતાની તરફ આકર્ષિત કરીને તેને પ્રાપ્ત કરી લે છે, પરિસ્થિતિઓ ભલે ગમે તેવી હોય.

જે પણ વ્યક્તિ પોતાના સ્વપ્નાઓ ઉપર અતૂટ વિશ્વાસ ધરાવે છે અને તેને લઈને આગળ વધે છે, સફળતા હંમેશાં તેના માટે દ્વાર ખુલ્લાં કરી દે છે. ઉદાહરણ તરીકે, જ્યારે એક શિલ્પકાર કોઈ ભવનના નકશાને સામે રાખે છે, ત્યારે માત્ર એક કાગળ ઉપરનું ભવન હોય છે. પરંતુ ભવનના એ નકશાને સાકારરૂપે પોતાની મનની કલ્પનાઓમાં દઢ કરી લે છે. પ્રથમ તો પોતાના મનમાં બનાવી લે છે. પછી એ જ વિશ્વાસ સહિત તે કાગળ ઉપરના ભવનને મૂર્તિમંત કરે છે. જે કંઈ આપણે કરવા ઇચ્છીએ છીએ તેને મનના કાગળ ઉપર ઉતારી લો. બરાબર એ જ પ્રમાણે આપણા જીવનનું ભવન પણ આપણાં મનમાં જ મૂર્તિમંત થાય છે.

એક યુવક કામની શોધમાં પોતાના ગામથી શહેરમાં આવી ગયો ત્યારે તેના મનમાં ધનવાન બનવાની ઇચ્છા હતી. તેને શહેરમાં છાપા વેચવાનું કામ મળ્યું. પરંતુ તેણે પોતાના જીવનમાં ધનવાન બનવાનું લક્ષ્ય બનાવી દીધું હતું. તે પોતાના લક્ષ્યને પ્રાપ્ત કરવા માટે પરિશ્રમ કરતો રહ્યો અને તેણે છાપાંની દુકાન ખોલી લીધી. ધીમે-ધીમે ઉન્નતિ કરતો-કરતો તે આગળ વધતો ગયો. દિવસ-રાત તે માત્ર પોતાની ઉન્નતિ અંગે જ વિચાર્યા કરતો. તે છાપાંની દુકાનથી સંતુષ્ટ નહોતો, તે ભણવા માટે કૉલેજ પણ જવા લાગ્યો, જેને પરિણામે તે એ શહેરનો પ્રતિષ્ઠિત વેપારી બની ગયો. જો કે, વેપારી બનવાની ઇચ્છા કોઈ ઊંચી ઇચ્છા નથી પરંતુ આ યુવકનું ઉદાહરણ એ સિદ્ધ કરે છે કે પરિશ્રમ અને ઇચ્છાશક્તિના બળ ઉપર કોઈપણ વ્યક્તિ પોતાના વિશ્વાસના આધારે સફળતા પ્રાપ્ત કરી શકે છે. ભલે તે એન્જિનિયર બનવા માગે અથવા ડૉક્ટર,

પોતાની ઇચ્છાઓ ઉપર દૃઢ રહીને મનુષ્ય જેવી ઇચ્છા રાખે તેવો બની શકે છે.

યાદ રાખો, સફળતાની ઇચ્છાનો ઉદ્ભવ તો બીજ સમાન હોય છે. જ્યાં સુધી ખેડૂત જમીનમાં વાવશે નહીં, ત્યાં સુધી એ બીજમાંથી પાક લણી શકશે નહીં. ખેડૂત બીજ વાવીને તેને ખાતર-પાણીથી સીંચે છે ત્યારે પાક ઊગે છે, તૈયાર થાય છે. બરાબર એ જ પ્રમાણે પરિશ્રમ તથા પ્રયાસો સિવાય ઇચ્છાપૂર્તિની સફળતા પ્રાપ્ત થઈ શકતી નથી. મૂરખ અને આળસુ વ્યક્તિઓ ઇચ્છાઓ હોવા છતાં તેને મેળવી શકતા નથી. તેઓ તો વિદ્વાનને જોઈને બીજાઓને એમ કહે છે કે - "તેના સિતારાઓ બૂલંદ છે." કોઈ ધનવાન વ્યક્તિને જોઈને એમ કહે છે કે - "એ કેટલો ભાગ્યશાળી છે." અથવા તો કોઈ ઉજ્જવળ વસ્તુને જોઈને તેના ભાગ્યની પ્રસંશા કરતાં રહે છે. આવા લોકો એ વિચારી શકતા નથી કે, એ ઊંચાઈ સુધી પહોંચવા માટે તેઓએ કેટલો પરિશ્રમ કર્યો છે. ત્યારબાદ તેમને વર્તમાન સફળતાઓ પ્રાપ્ત થઈ છે. તેઓ સ્વયં તો કોઈ પરિશ્રમ કરવા તૈયાર હોતા નથી અને ના તો કોઈ પ્રકારનું બલિદાન કરવા તૈયાર થાય છે. આવા લોકોમાં આત્મવિશ્વાસ હોતો નથી અને એટલે જ એ લોકો નિષ્ફળ રહે છે.

જ્યારે આપણે આપણી શક્તિઓ ઉપર સંપૂર્ણ ભરોસો રાખીને પોતાની ઇચ્છાઓની પૂર્તિ માટે પડાવ તરફ પોતાના ડગલાં માંડીશું, ત્યારે આપણને આપણા સ્વપ્નાઓની પૂર્તિ થતી જોવા મળશે. કેટલાય મોટાં-મોટાં અરણ્યો પહેલાં બિન-ફળદ્રુપ ગણીને એમ જ બેકાર પડી રહ્યાં હતા, પરંતુ મનુષ્યએ પોતાના પરિશ્રમ થકી તેને ફળદ્રપ અને ધન-સંપત્તિથી ભરપૂર બનાવી દીધા. આજે એ અરણ્યો મનુષ્યજાત માટે ઉપયોગી બની ગયા છે.

મનુષ્ય પણ આવાં જ અરણ્યોના જેવાં છે, જેની અંદર અખૂટ અને અપાર સંપત્તિના ભંડારો છૂપાયેલા છે. જરૂર છે તેને શોધવાની, પરિશ્રમ કરવાની. આત્મવિશ્વાસ અને ઇચ્છાશક્તિ જ મનુષ્યને પોતાના પગ ઉપર ઊભા રહેવાની, ચાલવાની ભાવના જાગૃત કરે છે, પરંતુ મનુષ્ય જો પ્રયત્ન જ ના કરે તો, તે ઊભો થઈ શકતો નથી. એ જ પ્રમાણે જો તમે પોતાની ઇચ્છાઓને પ્રાપ્ત કરવાના પ્રયત્નો જ નહીં કરો, શ્રમ જ નહીં કરો તો તમે ક્યારે પણ સફળ થઈ શકતા નથી.

જો તમારે તમારા બીમાર ભાઈ-બહેન કે વૃદ્ધ માતા-પિતાની સારસંભાળ રાખવાનું એવું કોઈ કામ કરવું પડે છે જે તમારી ઇચ્છાઓ, તમારી મહત્ત્વાકાંક્ષાઓને અનુરૂપ નથી તો નિરાશ ના થશો, એમ ના વિચારો કે, તમારા જીવનનું લક્ષ્ય તમારાથી છૂટી ગયું કે સમાપ્ત થઈ ગયું છે. હા, આવી સ્થિતિમાં તમારે અધિક પરિશ્રમ કરવો પડશે. તમારા જીવનના લક્ષ્યને છોડી દેશો નહીં, તેને મેળવવા માટે સતત પ્રયત્નશીલ રહો.

એક દિવસ તમને ચોક્કસ સફળતા પ્રાપ્ત થશે જ. એમાં કોઈ શંકા નથી. તમારી દૃઢ ઇચ્છાશક્તિ જ તમારી સફળતાનું પ્રતીક હશે.

જો તમારી ઇચ્છાઓની સફળતાના માર્ગમાં કોઈ મુશ્કેલીઓ આવી જાય છે અને તમે નિરાશારૂપી ઘોર અંધકારમાં ઘેરાઈ જાઓ છો, તો અધીરાં ના બનશો, તમારી પાસે એ અંધકારને દૂર કરવા માટે આત્મવિશ્વાસ અને પરિશ્રમરૂપી અમરદીપ છે, જેને સાથે લઈને પોતાના પડાવ તરફ આગળ વધતાં જ રહો. તમારા આત્મવિશ્વાસની આગળ તમારા માર્ગની પ્રત્યેક અડચણો આપમેળે તમારા માર્ગમાંથી દૂર થઈ જશે.

એડીસન - જે આજે વિશ્વના મહાન આવિષ્કારક ગણાય છે. તેમની સફળતાનું રહસ્ય શું છે ? જ્યારે બીજા વૈજ્ઞાનિકો એ સમસ્યાઓના હલ શોધવામાં નિષ્ફળ રહ્યાં, ત્યારે એડીસને કેવી રીતે તેને શોધી કાઢ્યું. તેમની સફળતાની પાછળ હતું તેમનું પ્રતિભાશાળી મસ્તિષ્ક, ઊંડો અને ઘેરો આત્મવિશ્વાસ. જો તેઓ પોતાની સફળતા અંગે સંદેહ કરવા લાગતા અને જો એમ વિચારતા - 'જ્યારે આ આવિષ્કારોને બીજાઓ નથી શોધી શક્યા, તેઓને સફળતા નથી મળી તો તેમને કેવી રીતે મળી શકશે.'- તો તેમની ગણના આજે મહાન આવિષ્કારકોમાં થતી ખરી? તેમની સફળતાનું રહસ્ય તેમના વિશ્વાસમાં હતું. તેઓ હંમેશાં આવિષ્કારોના સ્વપ્નાઓ જોયા કરતાં હતા અને પ્રથમ તેને પોતાના મનમાં સાકાર કરતાં અને સંપૂર્ણ ખંત અને ધગશથી તેને પ્રાપ્ત કરવાના પ્રયાસો કરતાં હતા, ત્યારે જ તો તેઓ મહાન આવિષ્કારક બની શક્યા.

જે વ્યક્તિ પોતાના અત્મવિશ્વાસ સિવાય અધૂરાં મનથી કાર્ય કરે છે, તેઓ ક્યારેય પોતાના લક્ષ્યને પ્રાપ્ત કરવામાં સફળ થઈ શકતા નથી. જો વ્યક્તિ સંપૂર્ણ આત્મવિશ્વાસની સાથે એકાગ્ર બનીને કોઈપણ કાર્યને કરે છે, તો તેઓ ચોક્કસપણે તેમાં સફળ થાય છે.

પ્રત્યેક મનુષ્યની કલ્પનાઓમાં ઇશ્વરીય પ્રેરણા વિદ્યમાન રહેતી હોય છે. મનુષ્યને પ્રગતિના માર્ગમાં આગળ ધપાવનારી શક્તિ ઈશ્વરની પ્રેરણા જ છે. અબ્રાહમ લિંકન આ જ આત્મપ્રેરણાને કારણે અમેરિકાના રાષ્ટ્રપતિ પદ ઉપર પહોંચવામાં સફળ બની શક્યા હતા, ભાગ્યને કારણે નહીં. ઇશ્વરીય પ્રેરણાએ તેમને એ ઉન્નતિના માર્ગ ઉપર આગળ વધવા તથા તેની ઉપર ચાલવાનો સંદેશ આપ્યો હતો. આ જ ઇશ્વરીય પ્રેરણા પ્રત્યેક માનવીના હૃદયમાં, આત્મામાં રહેલી હોય છે. લિંકનની અસાધારણ સફળતા અને ઉન્નતિનું કારણ ઇશ્વરીય પ્રેરણા, જે તેઓને યોગ્ય માર્ગ ઉપર આગળ વધારતી ગઈ હતી.

પ્રત્યેક મનુષ્યની સફળતા પાછળ તેની ઇચ્છા જ છે. વિજ્ઞાને એ સાબિત કરી દીધું

છે કે, ઉડવાની પ્રબળ ઇચ્છાને કારણે જ બાજ પક્ષીમાં પાંખો ફૂટી નીકળી છે. તમે સફળતાના શિખર ઉપર ઇચ્છાઓ તથા વિશ્વાસના આધારે પહોંચી શકશો. જો તમારો વિશ્વાસ ડગમગી જશે, ઇચ્છાઓ હોવા છતાં પણ તમે તમારા પડાવ સુધી નહીં પહોંચી શકો. એટલા માટે પોતાની ઇચ્છાઓની પૂર્તિ માટે પોતાના વિશ્વાસને દૃઢ અને મજબૂત બનાવો. પ્રત્યેક અસમર્થ વ્યક્તિને સામર્થ્યવાન બનાવવાના મૂળમાં તેમની પ્રબળ ઇચ્છાશક્તિ જ હતી. જેને પૂર્ણ કરવામાં તેઓએ અથાગ પરિશ્રમ કર્યો. પ્રત્યેક મહાન વિજય અને આવિષ્કારના બીજ તેની અભિલાષામાં જ સમાયેલ હોય છે.

શરીર અને આત્માની ઇચ્છાઓમાં ખૂબ મોટો તફાવત હોય છે. જો અભિલાષાઓ આપણા અંતરાત્મામાંથી પ્રસ્ફૂરિત થાય છે, તો તે ઇશ્વરીય પ્રેરણાનો જ પુલ હોય છે. આ માત્ર કાલ્પનિક હોતી નથી પરંતુ ભવિષ્યવાણીઓ હોય છે. માનવતાના કલ્યાણની અભિલાષાઓ ઇશ્વરીય પ્રેરણા જ છે. આપણે બહુધા એવું સમજીએ છીએ કે, આપણે આપણી શક્તિ દ્વારા સફળતા મેળવી શકીએ છીએ. જ્યારે હકીકત તો એ છે કે આપણને અંદરથી આગળ વધવા માટે કોઈ વાંરવાર પ્રેરિત કરે છે અને આપણે સફળતા પ્રાપ્ત કરી લઈએ છીએ.

ઘણા બધાં લોકો પોતાના જીવનની મહાનતાને, જીવનના ઉદ્દેશ્યોને ભૂલી જઈને લક્ષ્યવિહીન જીવન વ્યતીત કરતાં હોય છે. આવા લોકો એ બાબત સમજી શકતા નથી કે તેઓ આ સંસારમાં કોઈ ચોક્કસ કાર્ય કરવા માટે જન્મ્યા છે. તેઓ પોતાની મનગમતી વસ્તુઓનો ઉપભોગ સ્વતંત્રતાપૂર્વક કરી શકે છે, જેના માટે તેઓ બીજાઓને દુઃખ પહોંચાડતા સહેજપણ ખચકાટ અનુભવતા નથી. તેઓ એવું વિચારતા નથી કે ઈશ્વર પાસેથી જે સંદેશ લઈને તેઓ આ સંસારમાં આવ્યા છે, એ સંદેશ તેમણે અન્યો સુધી પહોંચાડવાનો છે અને ખુદ અપનાવવાનો છે. તેઓ ભૂલી જાય છે કે, સત્યને જીવિત રાખવાની જવાબદારી તેઓની પણ છે. આવા લોકોની સમક્ષ ના તો કોઈ લક્ષ્ય હોય છે, ના તો કોઈ પડાવ (મંઝિલ).

જે આવિષ્કારોનો આજે આપણે લાભ લઈ રહ્યાં છીએ, એ આવિષ્કારોને પૂર્ણતાના આરે પહોંચાડવા માટે જે મહાપુરુષોએ કઠોર પરિશ્રમ કર્યો અને સુખ-સગવડતાઓ વિહીન જીવન જીવીને પણ જે બધું તેઓએ નિર્માણ કર્યું છે, જેનો આજે આપણે ઉપભોગ કરી રહ્યાં છીએ. લોકો ભૂલી જાય છે કે આ જ નિર્માણકાર્યને આગળ વધારવાની જવાબદારી આપણી પણ છે. આવા લોકો માટે મહાન લોકોનું કોઈ જ મહત્ત્વ નથી, જેઓએ આ સંસારને સુંદર બનાવવામાં પોતાનું સમગ્ર જીવન હોમી દીધું. આપણે આજે જે ઉપભોગ કરી રહ્યાં છીએ એ તો આપણા પૂર્વજોના અથાગ શ્રમ તથા ત્યાગનું જ પ્રતિફળ છે.

કોલમ્બસને ઇતિહાસ ક્યારેય ભૂલી શકે નહીં. તેઓ એવા સાહસિક નાવિક હતા, જેમણે ક્યારેય પણ હારનો સ્વીકાર કર્યો ન હતો. પોતાના લક્ષ્યને પ્રાપ્ત કરવાનો આત્મવિશ્વાસ તેમનામાં ઠાંસી-ઠાંસીને ભરેલો હતો. એટલે સુધી કે પોતાના સહયોગી ખલાસીઓ દ્વારા પોતાના લક્ષ્યથી હટી જવાની સલાહ અને તેનો જીવ લઈ લેવાની ધમકીઓની પણ પરવાહ કર્યા વગર તેઓ આગળને આગળ જ વધતા રહ્યાં. તેમણે ખુદ પોતાની ડાયરીમાં નોંધ કરેલી છે કે - "આજે જહાજ દક્ષિણ તરફ વધ્યું, કારણ કે એ જ અમારું લક્ષ્ય હતું." તેમની આંખોની સમક્ષ માત્રને માત્ર લક્ષ્ય જ હતું. જ્યાં સુધી તે પોતાની મંઝિલ સુધી પહોંચી ના ગયા, ત્યાં સુધી માર્ગની તમામ અડચણો અને વિઘ્નોને સહન કરતાં-કરતાં આગળને આગળ વધતા ગયા. કેવી રીતે? ઘોર આપત્તિઓમાં પણ તે અડગ રહ્યાં. કેવી રીતે? કારણ હતું તેમનો અતૂટ આત્મવિશ્વાસ, જેના ઉપર દૃઢ રહીને તેઓ પોતાના પડાવ સુધી પહોંચવામાં સફળ થયા.

બહુધા આપણે એમ સમજીએ છીએ કે, આપણે આપણી શક્તિઓને તાકાતથી આગળ વધી રહ્યાં છીએ, જ્યારે આપણને આગળ વધારવાનું પ્રેરકબળ તો આપણી ભીતર જ હોય છે, જે આપણને આગળ વધવા માટે પ્રેરિત કરે છે. ઘણીવાર એવું બને છે કે, કોઈ વ્યક્તિને તેની ઇચ્છાનુસાર કામ મળતું નથી, પરંતુ થોડા દિવસોમાં તે પોતાનું મનગમતું કાર્ય પ્રાપ્ત કરી લે છે. આવું એટલા માટે બનતું હોય છે કે તેનામાં રહેલ પ્રેરક તેને પોતાનું ઇચ્છિત કાર્ય કરવા માટે પ્રેરિત કરે છે.

ઈસુ ખ્રિસ્તે પોતાની મહાનતા સહજ જ પ્રાપ્ત થઈ ગઈ ન હતી, પરંતુ તેમણે તેને પ્રાપ્ત કરી હતી. ઈસુ જન્મથી જ ઈસુ ન હતા, તેઓ તો માનવકલ્યાણકારી કાર્યો કરવાને લીધે ઈસુ બન્યા. પોતાના આત્માના અવાજને સાભંળીને તેના ઉપર અમલ કરીને આપણે બધાં આ પ્રમાણે કરી શકીએ છીએ. પોતાની શક્તિઓનું જ્ઞાન કે બોધ જ ચરિત્ર-નિર્માણનું રહસ્ય છે, તેનાથી સફળતા પ્રાપ્ત થાય છે.

"હું અને મારો ઈશ્વર એક જ છીએ" ઈસુના આ કથનનો અર્થ, બાકી લોકો કરતાં પોતાને મહાન દર્શાવવાનો ન હતો, બલ્કે તેઓને એવો વિશ્વાસ આપવાનો હતો કે, તમે ઈશ્વરનું મંદિર છો. સંસારના દરેક લોકો તેમની જેમ જ મહાન બની શકે છે.

તે બધા જ મહાન વ્યક્તિઓ જેઓએ માનવતાને કોઈને કોઈ રીતે ઉચ્ચસ્થાને પહોંચાડી છે, તેઓ દૃઢ આત્મવિશ્વાસી હતા.

જો ઇલિયસ હૉબએ કપડાં સીવવાના મશીનની કલ્પનાને સાકાર કરી ના હોત, તો આજે પણ સ્ત્રીઓ હાથથી જ કપડાં સીવતી હોત.

જો સાઇફસ ડબ્લ્યૂ. ફીલ્ડ સમુદ્રી ટેલીગ્રાફિક તારોની કલ્પના ના કરતાં, તો આજે

પણ સંસાર બેતારના તારથી વંચિત જ રહી જતો.

જો અબ્રાહમ લિંકન સ્વતંત્રતાનો સંકલ્પ ના લેતાં, તો આજે પણ લાખો દેશવાસીઓ પરાધીન હોત.

એલેક્ઝાન્ડર ગ્રેહામ બેલ જો મહત્ત્વાકાંક્ષી ના હોત, તો હજુ સુધી આપણે ટેલીફૉનનો લાભ ના મેળવી શક્યા હોત.

મારકોનીની કલ્પનાથી જ રેડિયોનો આવિષ્કાર સંભવ બની શક્યો.

ટેલીગ્રાફનો આવિષ્કાર માર્સના સ્વપ્નાઓનો જ તો આવિષ્કાર છે.

ગોડિયરે રબ્બરનો આવિષ્કાર કરતાં પહેલાં તેની કલ્પના જ તો કરી હતી.

જ્યૉર્જ વૉશિંગ્ટને ત્યાં સુધી સંઘર્ષ કર્યો, જ્યાં સુધી તેમણે સ્વતંત્રતાના લક્ષ્યને પ્રાપ્ત ન કરી લીધું.

પોતાના અંતરાત્માના અવાજ અને પોતાની પ્રેરણાના બળ ઉપર જ ગૌતમ "બુદ્ધ" બની ગયા.

મનુષ્ય પોતાની મહત્ત્વાકાંક્ષાઓના સહારે આગળ વધે છે. પ્રત્યેક કલ્પનાઓ પ્રથમ મનમાં આવે છે, મનના સ્વપ્ન ઉપર દૃઢ વિશ્વાસ કરવાથી સફળતા પ્રાપ્ત થાય છે. જે તમે નથી ઇચ્છતા તેના વિચારો મનમાં ના લાવો. તમે સ્વયં વિજય છો. તમે જ્યાં સુધી તમારી પોતાની યોગ્યતાઓ અને શક્તિ ઉપર વિશ્વાસ નહીં કરો- મહાન કાર્ય નહીં કરી શકો. લોહ-ચુમ્બક એ જ વસ્તુઓને આકર્ષે છે, જેનો સંબંધ તેની સાથે હોય છે. મનુષ્ય પણ ચુમ્બક સમાન જ હોય છે. મનુષ્ય પણ પોતાની ઇચ્છિત વસ્તુઓને પોતાની તરફ આકર્ષે છે.

મનુષ્યની ઇચ્છાઓ અને તેનો વિશ્વાસ તેને વિજયના લક્ષ્ય તરફ આકર્ષિત કરીને લઈ જાય છે.

મનુષ્યનો સૌથી મોટો શત્રુ જો કોઈ હોય તો તે છે - નિરાશા. આ ઘાતક બીમારીનું ઝેર બહુધા સમસ્ત દિશાઓમાં પ્રસરેલું છે. એ મનુષ્યના મન અને તન બંનેને પોતાની પકડમાં જકડી લે છે. કોઈપણ ક્ષણે મનુષ્ય નિરાશાને વશ થઈ શકે છે, તેની સમસ્ત માનસિક શક્તિઓ તેને કારણે સુન્ન પડી જાય છે. આવા અવસરો પર વ્યક્તિ જો ખુદમાં આત્મવિશ્વાસ ઉત્પન્ન નહીં કરી શકે, તો તે પથભ્રષ્ટ બની જાય છે.

સમસ્ત વિશ્વમાં અનુમાનતઃ પ્રતિવર્ષ એક લાખ લોકો આત્મહત્યા કરી લે છે. આનો અર્થ એ થયો કે, એક દિવસમાં આત્મહત્યા કરનારાઓની સંખ્યા પાંચસો કરતાં અધિક છે. આ કેટલાં દુઃખ-અફસોસની વાત છે કે પ્રતિમિનિટે વિશ્વમાં કોઈપણ એક વ્યક્તિ આત્મહત્યા કરે છે.

એકલા ન્યૂયૉર્કમાં પ્રતિવર્ષ ૮૬૦ અર્થાત્ પ્રતિદિવસ બે કરતાં વધારે વ્યક્તિ આત્મહત્યા કરી લે છે. સંસારમાં અન્ય મોટાં-મોટાં શહેરોમાં આત્મત્યાનું પ્રમાણ એનાથી પણ વધારે હોઈ શકે છે. ન્યૂયૉર્કના એકલા બેલવી દવાખાનાએ આત્મહત્યાના પ્રયાસ કરનારાઓને બચાવ્યા છે.

ફાંસીની સજા જેને થઈ હોય તેવી વ્યક્તિ પણ જેલની કોટડીમાં પોતાના શેષ દિવસોને વ્યતીત કરે છે, જ્યારે આત્મહત્યા કરનારા વ્યક્તિઓ માટે જીવનનું કોઈ મૂલ્ય જ નથી. તેઓ જીવનને આટલું બધું નિકૃષ્ટ શા માટે સમજી લે છે? આખરે આટલા બધાં લોકો આત્મહત્યા શા માટે કરે છે?

આત્મહત્યાના મૂળમાં હોય છે, પોતાના જીવન પ્રત્યેની ઘોર નિરાશા.

નિરાશા મનનો એક રોગ છે. જેના કારણે મનુષ્ય પોતાની સમતુલા ગુમાવી બેસે છે. જે ક્ષણે કોઈ વ્યક્તિ નિરાશામાં ઊંડે ખૂંપી જાય છે, ત્યારે તેની માનસિક શક્તિઓ ક્ષીણ બની જાય છે. પરિણામ એ આવે છે કે, મસ્તિષ્ક યોગ્ય રીતે કાર્ય કરી શકતું નથી અને કાર્યક્ષમતા સમાપ્ત થઈ જાય છે. નિરાશા આવા વ્યક્તિના મસ્તિષ્કને ઘોર અંધકારમય બનાવી વિનાશ તરફ અગ્રેસર કરી દે છે. મનુષ્યને સ્વયં પોતાના ઉપર ગ્લાનિ થવા લાગે છે અને તે આત્મહત્યા કરી લે છે.

આત્મહત્યા અંગે મનોવૈજ્ઞાનિકોના દૃષ્ટિકોણની જાણકારી હજુ સુધી તો નથી પરંતુ ૧૦માંથી ૯ વ્યક્તિની આત્મહત્યાનું કારણ નિરાશા જ હોય છે.

માનસિક શક્તિઓનું નેતૃત્વ કરે છે- સાહસ. જ્યારે સાહસ હારી જાય છે ત્યારે તે કોઈપણ યોગ્ય નિર્ણય કરી શકતો નથી. તેની નિર્ણયશક્તિ સમાપ્ત થઈ જાય છે. જ્યારે તે ઠીક રીતે વિચાર નથી કરી શકતો, તો એની તર્કશક્તિનો હ્રાસ થઈ જાય છે અને આખા મસ્તિષ્કમાં અસંતુલન ફેલાઈ જાય છે. જ્યાં સુધી સાહસ ઉત્પન્ન થતું નથી, મનની શક્તિઓ કાર્ય કરી શકતી નથી. કારણ કે નિરાશાનું ઉદ્દગમ મનમાંથી થાય છે. મન જ નિર્ધનતા અને બીજા ખોટાં કાર્યો માટે વધારે જવાબદાર હોય છે. શંકાથી અને ભયથી ભરેલું મન કોઈ કાર્ય કરી શકતું નથી. નિરાશાવાદી મનુષ્યની દરેક શક્તિઓ ક્ષીણ થઈ જાય છે.

ન્યૂયૉર્કમાં એક યુવક સંગીતકારે ગરીબીથી તંગ આવીને આત્મહત્યા કરી લીધી. તે એટલો બધો નિર્ધન બની ગયો કે, તેને પોતાનું પ્રિય વાયૉલિન પણ ગીરવે મૂકવું પડ્યું. તે પોતાના પ્રિય વાયૉલિનને છોડાવવા માટે પૈસા ભેગાં કરી લેશે, તેવી તેને કોઈ આશા જ ના રહી. તે એટલો બધો નિરાશ બની ગયો કે છેવટે તેણે પોતાના જીવનનો અંત આણી લીધો.

આલોચકોની કટુ આલોચનાથી નિરાશ બની જઈ અનેક પ્રતિભાવાન કલાકારોએ કલાની સાધનાનો માર્ગ જ ત્યજી દીધો. આવા કલાકારોએ એવો વિચાર ના કર્યો કે જીવનની કોઈપણ ઇચ્છા કે કાર્ય સંઘર્ષ કર્યા વગર અને દૃઢ આસ્થા તેમજ વિશ્વાસ વગર સફળ થઈ શકતું નથી.

દૈનિક સમાચાર પત્રોમાં કેટલાં બધાં સમાચારો એવા વાંચવા મળે છે કે સફળતાની સૂચનાનાં મળ્યા અગાઉ અમુક વ્યક્તિએ પોતાની સફળતા પ્રતિ સંદિગ્ધ હોવાને કારણે અથવા તો ખોટી સૂચના મળવાને કારણે આત્મહત્યા કરી લીધી. અનેક વ્યક્તિ જીવન સંઘર્ષની એવી ક્ષણોમાં સાહસ ગુમાવી બેસે છે, જ્યાં તેઓ સફળતાની તદ્દન સમીપ આવી પહોંચ્યા હોય છે. આત્મહત્યાના વિચારની પાછળ પ્રેમમાં નિષ્ફળતાનું કારણ હોય કે વેપારમાં રહેલી નિષ્ફળતા રહેલી હોય કે ઘરમાં ક્લેશ થવાને કારણે ઉદ્ભવતી સ્થિતિ હોય, બધાની પાછળનું મુખ્ય કારણ તો પોતાના જીવન પ્રત્યેની ઘોર નિરાશા જ હોય છે.

એક કેદીએ લખેલી વાતથી એ સ્પષ્ટ થઈ જાય છે કે, જ્યારે કેટલાંક લોકો જીવનમાં નિરાશ બની જાય છે, ત્યારે તેઓ જીવનની વાસ્તવિકતાઓથી વિમુખ બનીને દૂર ચાલ્યા જાય છે.

એ ડાકૂ કેદીએ આ પ્રકારે લખ્યું છે કે - "આપણે આપણા જીવનમાં ખોટાં કામો કરવાનો નિર્ણય ત્યારે લઈએ છીએ, જ્યારે આપણે નિરાશ બની જઈએ છીએ. એ ભયાનક આપત્તિમાંથી મુક્તિ પ્રાપ્ત કરવા માટે આપણે ગમે તે કરવા માટે તૈયાર થઈ જઈએ છીએ. આપણો સંયમ ચાલ્યો જાય છે અને આપણી માનસિક નિશ્ચેષ્ટા આપણને કાયર બનાવી દે છે."

આ વાત મહાયુદ્ધના દિવસોની છે, જ્યારે એક વ્યવસાયીએ પોતાના વેપારમાં આવેલી ખોટથી હતાશ થઈને વેપારને બંધ કરવાનો નિર્ણય લઈ લીધો હતો. આ જ નિરાશામાં ગરકાવ થયેલો તે એક પાર્કમાં બેઠો હતો. ત્યારે ત્યાં એક દારૂના નશામાં ધૂત એક ભિખારી લથડિયાં ખાતો-ખાતો ત્યાં આવી પહોંચ્યો અને પેલા વેપારી પાસે આવીને બેસી ગયો. એ વેપારીએ તેને તેની આવી દુર્દશાનું કારણ પૂછ્યું. એ ભિખારીએ પોતાની આવી દુર્દશા અને બરબાદીના કારણને જણાવતા કહ્યું કે, તે એક ભણેલો-ગણેલો નવયુવક છે. હમણાં થોડા દિવસો પહેલાં તો તે એક વેપારી હતો. વેપારમાં નિષ્ફળતાને કારણે તે નિરાશ બની ગયો અને પોતાના દુઃખને ભૂલવા માટે તે દારૂ પીવા લાગ્યો. ભિખારીએ કહ્યું -હું તો સમજતો હતો કે દારૂ પીવાથી કદાચ મારી શક્તિઓ મને પાછી મળી જશે. હું દારૂ પીવા લાગ્યો. પહેલાં તો મને એમ લાગ્યું કે,

મારામાં શક્તિનો સંચાર થઈ ગયો છે. જેને કારણે મને દારૂની લત લાગી ગઈ. પરિણામ એ આવ્યું કે મારી તમામ શક્તિઓ જ નષ્ટ થઈ ગઈ. હું વારંવાર આ દુર્વ્યસન છોડવાનો પ્રયાસ કરું છું, પરંતુ હું છોડી શકતો નથી. જેને કારણે મારી આવી દુર્દશા આવી ગઈ છે. હું જીવન પ્રત્યે નિરાશ થઈ ગયો છું, મારું કોઈ જ ભવિષ્ય નથી.

એ વેપારીના સામીપ્યથી એ ભિખારી એક વાત તો જાણી ગયો હતો કે પ્રશ્નકર્તા પોતે પણ કોઈ નિરાશાથી પીડિત છે. એટલા માટે પોતાની તમામ કથા જણાવ્યા પછી તેણે તે પ્રશ્નકર્તાને પૂછી જ લીધું - "તમે પણ કોઈ ચિંતાથી ઘેરાયેલા હો તેવું લાગે છે, શું ચિંતા છે? " વેપારીએ જણાવી દીધું કે - "મારો તો વેપાર નષ્ટ થઈ ગયો અને હવે હું વિચારી રહ્યો છું કે હું શું કરું?" ભિખારીએ તેના તરફ જોતાં કહ્યું - "શું તમે જાણો છો કે મારાં કરતાં તમે વધારે ધનવાન છો? તમારી પાસે સ્વાસ્થ્ય છે, શક્તિ છે અને તમે હજુ યુવાન છો તમને જીવનની તમામ સુવિધાઓ પ્રાપ્ત છે. જીવનના મૂલ્યને સમજો અને નિરાશાનો ત્યાગ કરો. તમારી શક્તિઓને નિરાશાએ ઢાંકી દીધી છે. હે મિત્ર! ઊઠો અને યાદ રાખો કે નિષ્ફળતા પડી જવામાં નહીં પરંતુ નિષ્ફળતાને સ્વીકારી લેવામાં છે. મહાપુરુષોએ નિષ્ફળતાને સફળતાની સીડી ગણાવી છે. સૌથી મોટી નિર્બળતા ઠોકર ખાઈને પડી જવામાં નહીં પરંતુ પડીને પાછા નહીં ઊઠવામાં છે. જીવનના મૂલ્યને સમજો અને નિરાશાનો ત્યાગ કરી દો."

ભિખારીના આવા પ્રેરક શબ્દો સાંભળીને એ વેપારી ખૂબ પ્રભાવિત થયો, એ પોતાના મનમાં વિચારવા લાગ્યો કે- આ ભિખારી જે તદ્દન બરબાદ થઈ ગયો છે તે જો જીવનને આટલી આશાથી નિહાળી શકે છે, તો મારા જીવનમાં તો હજુ ઘણી બધી આશા શેષ છે. એ વેપારી નવીન આશા અને નવીન ઉત્સાહ લઈને પાર્કમાંથી પાછો ફર્યો અને પુનઃ પોતાના વેપારમાં ઉત્સાહપૂર્વક લાગી ગયો. આજે તે વેપારી શ્રીમંત વેપારી બની ચૂક્યો છે અને બધી જ વાતે પ્રસન્ન છે. એ જણાવે છે કે - "મારી આ સફળતાનું રહસ્ય એ ભિખારીની પ્રેરણા જ છે, જેણે મને નવું જીવન શરૂ કરવા માટે પ્રેરિત કર્યો. એ ભિખારીએ મને ઉત્સાહિત કર્યો જ્યારે હું મારા જીવનમાં તદ્દન નિરાશ બની ચૂક્યો હતો."

એક અંગ્રેજ અધિકારીએ પોતાના અનુભવો જણાવતાં કહ્યું હતું - "સાચી વીરતા શસ્ત્ર-યુદ્ધ જીતવામાં નહીં - જીવનના સંઘર્ષોને જીતવામાં છે." સાચો વિજેતા તો એ જ છે, જે પ્રત્યેક નિરાશાઓ સાથે સંઘર્ષ કરતાં-કરતાં જીવનમાં સાહસ સાથે અડગ રહે છે, કારણ કે જીવન અત્યંત સંઘર્ષમય છે.

આવી સંઘર્ષમય ક્ષણો પ્રત્યેક મનુષ્યના જીવનમાં આવે છે જ્યારે તેનું સાહસ

ક્ષીણ થતું મહેસૂસ થાય છે. આવા સમયે ઈશ્વર પર વિશ્વાસ રાખી ધૈર્ય સહિત તેનો સામનો કરવો જોઈએ.

મને આવા અનેક ઉદાહરણો ખબર છે જ્યારે છોકરીઓએ દુઃખી બનીને કોઈ એવા પુરુષ સાથે લગ્ન કરી લીધાં જેને તે ક્યારેય પસંદ કરતી ન હતી. તેના પરિવાર પર કોઈ આપત્તિ આવી પડી હતી અથવા તો માતા-પિતાના મૃત્યુના કારણે તેઓને નાગમતી વ્યક્તિ સાથે લગ્ન કરવા પડ્યાં, જેને તેઓ પોતાના સુખના દિવસોમાં ધિક્કારતી હતી. તેઓને આ સિવાય કોઈ બીજો માર્ગ મળ્યો નહીં; પરંતુ આવા અણગમતાં લગ્નો સ્થાયી બની શકતા નથી અને થોડા જ દિવસોમાં તે છૂટાછેડાના કારણ બની ગયા.

જે વ્યક્તિમાં આત્મવિશ્વાસ હોય તેને સફળતા પ્રાપ્ત કરતાં કોઈ રોકી શકતું નથી.

ઓલવુલ આવો જ એક આત્મવિશ્વાસી વાયૉલિન વાદક હતો. જ્યારે તે અમેરિકામાં આવ્યો, ત્યારે આલોચકોએ તેને કહ્યું હતું કે તે અહીંયા ક્યારેય પણ સફળ નહીં થઈ શકે, કારણ કે તેને હજુ સંગીતવિદ્યાનું સંપૂર્ણ જ્ઞાન ન હતું અને ત્યાં એક એવો વાયૉલિનવાદક પણ ઉપસ્થિત હતો, જેને સંગીત વિદ્યાનું સંપૂર્ણ જ્ઞાન હતું. એ કલાકારમાં સંગીતનું જ્ઞાન તો હતું, પરંતુ તેનામાં ઓલવુલ જેવી આત્માનુભૂતિ ન હતી.ઓલવુલ અમેરિકાથી પાછો ગયો નહીં, ના તો તેણે હિમ્મત છોડી. તેનામાં સફળતા પ્રાપ્ત કરવાનો આત્મવિશ્વાસ ઠાંસી-ઠાંસીને ભરેલો હતો. આજે પેલા કલાકારને કોઈ જાણતું પણ નથી જ્યારે ઓલવુલ તો આજે પણ વાયૉલિન પ્રેમીઓના હૃદયમાં બિરાજમાન છે.

કયારેક આપણી કોઈ વિશેષ પ્રિય વ્યક્તિ આપણાથી વિખૂટી પડે છે અથવા તો જ્યારે આપણા કોઈ આપ્તજનનું અવસાન થાય છે ત્યારે એવા દુઃખભર્યા સમય અને ક્ષણોમાં મન ઉપર ખૂબ જ આઘાત પહોંચે છે અને અપાર માનસિક કષ્ટ થાય છે, જીવન શૂન્ય બની જાય છે. એ સમયે એવું લાગે છે કે, જીવનની બધી જ ખુશીઓ સમાપ્ત થઈ ગઈ છે. આ રીતે માનસિક કષ્ટો ઉપર વિજય પ્રાપ્ત કરવો અત્યંત કઠીન બની જતું હોય છે. પરંતુ આશ્ચર્યની વાત તો એ છે કે, એવા વ્યક્તિઓ પણ હોય છે જે આવી ક્ષણોમાં હસતાં રહે છે, આનંદિત રહે છે - મનોરંજન કરે છે. આવશ્યકતા તો છે વિવેકપૂર્ણ સાહસની.

જીવનમાં એવી અનેક અંધકારપૂર્ણ ક્ષણો આવે છે, જે થોડો સમય રોકાઈને ચાલી જાય છે અને પુનઃ નવી આશાની કિરણો ચમકવા લાગે છે. આ જ પ્રમાણે વર્ષા ઋતુમાં ક્યારેક સૂર્ય પણ ગાઢ ઘનઘોર વાદળોમાં સંતાઈ જાય છે અને એટલો બધો અંધકાર

છવાઈ જાય છે કે દીવાઓ પ્રગટાવવા પડે છે. ત્યારે બીજી જ ક્ષણે કાળાં ઘનઘોર વાદળોને ભેદતી સૂર્યની કિરણો પુનઃ પૃથ્વી પર છવાયેલા અંધકારને દૂર કરવા માટે આવી જાય છે. આપણે સાહસપૂર્વક અંધકારના વિખેરાવા અને પ્રકાશના આવવાની આશા છોડવી જોઈએ નહીં.

સમયની સાથે પ્રત્યેક શારીરિક અને માનસિક મુશ્કેલીઓ દૂર થઈ જાય છે - "વીર પુરુષ પરિસ્થિતિઓના દાસ નહીં, સ્વામી હોય છે."

મનુષ્યના વ્યક્તિત્વ અને ચરિત્ર જ સફળતાના આધાર હોય છે. ધન તો માત્ર એક સાધન છે. જે વિચારોથી નિરાશ થઈને લોકો પોતાનું જીવન નષ્ટ કરી લે છે તેઓ જૂના થઈ ગયા છે. નવીન વિચારકોને મેં એ સફળતાઓ ઉપર વિજય પ્રાપ્ત કરતાં જોયાં છે, જ્યાં જૂની વિચારધારા ધરાવતાં વિચારકોને મેં નિરાશ બની જતા અને નિષ્ફળ નીવડતા જોયાં છે. પોતાના આત્મવિશ્વાસ અને ચરિત્રના બળ ઉપર એક સાધનરહિત વ્યક્તિ પણ કેટલો મહાન વિજય પ્રાપ્ત કરી શકે છે, એનું જ્વલંત ઉદાહરણ ભારતના ઈતિહાસમાં મરાઠા વીર છત્રપતિ શિવાજીનું છે.

ભારતવર્ષમાં 'હિન્દુપદ-પદશાહી' સ્થાપિત કરનારા શિવાજી એક સામાન્ય સૈનિક હતા. તેઓએ પોતાના અદમ્ય સાહસ અને વીરતાના બળે ધન અને શસ્ત્રના અભાવ વચ્ચે પણ એક વીર સેના ઊભી કરી લીધી હતી. તેમની પાસે દુર્ગમ પહાડી પ્રદેશ તથા સાહસ અને આત્મવિશ્વાસ સિવાય બીજું કશું પણ ન હતું. તેઓએ સૈન્ય ઊભું કરી પોતાના યુદ્ધ- કૌશલ્ય થકી મોટાં-મોટાં ભયંકર આક્રમણો કર્યાં અને વિજયશ્રી પ્રાપ્ત કરી. તેમણે એવી યુદ્ધ નીતિઓ અપનાવી હતી કે, જેમાં તેમના એક પણ સૈનિકને હાનિ થતી ન હતી બલ્કે શત્રુને ભારે નુકસાન ભોગવવું પડતું હતું. શિવાજીને લૂંટમાં પુષ્કળ ધન અને વિપુલ માત્રામાં શસ્ત્રો મળતાં હતા. શિવાજીની શક્તિઓ એટલી બધી વધી ગઈ હતી કે, મોગલોનો શક્તિશાળી સમ્રાટ ઔરંગઝેબ પણ અસ્વસ્થ બની ગયો હતો. આગળ જતાં શિવાજી એક પ્રચંડ સૈન્યના મહાનાયક બન્યા અને તેમણે શક્તિશાળી સમ્રાટ ઔરંગઝેબના પણ દાંત ખાટાં કરી નાંખ્યા. ભારતના ઈતિહાસમાં વીર શિવાજીનું નામ સુવર્ણ અક્ષરોમાં અંકિત કરાયેલું સર્વકાળ સુધી રહેશે. શિવાજીની આ અસીમ સફળતાનું રહસ્ય તેમના સાહસ તથા લક્ષ્યપ્રાપ્તિ માટેના અદમ્ય આત્મવિશ્વાસમાં જ હતું.

ઈમર્સને લખ્યું છે - "મારે એ વ્યક્તિની જરૂર છે, જે મારી પાસે એ કામ કરાવી શકે, જેને હું કરવા માટે ઝંખુ છું."

જો તમે તમારા અંતરાત્મા દ્વારા દર્શાવેલા માર્ગ ઉપર વિશ્વાસ અને આશાની સાથે ચાલી શકો છો, તો કોઈપણ મુશ્કેલી એવી નથી કે જેને તમે દૂર ના કરી શકો અને

તમારો લક્ષ્યપ્રાપ્તિનો ધ્યેય પરિપૂર્ણ કરી શકો. નિરાશાથી મુક્તિ મેળવવા માટે સ્વયં પોતાના સિવાય શ્રેષ્ઠ સહાયક બીજું કોઈ હોઈ શકે નહીં. તમે તમારી આંતરિક શક્તિઓ જે ઈશ્વરે તમને આપી છે તેને જાણી લેશો, ત્યારે તમારું ગુમાવેલું સાહસ પુનઃ પરત આવશે અને તમે નવા ઉત્સાહ અને આત્મવિશ્વાસના અનુભવ સહિત પ્રગતિ-પથ ઉપર આગળને આગળ વધતાં રહેશો.

નવીન વિચાર-દર્શન આ જ આત્મિક શક્તિઓ ઉપર વિશ્વાસ કરે છે. શું ઈશ્વર ક્યારેય પણ એવું ઇચ્છી શકે કે, તેમની સંતાન આજીવન શારીરિક અને માનસિક કષ્ટ અને દુઃખ સહન કરે - ના - ઈશ્વર તો હંમેશાં પોતાના સંતાનોને પ્રસન્ન જોવાની જ ઝંખના રાખે છે.

જ્યારે હું કહું છું - "હું આ કામ નથી કરી શકતો, હું એ કામ નહીં કરી શકું. મારા માટે એ અશક્ય છે." - તો સમજી લો કે હું મારી શક્તિઓની ઉપેક્ષા કરી રહ્યો છું. હવેથી હું આશાવાદી બનીશ - હું કરી શકીશ - "હું આ કામ કરી શકીશ, હું એ કામ કરવા માટે સમર્થ છું અને હું એ કામ કરીશ." "અને ત્યારે મારી શક્તિઓ બમણી થઈ જશે."

નિરાશ વ્યક્તિ તો એવા મૂર્ખ મનુષ્ય સમાન છે કે, જે સૂર્ય તરફ પોતાની પીઠ ફેરવીને વિશ્વમાં અંધકારને નિહાળે છે. જરૂર છે પોતાના મુખને પ્રકાશ તરફ ફેરવવાની.

જીવનમાં નિષ્ફળ લોકોમાં પણ અપૂર્વ કાર્યક્ષમતા હોય છે. આત્મવિશ્વાસના અભાવે તેઓ સાહસ કરી શકતા નથી. જ્યારે કોઈ ઘટના વિશેષથી મનુષ્યના આત્મવિશ્વાસને આઘાત લાગે છે, ત્યારે તે નિરાશાનો ભોગ બની જાય છે. મનુષ્યને સૌથી વધારે પોતાની જાત પર ગ્લાનિનો અનુભવ ત્યારે થાય છે, જ્યારે તે પોતાના દ્વારા કરાયેલા પાપ કે દુષ્કર્મને જુએ છે. એ સમયે તે નિરાશાથી ત્રસ્ત થઈ જાય છે.

સાહસના અભાવમાં કોઈપણ વ્યક્તિ આગળ વધી શકતી નથી. સાહસ મનનો રાજા છે. તેના પતનની સાથે માનસિક શક્તિઓ પણ પોતાનું કાર્ય કરવાનું છોડી દે છે. પરંતુ મનુષ્યના મનમાં જ્યારે સફળતાને કારણે સાહસ આવી જાય છે, તેની બધી જ શક્તિઓ બહાર પ્રગટ થાય છે.

આથી ઊઠો, સાહસની સાથે અંધકારમાંથી પ્રકાશ તરફ આગળ વધો અને નસીબ પર દોષ મઢવાનું બંધ કરીને પોતાનું જીવન જીવવા માટે પોતાના મનમાં સાહસ અને આત્મવિશ્વાસને જાગૃત કરો. ઈશ્વર પણ એ જ ઇચ્છે છે.

પોતાના મનમાં સાહસનો સંચાર કરતાં-કરતાં ખુદને કહો- "હું સંસારમાં વિજય પ્રાપ્ત કરવા માટે જ આવ્યો છું- હારવા માટે નહીં. હું ઈશ્વરની બનાવેલી કૃતિ છું.

મારા માટે નિરાશ થવાનું કોઈ જ કારણ નથી, હું જીવનમાં સદાય સફળતા અને પ્રસન્નતા પ્રાપ્ત કરવા માટે જ આવ્યો છું. નિષ્ફળતા કે પરાજય માટે નહીં. મારું હૃદય અંદરથી કહે છે કે, મારી ગરીબી અને વિનાશનું કારણ હું સ્વયં છું, મારા સિવાય બીજું કોઈ કારણ નથી, પરંતુ હું હંમેશાં પરિસ્થિતિઓ કરતાં મહાન છું. મારા દુર્ભાગ્યનું કોઈ કારણ નથી, કારણ કે હું જ ભાગ્યનિર્માતા છું. મારું જીવન પ્રસન્નતા, શક્તિ અને ઉત્સાહ માટે બનેલું છે, નહીં કે દુઃખ, ચિંતા કે શોક માટે બનેલું"

"હું મારા મનમાં હીનતાના વિચારો નહીં આવવા દઉં. એનાથી ઈશ્વરની મહાનતાનું અપમાન થાય છે. હું ઈશ્વરની સંતાન છું અને ઈશ્વરીય વિભૂતિઓ મને વારસામાં મળેલી છે. જીવનની અમૂલ્ય વસ્તુઓ મારી પ્રતીક્ષા કરી રહેલી છે. હું હીન નથી."

વિશ્વાસની સાથે કહો - "હું સ્વતંત્ર છું બંદી નથી, હું કોઈપણ ભોગે પોતાની શક્તિઓનો નિરાશાના હાથે નાશ નહીં થવા દઉં. હું નિર્ભય છું, કારણ કે ભયનો ઈશ્વર સાથે કોઈ સંબંધ હોઈ શકે નહીં. મને કોઈપણ વસ્તુની ખોટ નથી, સૃષ્ટિની પ્રત્યેક સંપદા ઉપર મારો અધિકાર છે. હું મારા પિતા સાથે એક છું, મારો જન્મ નિરાશા માટે થયો નથી. જીવનમાં મારી નિરાશા એ જ સિદ્ધ કરતી રહી છે કે, મને ઈશ્વર ઉપર વિશ્વાસ રહ્યો નથી અને હું અન્ય કોઈ દાનવી શક્તિને ઈશ્વર કરતાં વધારે મહત્ત્વ આપીને તેના ઉપર વિશ્વાસ કર્યા કરું છું. હવેથી હું એ નિશ્ચય કરીને ચિંતામુક્ત બની જઈશ કે, મારા સમસ્ત જીવનની જવાબદારી એ સર્વશક્તિમાન ઈશ્વરના હાથમાં છે, જે સમગ્ર સૃષ્ટિના રચયિતા છે. હું સંપૂર્ણ આત્મવિશ્વાસ સાથે સ્વયંને ઈશ્વરની સંતાન સમજીશ."

ઈશ્વર સાથેની ભિન્નતાની ભાવના જ આપણી સમગ્ર ચિંતાનું મૂળ કારણ છે. સ્વયંને ઈશ્વરથી અલગ માનીને મનુષ્ય સંસારમાં સ્વયંને એકલો અસુરક્ષિત અને નિઃસહાય અનુભવે છે. જે વ્યક્તિ ઈશ્વરને હંમેશાં પોતાની સમીપ માને છે, તે દરેક દુષ્કર્મોથી બચી જાય છે અને દરેક પ્રકારની નિરાશાઓ અને કષ્ટોથી મુક્ત બની જાય છે. સમાન પરિસ્થિતિઓમાં જ્યારે બીજા લોકો સંઘર્ષોના ભાર હેઠળ દબાઈ જાય છે, ત્યારે ઈશ્વર પર ભરોસો રાખનારા વિજય પ્રાપ્ત કરે છે. આ વ્યક્તિઓ જીવનના પ્રત્યેક સંઘર્ષને સફળતા અને પ્રગતિની સીડી માને છે.

પોતાની જાતને કહો કે- "હું નિરાશા પર વિજય પ્રાપ્ત કરું છું, હું મારું આત્મસન્માન કાયર કે નિરાશ બનીને ક્યારેય નહીં ગુમાવું. મારા જીવનની સફળતાઓ મારા હાથમાં છે. અડચણોની પરવાહ કર્યા વગર હું મારા જીવનના લક્ષ્ય તરફ આગળ વધતો રહીશ.

મારો ઈશ્વરમાં અડગ વિશ્વાસ છે. જો આજે મારી મંઝિલ મારી આંખોથી દૂર છે, ઓઝલ છે તો પણ પરવાહ નહીં, હું સ્વયં મારો માર્ગ બનાવી લઈશ. મારા જીવનની સફળતા મારા હાથોમાં છે. નિરાશાનો મારી ઉપર કોઈ પ્રભાવ નહીં પડે, કારણ કે એ તો દૂષિત મનની કલ્પના છે - સત્ય નથી."

આ વિલક્ષણ પ્રતિભાઓમાં નિષ્ફળ અને નિરાશ મનુષ્ય માટે કેટલી બધી પ્રેરણા સમાયેલી છે -

"જેઓ ઈશ્વરની છત્રછાયામાં રહીને જીવન વિતાવે છે, ઈશ્વર તેમનું રક્ષણ કરે છે." ઈશ્વરના સંરક્ષણમાં રહીને તેમના ઉપર વિશ્વાસ રાખશો, તો એ વિશ્વાસ જ તમારું રક્ષણ કરશે.

બાઈબલની આ પ્રતિજ્ઞાઓને દોહરાવીને ઘણાં બધા લોકો પ્રેરણા લે છે.

મનોવિજ્ઞાનનો સિદ્ધાંત છે કે - "મગજમાં ક્યારેય બે વિરોધાભાસી વિચારો એક સાથે રહી શકતા નથી." આપણું વ્યક્તિત્વ જ આપણા વિચારોનું દર્પણ છે. જીવનની ઉન્નતિ-અવનતિ, સફળતા-નિષ્ફળતા અને આશા-નિરાશા આપણી ઇચ્છા શક્તિ ઉપર આધાર રાખે છે.

પોતાના મનમાં હંમેશાં સારાં વિચારો જ રાખો. હંમેશાં કલ્યાણ વિશે વિચારો. જીવનમાં પ્રત્યેક ક્ષણે એ જ વિચાર રહે- હું સર્વશક્તિમાન ઈશ્વરની સંતાન છું, એ કારણે મારે કોઈનાથી ડરવાની કોઈ જરૂર નથી. હું સંસારના સર્જનહારનો અંશ છું એટલા માટે હું કર્મ તો કરીશ પરંતુ પરિણામની આશા નહીં રાખું. જીવનમાં કોઈપણ નિષ્ફળતા આવી શકતી નથી, કારણ કે મારો સંબંધ તો સફળતાના અનંત સ્રોત સાથે છે. મને કોઈનો ડર નથી, કારણ કે હું સાહસી છું-સત્ય છું.

જો મનુષ્યએ જીવનમાં દુઃખો અને મુશ્કેલીઓનો કરવો ના પડે, તો તેની જીવનયાત્રા કેટલી બધી સુખમય અને આનંદિત બની જાય. પરંતુ જીવનની મહાનતા તેમાં નથી, કારણ કે જીવન એક સંઘર્ષ છે. જે રીતે અગ્નિમાં પરખાઈને સોનુ કુંદન બની જાય છે, એ જ રીતે જીવનની પ્રત્યેક મુશ્કેલીઓનો સામનો કરતો માનવ-મહામાનવ બની જાય છે. જીવનની મહાનતા એમાં જ સમાયેલી છે.

મનમાં સફળતાના વિચાર સિવાય જીવનમાં સફળતા-પ્રાપ્તિનો બીજો કોઈ માર્ગ નથી. મનમાં આશા અને વિશ્વાસની શક્તિ નિરાશાને દૂર કરી દેશે. જે વ્યક્તિઓમાં સફળતા માટે આશા તથા આત્મ વિશ્વાસ છે, તે વ્યક્તિઓ જ જીવનમાં પ્રત્યેક મુશ્કેલીઓને હસતાં-હસતાં સહન કરીને સફળતાના શિખર ઉપર પહોંચીને બિરાજમાન થઈ શકે છે.

૩. મહેનત અને આત્મવિશ્વાસ

પોતાના અંતઃકરણમાં રહેલી શક્તિઓનું જ્ઞાન થવાથી મનુષ્યમાં કાર્યક્ષમતાનો વિકાસ થાય છે અને થોડી ઉન્નતિ પ્રાપ્ત થતાં જ તે વધારે તીવ્રતા સાથે ઉન્નતિના શિખરને પ્રાપ્ત કરવા માટે આગળ વધે છે.

સંસારમાં એવા અનેક લોકો છે, જેમને પોતાની અંદર છુપાયેલી શક્તિઓનું જ્ઞાન નથી.

મહત્ત્વપૂર્ણ એ નથી કે જે તમે આજે છો, પરંતુ તમે તે છો જે તમે કાલે બની શકો છો.

ભારતીય સાહિત્યના ગૌરવ, સંસ્કૃતના મહાકવિ અને નાટ્યલેખક કાલિદાસને કોણ જાણતું નથી. કાલિદાસ તથા તેમના સાહિત્યનું તો વિદેશમાં પણ ખૂબ જ સન્માન છે. પરંતુ કેટલી આશ્ચર્યની વાત છે કે, યુવાવસ્થાને પાર કરીને લગ્ન થયા ત્યાં સુધી કાલિદાસ એટલું જ ભણ્યા હતા કે તેમને 'મૂર્ખ'ની ઉપાધિથી સુશોભિત કરવામાં આવતા હતા. કાલિદાસના લગ્ન એક રાજકન્યા સાથે થયા હતા. વિદ્યોત્તમા એક ભણેલી અને વિદૂષી સ્ત્રી હતી. લગ્ન સુધી વિદ્યોત્તમાને કાલિદાસ અંગે કોઈ જ પ્રકારની માહિતી ન હતી. તે તો કાલિદાસને અત્યંત વિદ્વાન સમજતી હતી. લગ્નના બધા રીત-રિવાજો

સંપન્ન થયા પછી નવ વિવાહિત દંપતિ એક-બીજાની સાથે બેઠા, ત્યારે અચાનક એક પશુના બોલવાનો અવાજ સંભળાયો. કુતૂહલવશ વિદ્યોત્તમાએ કાલિદાસને પૂછી લીધું કે આ કોણ બોલી રહ્યું છે ? કાલિદાસે જે ઉત્તર આપ્યો તેમાં ભાષાની અશુદ્ધિઓ હતી, બરાબર એ પ્રમાણે જેવી કોઈ ગમાર વ્યક્તિ પાસે આશા કરી શકાય. પોતાના પતિ દ્વારા અશુદ્ધ ઉચ્ચારણ કરતાં જોઈ વિદૂષી વિદ્યોત્તમા આશ્ચર્યચકિત બનીને પતિ તરફ જોઈ રહી. તેને એ સમજતા વાર ના લાગી કે તે શિક્ષિત નથી. વિદ્યોત્તમાને અત્યંત નિરાશા થઈ; પરંતુ તેણે આ પ્રસંગે અત્યંત ધૈર્યથી કામ લીધું. શાંત અને સંયત પરંતુ દઢ સ્વર અને શબ્દોમાં તેણે પતિને કહ્યું - "સ્વામી ! વિદ્યા ગ્રહણ કરો અને વિદ્વાન બનીને પાછા ઘેર આવજો- જાઓ!"

પત્ની દ્વારા ઉચ્ચારાયેલા શબ્દોને સાંભળીને કાલિદાસની સુષુપ્ત શક્તિઓ જાગૃત થઈ ગઈ. પત્ની દ્વારા કહેવામાં આવેલો પ્રત્યેક શબ્દ જાણે કાલિદાસ માટે પ્રકાશ સ્તંભ બની ગયા. કાલિદાસ વિદ્યાભ્યાસ માટે ચાલ્યા ગયા. પોતાની મહેનત અને આત્મવિશ્વાસના બળથી કાલિદાસે એટલી બધી ઉન્નતિ મેળવી કે, સંસ્કૃતમાં કોઈપણ વિદ્વાન તેમની સમક્ષ ટકી શક્યો નહીં. આજે સમસ્ત સંસાર તેમને સંસ્કૃતના પ્રખર મહાપંડિત મહાકવિ અને નાટ્યકારના રૂપમાં સન્માન આપે છે.

મનુષ્યમાં અનેક શક્તિઓ વિદ્યમાન રહેલી છે. કોઈ વિશેષ અવસર અથવા કોઈ પ્રસંગ તેના હૃદયને સ્પર્શી લે, તેની પ્રસુપ્ત શક્તિઓને ઝટકો આપીને જાગૃત કરી દે છે. કાલિદાસના જીવનમાં આવેલ આ પરિવર્તનથી એ વાત સિદ્ધ બની જાય છે કે, એક અભણ અને મૂર્ખ કાલિદાસની અંદર એક મહાકવિ અને એક મહાન નાટ્યકાર છુપાયેલા હતા.

અનેક મહાપુરુષો, વિદ્વાનો અને વિજેતાઓની અપૂર્વ સફળતાનો ભેદ તેમના જીવનમાં ઘટેલી કોઈ ઘટના વિશેષ અથવા અવસર વિશેષનો હોય છે. જેને કારણે તેમનામાં રહેલ મહામાનવને જાગૃત કરી દીધો. જ્યારે તેઓને પોતાના અંદર રહેલી સુષુપ્ત શક્તિઓનું જ્ઞાન થયું, તેઓ સાધારણ માનવમાંથી માનવ અસાધારણ બની ગયા.

સ્વયંને હીન અને અયોગ્ય સમજનારા કેટલાય વ્યક્તિઓને જેવું જ પોતાની મહાનતાનું જ્ઞાન થયું છે, તેઓમાં એક નવીન સ્ફૂર્તિનો સંચાર થયો છે અને તેઓ સંપૂર્ણ સમાજ માટે ઉદાહરણ બની ગયા છે. આવશ્યકતા છે તેઓમાં નવી સ્ફૂર્તિ અને સૂઈ રહેલી શક્તિઓને જાગૃત કરનાર એવા આંચલની જે એ સૂઈ રહેલી આત્માઓને જગાવી દે.

પોતાના વર્તમાન જીવનથી અસંતુષ્ટતા એ જ દર્શાવે છે કે, આપણે હજુ સુધી આપણી સમસ્ત શક્તિનો પ્રયોગ કર્યો નથી. અંતઃપ્રેરણા આપણને એ આભાસ કરાવે છે કે આપણી અંદર પણ એક પ્રતિભાવાન મહાન વ્યક્તિત્વ છે, જેને હજુ સુધી આપણે ઓળખ્યું કે પારખ્યું નથી. આપણે તેના માટે ત્યાં સુધી સંઘર્ષ કરતાં રહીશું, જ્યાં સુધી આપણને જીવનમાં સંતુષ્ટિ પ્રાપ્ત ના થઈ જાય. અંતઃપ્રેરણા આપણને જણાવે છે કે, આ સાધારણ જીવનમાં પણ મહાનતા છુપાયેલી છે. આપણે એ ગુપ્તપ્રેરણાને બહાર લાવવી જોઈએ અને તેનો ઉપયોગ કરવો જોઈએ. આજે આપણે જે છીએ, તે ઈશ્વરની મહાન શક્તિના અંશ છીએ. આ નાનકડો અંશ આપણને ભવિષ્યના મહાન જીવનનો સંદેશ આપે છે. હકીકતમાં તો આપણું અત્યારનું વર્તમાન જીવન આવનારા મહાન જીવનની ભવિષ્યવાણી છે. આ જ આપણા જીવનનું લક્ષ્ય છે- તેને આપણે પ્રાપ્ત કરી તેનો ઉપભોગ કરી શકીએ છીએ. આપણે ત્યાં સુધી વિશ્રામ લેવાનો નથી, જ્યાં સુધી આપણે તેને પ્રાપ્ત ના કરી લઈએ.

પોતાના અંતઃકરણની છુપાયેલ શક્તિઓનું જ્ઞાન થવાથી મનુષ્યમાં કાર્યક્ષમતાનો વિકાસ થાય છે અને સહેજ સફળતા મેળવતાં જ એ ખૂબ તીવ્રતાથી ઉન્નતિના શિખરને પ્રાપ્ત કરવા માટે આગળ ધસે છે. નાની-એવી ઉન્નતિ મેળવતાં સામાન્ય કર્મચારી પણ પોતાની શક્તિ કરતાં વધારે કાર્ય કરવા માટે સમર્થ બને છે. શક્તિનું આ દ્વાર જ્યાં સુધી બંધ રહે છે, ત્યાં સુધી મહાનતા તેમાં છુપાયેલી રહે છે. બરાબર એ પ્રમાણે એક નાનકડા સિંહના બચ્ચાંમાં છુપાયેલ એ સિંહ - જેને એક ઘેટું લઈ ગયું હતું અને એ પોતાને ઘેટું જ સમજતો હતો.

એક વાર જંગલમાં એક નાનકડું સિંહબાળ એકલું એકલું રમતું હતું. તેની માતા સુઈ રહી હતી. રમતાં-રમતાં તે જંગલમાં દૂર ચાલ્યું ગયું. એવી જગ્યાએ તે આવી પહોંચ્યું, જે તેણે ક્યારેય પણ જોઈ ન હતી. પોતાની ચારેય બાજુ ફેલાયેલી પ્રાકૃતિક સુંદરતાને જોવામાં તે એટલું બધું મુગ્ધ અને મગ્ન બની ગયું કે, તેને પોતાની માતા પાસે પાછા ફરવાનો માર્ગ યાદ રહ્યો નહીં.

ગાઢ જંગલમાં એકલા અટૂલાં ભટક્યા કરતાં "માતા ! માતા ! " ના પોકાર કરી રહ્યું હતું. એવા સમયે એક ઘેટી ત્યાંથી પસાર થઈ, જેના બચ્ચાં થોડા દિવસો પહેલાં જ મૃત્યુ પામ્યા હતા. તેણે આ નાના સિંહબાળના આંર્તનાદ સાંભળ્યા ત્યારે તેનું હૈયું મમતાથી છલકાઈ ગયું અને તેને પોતાની સાથે લઈ ગઈ. તે બચ્ચાંને પોતાના બચ્ચાંની જેમ ઉછેરતી રહી. આમ ઘણાં દિવસો વીતી ગયા. હવે તે સિંહ બાળ મોટું થવા લાગ્યું હતું અને એટલું મોટું થઈ ગયું કે તે ઘેટી તેને જોઈને ડરી જતી હતી. અચાનક એ

જંગલમાં એકવાર એક સિંહ આવી ગયો. સામેના ઊંચા ટેકરાં પર ઊભા રહી તેણે ત્રાડ પાડી. તેની ભયાનક ગર્જના સાંભળીને એ ઘેટી તો થરથર કાંપવા લાગી અને ભયથી તેનું શરીર સુન્ન થઈ ગયું. પરંતુ એ સિંહની ગર્જનાનો ધ્વનિ જેવો એ સિંહબાળના કાનમાં અથડાયો તેના હૃદયમાં વિચિત્ર ભાવો ઉદ્ભવવા લાગ્યા.

એ ઘેટી દ્વારા પાલિત સિંહના બચ્ચાંના હૃદયમાં ભાવનાઓનો એવો વેગ ઉમટી પડ્યો કે, તે પણ પોતાના સંપૂર્ણ બળ સાથે ગર્જના કરવા લાગ્યો. પછી પોતાની ઘેટી માતાને અંતિમવાર શોકપૂર્ણ મુદ્રાથી નિહાળતાં-નિહાળતાં છલાંગ લગાવીને સિંહની પાસે પહોંચી ગયો. સિંહની ગર્જનાએ તેના પ્રાકૃતિક સ્વભાવને જાગૃત કરી દીધો હતો જે આ જ સુધી સુષુપ્તાવસ્થામાં હતો. પહેલાં તો તે કૂતરાંના ભસવાના અવાજથી પણ ડરી જતું હતું. ઘેટાંઓ મધ્યે રહીને તે પોતાને ઘેટું જ સમજવા લાગ્યું હતું. પહેલાં તેના મનમાં એ વાત ક્યારે પણ આવી ન હતી કે, ઘેટાંથી અલગ જૂદું તેનું કોઈ અસ્તિત્વ છે. અત્યાર સુધી તે પોતાને ઘેટું જ સમજતું રહ્યું હતું- તેનું બળ પણ ઘેટાં જેટલું જ હતું. તેની અંદરનો સિંહ તો સૂતો હતો. પરંતુ આજે તે સત્ય જાણી ગયું હતું કે એક કુતરો તો શું, તેની ત્રાડથી તો જંગલના તમામ પશુ-પંખીઓને થથરાવી-ધ્રુજાવી શકે છે.

તેની અંદર જે સિંહ સૂતેલો હતો, તે હવે જાગૃત થઈ ગયો છે. હવે તો તે સિંહને જ પોતાની બરાબરીનો સમજે છે, બીજા કોઈને નહીં. સિંહની ત્રાડ સાંભળ્યા પહેલાં તો તેને એ જ વાતની જાણ હતી અને તે સ્વયં પણ એમ જ કહેતો કે - "હું તો ઘેટું છું ભલા હું કેવી રીતે સિંહની બરાબરી કરી શકું?" પરંતુ હવે તેની અંદરનો સિંહ બહાર આવી ગયો છે, હવે એ પોતાની બરાબરીના બીજા કોઈને કેવી રીતે સમજી શકે છે. તેની શક્તિઓ પણ અનેક ગણી વધી ગઈ. હવે તેને એક ઘેટાંનું જીવન સારું કેવી રીતે લાગી શકે. હવે તો જંગલનું સ્વતંત્ર વાતાવરણ જ તેને સારું લાગી શકે છે. એ કારણે તો તે છલાંગ લગાવીને જંગલમાં જઈ રહ્યો ગયો- આખર તે વનરાજ જો હતો.

પ્રત્યેક મનુષ્યની અંદર પણ તેનું તેજ અને વિશિષ્ટતા સુષુપ્તાવસ્થામાં હોય છે. અવસર મળતાંની સાથે તે પ્રસ્ફુટિત થાય છે. જરૂર છે તો એક અવસરની, જે ભીતર છુપાયેલી શક્તિ-સામર્થ્યને બહાર લાવી શકે. પછી તે પોતાની દીનાવસ્થા કે હીનાવસ્થાનો સ્વીકાર કરી શકે નહીં. પોતાની મહાનતાનો બોધ થતાંની સાથે હવે તે સાધારણ જીવન જીવવામાં સંતોષ નહીં માને, બલ્કે પ્રગતિના માર્ગે આગળને આગળ વધતો જશે.

એવા અનેક યુવકો-યુવતીઓ છે, જેઓને પોતાની મહાનતાનું જ્ઞાન નથી. આજે જેઓ ફાટેલાં-તૂટેલાં ચિંથરાઓમાં લપેટાયેલા અનેક સામાન્ય બાળકોની સાથે ગંદી વસાહતોમાં જીવી રહ્યાં છે -કોણ એવું કહી શકે છે કે કયા બાળકની અંદર કોઈ

મહાપુરુષ નથી છુપાયેલો. આપણે કેટલાય સામાન્ય જીવન જીવનારા લોકોને જીવનની ઊંચાઈઓ સુધી જતાં જોયા છે. ત્યારે કેવી રીતે કહી શકાય કે, હોટલો કે કાર્યાલયોમાં સાધારણ કામ કરતાં સામાન્ય લોકો ભવિષ્યમાં કેટલાં મહાન બનશે ?

ઊઠો ! પોતાના જીવનની યોજના બનાવો, જેથી તમારામાં સુઈ રહેલી મહાન પ્રતિભા અને શક્તિ, જે અત્યાર સુધી વ્યર્થ પડી રહી છે, તે જાગી ઊઠે. તમારી અંતઃપ્રેરણા તમને એ જ્ઞાન કરાવતી રહે છે અને તમે ક્યારેક સ્વયં તેનો અનુભવ કરો છો. પોતાની ભીતર છુપાયેલા મહાન વ્યક્તિત્વને જગાવવાનો પ્રયાસ કરો.

કોઈપણ વેપારી એવો વેપાર કરવાની ઇચ્છા નહીં રાખે કે જેમાં ના તો લાભ મળે કે ના તો મૂડીનું વ્યાજ. શું તમે જાણો છો કેતમે પણ એવાજ વેપારમાં તમારી મૂડીનું રોકાણ કરી દીધું છે ? જે રીતે બેંકમાં પુષ્કળ ધન જમા હોવા છતાં કોઈ વ્યક્તિ પોતાના લેણદારોને એમ કહે કે, હું ચૂકવણી કરી શકતો નથી અથવા તો લીધેલી ઉધારની રકમ પરત કરવામાં અસમર્થતા દર્શાવે, આવી વ્યક્તિને તમે શું કહેશો? વિચારો? તમારી સ્થિતિ પણ આના કરતાં વધારે બદતર છે, તમારી પાસે યોગ્યતાઓની સંપત્તિ બેંકમાં રાખી મુકેલા ધન સમાન બેકાર પડેલી છે. અને તમે તમારું જીવન વ્યર્થ અભાવોમાં જ વ્યતીત કરી નાંખો છો. તમે ગરીબ નથી. તમારી પાસે તો પ્રતિભાઓનો ભંડાર છે. પોતાની મહાન શક્તિઓને તથા પ્રતિભાને પારખો.

જે પ્રમાણે સિંહના બચ્ચાએ જંગલમાંથી આવતી ગર્જનાનો અવાજ સાંભળીને એ જાણી લીધું કે, તે સ્વયં સિંહ છે; જંગલનો રાજા છે, એ કોઈ ઘેટું નથી. એ જ પ્રમાણે તમે પણ તમારા આત્માની શક્તિઓને પારખી લો. જે દિવસે તમે તમારી સુઈ રહેલી શક્તિઓને જાણી લેશો, ત્યારે તમે સામાન્ય કે સાધારણ મનુષ્ય નહીં રહી શકો. આજના નવા દર્શને મનુષ્યની આવી જ સુઈ રહેલી શક્તિઓને જગાવવાનું મહાન કાર્ય પોતાના હાથમાં લીધું છે. એ વિચાર- દર્શનથી મનુષ્ય નવું જીવન અપનાવી લે છે. ત્યારે તેના અગાઉના મનુષ્યપણાંની હીનતાની ભાવનાઓ સમાપ્ત થઈ જાય છે અને તે પોતાના આત્મવિશ્વાસની સાથે ઉન્નતિના માર્ગ ઉપર આગળ વધે છે.

નવું દર્શન આપણી અંદર એ અજ્ઞાત શક્તિઓને જાગૃત કરી દે છે, જે અત્યાર સુધી સુષુપ્ત અવસ્થામાં હતી. જે રીતે કોલમ્બસે એ ભૂમિને શોધી કાઢી જેનું જ્ઞાન કોઈને પણ ન હતું.

ભૌતિક તથા રસાયણ વિજ્ઞાનના એ જ નિયમો હજુ પણ લાગૂ છે; જે હજારો વર્ષો પહેલાં હતા, તેમાં કોઈ પરિવર્તન આવ્યું નથી. પરંતુ એવા અનેક વૈજ્ઞાનિકો છે, જેમણે નવા-નવા આવિષ્કાર કરવામાં અસાધારણ સફળતા પ્રાપ્ત કરી છે. ઘણા વર્ષો અગાઉ જે

સામગ્રી ન્યૂટન પાસે હતી- ઍડીસન પાસે પણ બહુધા એ જ સામગ્રી હતી -તો પણ ઍડીસન નવા-નવા આવિષ્કાર કરવામાં સફળ બન્યો. વર્ષો પહેલાં માનવીનો જે સ્વભાવ હતો તે સ્વભાવ આજે પણ છે પણ આજે તે કેટલી વધારે પ્રગતિ કરી ગયો છે.

સંસારમાં એવા કેટલાય વ્યક્તિ છે, જેઓ પોતાના જીવનમાં ઊંચા આવવા ઈચ્છે છે, કંઈક કરવા ઈચ્છા ધરાવે છે. પરંતુ તેઓને એ વાતની પ્રતીક્ષા છે કે કોઈ દિવ્યશક્તિથી તેઓ જીવનની મહાનતાને પ્રાપ્ત કરી લેશે. તેઓ જીવનભર ચમત્કારની અપેક્ષામાં જીવ્યા કરે છે કે, તેમની દરેક આકાંક્ષાઓને કોઈ જાદુઈ લાકડીથી ઊંચી કરે અને તેમના આત્માની તરસને છિપાવે. જો તમે પણ આવા કોઈ ચમત્કારની અપેક્ષા રાખો છો કે પ્રતીક્ષા કરી રહ્યાં છો કે કોઈ તમારા આત્માની તરસને તૃપ્ત કરી દે- તો નવા જીવન દર્શનરૂપી ખળખળ કરતાં જળાશયના તટ પાસે આવીને અમૃતપાન કરી પોતાના યુગોથી તરસ્યાં આત્માની તરસને તૃપ્ત કરી લો.

નવું દર્શન આપણી અંદર એ અજ્ઞાત શક્તિને જાગૃત કરી દે છે, જે હંમેશાં કોઈની પ્રતીક્ષામાં સુઈ રહેલી છે.

આપણાં જીવનમાં પણ મહાનતા છુપાયેલી પડી છે. જ્યાં સુધી આપણે તે મહાનતાને પ્રાપ્ત કરી નથી લેતાં, આપણે આરામ નહીં કરીએ. આપણે જે કંઈ આજે છીએ તે ઈશ્વરના અંશ છીએ અને આપણો સૃષ્ટિના સર્જનહાર સાથે અતૂટ સંબંધ છે, તો તે અલૌકિક શક્તિનો અનુભવ કરે છે. તેને લાગે છે કે તેની તમામ નિર્બળતાઓ સમાપ્ત થઈ ગઈ છે. તેના શરીર અને આત્મામાં ઈશ્વરની મહાન શક્તિ વિદ્યમાન છે. તે જે કોઈ કાર્યને કરવાની યોજના બનાવી રહ્યો છે, તે ચોક્કસ સફળ બનશે, કારણ કે ઈશ્વર જ તેનું રક્ષણ કરશે.

જે લોકોએ પોતાના જીવનની મહાનતા અને ઈશ્વર સાથેના પોતાના અતૂટ સંબંધને સમજી-જાણી લીધો છે અને ઉચ્ચ જીવનના આદર્શો મેળવી લીધા છે, તેવા લોકોના આદર્શોની સંસારને આવશ્યકતા છે. સંસારને વકીલ, ડૉકટર કે રાજનીતિજ્ઞની આવશ્યકતા નથી. આવશ્યકતા તો છે પ્રેરણા આપનાર મહાપુરષોના આદર્શોની. વિશ્વમાં આજે મોટાં-મોટાં વેપારીઓ અને મિલ-માલિકો તો ઘણાં છે પરંતુ આવશ્યકતા તો છે અબ્રાહમ લિંકન જેવા મહામાનવની.

પોતાની અંદર પ્રસુપ્ત શક્તિઓને જાગૃત કરો. મહત્ત્વપૂર્ણ એ નથી કે જે તમે આજે છો, પરંતુ જે તમે કાલે બની શકો છો.

ગ્રીક દેશમાં વિશાળ ડેલફિન મંદિરના દ્વાર ઉપર અંકિત આ અમર શબ્દો - "સ્વયંને ઓળખો." એ દેશના સાત બુદ્ધિમાન મહાપુરુષોના જ્ઞાનનો સાર છે.

ખરેખર પોતાને ઓળખ્યાં વગર આપણે વિશ્વને જાણી શકતા નથી. પોતાને ઓળખવા અને અંતરમાં વસેલાં ઈશ્વરને ઓળખવા- સફળ જીવનનો આ જ મૂળમંત્ર છે.

ભારતીય ઈતિહાસના પ્રચંડ બળવાન યોદ્ધા પવનપુત્ર હનુમાનને પણ પોતાની અંદર છુપાયેલી શક્તિઓની જાણ ન હતી. રામચંદ્રજી સાથે બેસીને તેઓ પણ એ ચિંતામાં મગ્ન હતા કે, રામચંદ્રજીના ધર્મપત્ની સીતાજીને સમુદ્રને પેલે પાર કેવી રીતે જઈને શોધી શકાય. ત્યાં ઉપસ્થિત પ્રત્યેક વ્યક્તિ આ અંગે જ વિચાર કરી રહ્યાં હતા કે, કોણ સમુદ્રને ઓળંગી શકે. અચાનક જામવંતજીએ હનુમાનજીની સામે જોઈને કહ્યું - "આ કાર્ય તો તમે સરળતાથી કરી શકશો. તમે પવનપુત્ર છો, વાયુના અવતાર છો. તમારા માટે સમુદ્ર પાર કરવો તો ડાબાં હાથનો ખેલ છે." હનુમાનજીએ જામવંતજીના કહેલા શબ્દોને સાંભળ્યા કે, તેઓ સ્વયં વાયુના અવતાર છે ત્યારે તેમને એવું પ્રતીત થયું કે જાણે હમણાં જ તેઓ ગાઢ નિંદ્રામાંથી જાગી ઊઠ્યા હોય. આ એક વાક્યએ તેમની અંદર છુપાયેલી અદ્‌ભૂત શક્તિનું તેમને ભાન કરાવી દીધું. હવે શું હતું, તુરંત તેઓ સફાળા ઊભા થઈ ગયા, જાણે કોઈ ભૂલા પડેલા સિંહને દર્પણ બતાવી દેવામાં આવ્યું હોય. તેમની સુઈ રહેલી શક્તિઓ જાગૃત થઈ ગઈ, તેઓ પોતાની મહાનતાને જાણી ગયા હતા. તેઓમાં આત્મવિશ્વાસ ભરાઈ ગયો અને વાયુવેગે સમુદ્રને ઓળંગી લીધો.

ઈમર્સને કહ્યું છે કે- "ઘણાં લોકો મૃત્યુ પહેલાં પોતાને જાણી શકે છે. ઘણીવાર તો અત્યંત બળવાન વ્યક્તિ પણ પોતાની અંદર છુપાયેલી શક્તિઓથી અનભિજ્ઞ રહેતા હોય છે. ખૂબ જ ઓછાં લોકો પોતાની અંદરની શક્તિઓને પ્રગટ કરી શકે છે. બાકીના લોકો તો તેને પોતાની સાથે લઈને સંસાર છોડી જાય છે. આપણામાંથી કેટલાં બધા લોકો ઈશ્વરના અમર સંદેશને અન્યો સુધી પહોંચાડ્યા વગર જ મૃત્યુ પામીએ છીએ."

એ વાત કેટલી બધી અવિશ્વસનીય લાગે છે કે, તમે સ્વયં પોતાને ઓળખતા નથી-જાણતા નથી, પરંતુ આ સત્ય છે કે તમે સ્વયંથી અજાણ છો. સંસારમાં એવા લોકોની ખોટ નથી, જેઓ પોતાની અંદર રહેલી અદ્‌ભૂત શક્તિઓથી અજાણ છે. જ્યાં સુધી કોલમ્બસે પશ્ચિમી પ્રદેશની માહિતી આપી ન હતી, ત્યાં સુધી દેશી અમેરિકન તે અંગે અજાણ જ હતા.

ખુદને ઓળખવા એટલે ઈશ્વરને જ ઓળખવા સમાન છે. નવું દર્શન આપણને આ જ વાતની જાણકારી આપે છે. તેના જણાવેલ માર્ગ ઉપર આગળ વધીને આપણે આપણી અંદર છુપાયેલી શક્તિઓનું જ્ઞાન મેળવીને સામાન્ય માનવમાંથી મહામાનવ બનવાના દ્વાર ખોલીએ છીએ. તેમની આપવામાં આવેલી આત્મદર્શનની કિરણ માનવના કલ્યાણ માટે અનુપમ અને પ્રેરણાસ્રોત છે.

કહેવાય છે કે, જ્યારે ઈશ્વરે મનુષ્યની રચના કરી ત્યારે તેને પ્રત્યેક ગુણોથી સંપન્ન કરી દીધો, જેથી એ સંસારમાં સુખેથી જીવનનો આનંદ માણી શકે. પરંતુ દેવદૂત જ્યારે માનવીને પૂર્ણ સંતોષનું વરદાન આપવા લાગ્યો, ત્યારે ઈશ્વરે તેને રોકી લીધો અને કહ્યું - "ના, જો તું મનુષ્યને પૂર્ણ સંતોષનું વરદાન આપી દઈશ તો તેના શોધપૂર્ણ જીવનનો સમગ્ર આનંદ જ સમાપ્ત થઈ જશે."

આદિમાનવથી સભ્ય માનવ સુધીની આ પ્રગતિ તેના સંઘર્ષો અને નવી નવીન શોધખોળોની એક ગાથા છે. આ પ્રગતિમાં માનવીએ એવી શક્તિઓનો વિકાસ કર્યો છે, જેની આદિમાનવ કલ્પના પણ ના કરી શકે. આજે પણ મનુષ્ય નીત નવી શોધખોળ કરતો પ્રગતિ-પથ ઉપર છે, કારણ કે તેને પૂર્ણ સંતોષ થયો નથી. તેનું લક્ષ્ય તો મહાન છે અને તે હંમેશાં આગળ વધતો જાય છે. ઈશ્વર દ્વારા પૂર્ણ સંતોષનું વરદાન આપવાની 'મનાઈ' કેટલી બધી સાર્થક સિદ્ધ થઈ છે.

મહત્ત્વપૂર્ણ એ નથી કે, જે તમે આજે કરી રહ્યાં છો, પરંતુ મહત્ત્વ એ છે, જેને તમે ભવિષ્યમાં કરવા માટે જઈ રહ્યાં છો. સંભવ છે કે આ અડચણોને કારણે તમારો વિકાસ પૂર્ણ રીતે થઈ શક્યો ના હોય, અંદરની એ શક્તિને જગાવવાની આવશ્યકતા છે, જેનાથી તમે હજુ સુધી અનભિજ્ઞ છો. તમારા હૃદયમાં જે શક્તિશાળી માનવ છુપાયેલો છે તેને જ પ્રગટ કરવાનો છે - ત્યારે તમે તમારા લક્ષ્યને પ્રાપ્ત કરવામાં સમર્થ બની શકશો.

તમને એ વાતનો સહેજ પણ વિશ્વાસ નહીં આવે કે તમે સ્વયંને ઓળખતા નથી, સ્વયંથી અજાણ છો. સંસારમાં અનેક લોકો એવાં છે, જેઓને પોતાની શક્તિઓની જાણ જ ન હતી. તેઓ એ જાણતાં જ ન હતા કે, તેમની અંદર પણ એક મહામાનવ છુપાયેલો છે. જે રીતે વટવૃક્ષના એ નાનકડાં બીજને એ જ્ઞાત નથી હોતું કે તેની અંદર જ એક ભીમકાય-વિશાળ વટવૃક્ષ વિદ્યમાન છે, જે અનુકૂળ પરિસ્થિતિમાં આટલું ઘનઘોર અને વિશાળ બની શક્યું છે. એથી વિપરીત જ્યારે આપણે કોઈ ઠીંગણાં વટવૃક્ષને જોઈએ છીએ ત્યારે આપણે સમજી જઈએ છીએ કે, તેનું ઠીંગણું રહી જવાનું કારણ અનુકૂળ પરિસ્થિતિઓનું ના હોવું જ છે, જેને કારણે આ વૃક્ષ પોતાનો પૂર્ણ વિકાસ સાધી શક્યું નથી.

સંસારમાં જન્મ લેનાર પ્રત્યેક બાળકની પણ આ જ કથા છે. પ્રત્યેક બાળકમાં મહાન બનવાના દરેક ગુણ બીજના રૂપમાં તેની અંદર વિદ્યમાન હોય છે. આવશ્યકતા છે અનુકૂળ પરિસ્થિતિની, જેના દ્વારા તે મહાન રૂપને પ્રગટ કરી શકે. પ્રકૃતિએ બીજને પૂર્ણ વિકસિત અને વિશાળ બનવાના ગુણો તેની અંદર જ છુપાવ્યા છે અને તેને પોતાનો વિકાસ સાધવા માટે સંઘર્ષ કરવા માટે પ્રેરિત પણ કરે છે, કારણ કે તે તેને પૂર્ણ

વિકસિત જોવા ઇચ્છે છે. એ જ રીતે મનુષ્યની અંદર પણ પૂર્ણ શક્તિશાળી માનવ વિદ્યમાન રહે છે, જેની શક્તિઓ તેની અંદર સુષુપ્તાવસ્થામાં છે. પ્રકૃતિ તેને પૂર્ણ માનવના રૂપમાં જોવા ઇચ્છે છે.

જે પ્રમાણે વિશાળ વટવૃક્ષ કયાંક-ક્યાંક જ જોવા મળે છે, એ જ પ્રમાણે મહાત્મા ગાંધી અને અબ્રાહમ લિંકન જેવા પૂર્ણ વિકસિત મહામાનવ પણ થોડાં જ હોય છે. અન્ય લોકો તો તેમની સમક્ષ ઠીંગણાં કહી શકાય છે. તેમ છતાં એ સમય આવશે જ્યારે સંસારના સરેરાશ મનુષ્ય આજના મનુષ્ય કરતાં અધિક વિકસિત અને મહાન હશે, એવો મારો વિશ્વાસ છે.

પ્રો. વિલિયમ જેમ્સનું કહેવું છે કે, આપણાં દરેક પાસે આશ્ચર્યજનક શક્તિઓ છે, જેની આપણે કલ્પના પણ કરી શકતા નથી. જો આપણે આપણા હૃદયનો એવો એક્સ-રે કરાવીએ જેના દ્વારા તેની અંદર છુપાયેલ આશ્ચર્યજનક શક્તિઓની માહિતી મળી શકે, તો તેને જોઈને આપણે આશ્ચર્યચકિત બની જઈશું. અંદર છુપાયેલી શક્તિઓને જોઈને મનુષ્ય એમ જ કહેશે કે, આ અસાધારણ શક્તિઓ તો બીજા કોઈ વ્યકતિની છે કે જે સફળતાના શિખર ઉપર બિરાજમાન થયેલ ચૂકેલ છે. મારા જેવા સામાન્ય મનુષ્યની, જે જીવનમાં નિષ્ફળ હોય, તેની આ વિશેષતા ના હોઈ શકે. સ્વયંથી અનભિજ્ઞ હોવાને કારણે આપણે પણ આ જ પ્રમાણે કહેવા માટે વિવશ બની જઈશું. જ્યારે એ એક્સ-રે તો તેનો પોતાનો જ છે.

ન્યૂયૉર્કમાં રહેતી એક સ્ત્રી સફળ શિક્ષક સાબિત થઈ. જો કે તેનું પાલન-પોષણ સંપન્ન પરિવારમાં થયું હતું તેમ છતાં તેની અંતઃપ્રેરણા તેને એક શિક્ષક જીવન જીવવા માટે પ્રેરિત કર્યા કરતી હતી. એ અનાયાસે જ શિક્ષણ ક્ષેત્ર તરફ ખેંચાઈ ગઈ. શિક્ષણ કાર્યમાં તેણે પોતાનો વિકાસ સાધ્યો એટલું જ નહીં બલ્કે બીજી વધારે મહિલાઓના આત્મવિશ્વાસને જાગૃત કરવામાં પોતાનું યોગદાન આપ્યું. આ મહિલા - પ્રિન્સિપાલ પોતાના અનુભવો લખતાં જણાવે છે કે - "જ્યારે મને એવો અનુભવ થયો કે આ સંસારને મારી જરૂર છે, ત્યારે મને પણ એવું એકદમ લાગવા લાગ્યું કે મારી અંદર પણ એક બીજું વ્યક્તિત્વ છે કે જે મારા બાહ્ય વ્યક્તિત્વ કરતાં વધારે મહાન છે, જેની સંસારને જરૂર છે. ત્યારથી આ સ્કૂલ માત્ર જ મારું કાર્યક્ષેત્ર જ ના રહી, બલ્કે મને એવો આભાસ થઈ ગયો કે આ સ્કૂલની જેમ આ સમસ્ત સંસાર મારું કાર્યક્ષેત્ર છે, જે વિશાળ અને અનંત છે."

લોકોને પોતાની અંદર છુપાયેલી એ મહાન શક્તિઓની મહાનતાની જાણકારી હોતી નથી કે ના તો તેઓ તેને જાણવાની ચેષ્ટા પણ કરે છે. એટલા માટે તેઓને તેમની

સુષુપ્ત પ્રતિભાની જાણકારી કરાવવી અત્યંત કઠીન કાર્ય છે. બહુ ઓછા લોકો જ એને જાણી શકે છે. જેમણે આ આશ્ચર્યજનક શક્તિઓને ઓળખી લીધી છે તેઓ મુશ્કેલથી મુશ્કેલ કાર્યને પણ અત્યંત સરળતાપૂર્વક અને સૂઝ-બૂઝ સહિત પૂર્ણ કરીને મહાનતાને પ્રાપ્ત કરી લે છે. ભારતીય પૌરાણિક કથા અનુસાર -

એ વાતનો નિર્ણય કરવામાં કે, કોણ સૌ પ્રથમ સંપૂર્ણ પૃથ્વીની પરિક્રમા કરી શકે છે, બધાં દેવતાઓમાં તેની હોડ જામી. જેનો નિર્ણય કરવા દરેક દેવતાગણ પોત-પોતાના વાહનો ઉપર સવાર થઈને ચાલી નીકળ્યા. બીજા દેવતાઓના વાહનો તો રથ, ઘોડા, હાથી, સિંહ વગેરે વાયુવેગે દોડનારા હતા, પરંતુ ગણેશજીનું તો વાહન હતું ઉંદર. દરેક દેવતાઓ તો એમ જ સમજતા હતા કે, ગણેશજી તો સૌથી પાછળ જ રહેશે, કારણ કે ઉંદર ભલા કેવી રીતે આટલી તેજ ગતિએ દોડી કે ચાલી શકે છે? બધાં તો ગણેશજીની મશ્કરી પણ કરવા લાગ્યાં હતા. દોડ આરંભ થઈ ગઈ હતી. દરેક દેવતા પોતાના વાહનોને તીવ્ર ગતિએ દોડાવતાં-દોડાવતાં નિશ્ચિત સ્થાન ઉપર પૃથ્વીની પરિક્રમા કરી પાછા પરત આવવા લાગ્યા હતા. પરંતુ આ શું ? નિર્ણાયકે છેલ્લે આવનારા ગણેશજીને વિજયી ઘોષિત કર્યા. દરેક દેવતાઓને આ વાતનું ખૂબ આશ્ચર્ય થયું અને કારણ જાણવાની જિજ્ઞાસા પણ. નિર્ણાયકે તેમની જિજ્ઞાસાને શાંત કરતાં જણાવ્યું કે - "ગણેશજીના વિજયનું રહસ્ય એ વાતમાં છે તેમણે પૃથ્વીની પરિક્રમાની સાથે-સાથે પોતાના માતા-પિતાની આસપાસ અને ખુદની પણ એક પરિક્રમા કરી છે, તમે બધાં જલ્દી પાછા આવવાની ઉતાવળમાં માત્ર પૃથ્વીની જ પરિક્રમા કરી છે, સ્વયં પોતાને તો બધાં ભૂલી જ ગયા છો. ગણેશજીએ આ રહસ્યને સમજી લીધું છે કે, જ્યાં સુધી મનુષ્યને સ્વયં પોતાની જાતનો બોધ ના થાય, સંસારનું જ્ઞાન અપૂર્ણ રહેશે." કેટલો સંપૂર્ણ હતો નિર્ણાયકનો નિર્ણય. ખરેખર ખુદને જાણ્યા વગર આપણે વિશ્વને જાણી શકતા નથી. 'ખુદ ઓળખવા' શબ્દનું આ જ મહત્ત્વ છે.

ઈમર્સને આત્મવિશ્વાસ વિષય ઉપર એક લેખ લખ્યો છે, જેમાં તેમણે જણાવ્યું છે કે, આપણે સ્વયં આપણી સીમાઓ બનાવીએ છીએ. એક ઉદાહરણના માધ્યમથી તેઓ જણાવે છે કે - "કોઈ એક દારૂડિયો નશાની અધમરી હાલતમાં નાળીમાંથી ઊઠીને એક ડ્યૂકના ઘેર જતો રહ્યો. જ્યાં તેને સ્નાન કરાવી સ્વચ્છ વસ્ત્રો પહેરાવવામાં આવ્યા અને ડ્યૂકના બિછાના ઉપર સુવડાવી દેવામાં આવ્યો. તેના જાગ્યા પછી પણ બધાં તેની સાથે એવો જ વ્યવહાર કરતાં રહ્યાં કે જાણે તે ડ્યૂક જ હોય અને ખરેખર તેને પોતાને એવો વિશ્વાસ બેસી ગયો કે તે પોતે ડ્યૂક જ છે." મનુષ્ય પણ એ દારૂડિયાની જેમ પોતાના મૂળ સ્વરૂપને ભૂલીને ભટકતો રહે છે. અચાનક કોઈ ઘટના વિશેષને

કારણે તે પોતાને સ્વયંને જાણી લે છે, ત્યારબાદ તેનું જીવન એક ડ્યૂકની જેમ જ ઉન્નત બની જશે.

એ ક્ષણ જીવનની સૌથી મૂલ્યવાન ક્ષણ હોય છે, જ્યારે મનુષ્યને પોતાની મહાનતાનો બોધ-જ્ઞાન થાય છે. જીવનમાં આવેલા એ અવસર કે ઘટના તેને તેની વિશેષતાઓની ઝાંખી કરાવે છે, આવા જ અવસરો તેની સુઈ રહેલી શક્તિઓ અને ઈશ્વરત્વને જાગૃત કરે છે.

સંસાર રંગમંચ જેવો છે, જ્યાં જીવનરૂપી નાટક ખેલાઈ રહ્યું છે. ઘણાં બધાં મનુષ્ય એ સમજી શકતા નથી કે આ નાટકમાં આપણે આપણી ભૂમિકા કેટલી મહત્ત્વપૂર્ણ રીતે અદા કરવાની છે. તેઓને તે પણ ખબર નથી કે જીવનના આ નાટકમાં તેમણે એક મહત્ત્વપૂર્ણ ભૂમિકા અદા કરવાની છે. જીવનના વિશાળ અરણ્યને કેટલાંક પરિશ્રમી મહેનતુ લોકોએ હર્યું-ભર્યું બનાવ્યું છે. બાકી બેકાર અને વેરાન પડેલું છે. આજના મોટાભાગન નવયુવાનો પોતાના વિશે તથા પોતાના જીવનની યોજનાઓ વિશે કશું જ્ઞાન ધરાવતા નથી કે તેમને શું કરવાનું છે; તેમની શક્તિઓ કેવી છે. વિડંબણા તો એ છે કે, આપણી વિદ્યાલયો પણ આ બાબતમાં તેમની કોઈ મદદ કરતી નથી.

કેટલાંક લોકો અપૂર્ણ વિશ્વાસ સાથે કામ કરે છે અને કોઈ મુશ્કેલી આવી જાય ત્યારે હતાશ બની જાય છે. અપૂર્ણ વિશ્વાસની સાથે કાર્ય પણ અપૂર્ણ જ રહી જાય છે. આવા લોકો દલીલો કરે છે - જો તેમને ખબર હોત કે તેઓ સફળ થઈ શકે છે, તો ભલે ગમે તેટલી અડચણો-વિઘ્નો આવે અથવા તો ગમે તેટલો સમય લાગી જતો, તો પણ તેઓ રૂઝવેલ્ટ કે માર્શલની જેમ સફળતા મેળવી લેતાં. પરંતુ હું આવી દલીલો કરનારાઓને પૂછવા ઇચ્છું છું કે, તેઓને તે વાતની કેવી રીતે ખબર પડી શકે જ્યાં સુધી તેઓ પોતાના અંદર સુઈ રહેલાં વિશ્વાસ અને શક્તિઓ અંગે જાણી ના લે. તમારી યોગ્યતાઓ તો તમારી અંદર જ છુપાયેલી છે. જો તમે તમારી શક્તિઓને અજમાવી નથી તો આ અંગે તમે નિશ્ચય શું કરી શકો છો? બની શકે છે કે જેમની સફળતાના દૃષ્ટાંતો તમે બીજા લોકોને આપો છો, તે તમારી અંદર જ ઉપસ્થિત હોય. ત્યારે બીજાઓની સફળતાના ઉદાહરણો આપવામાં તમારો જ અમૂલ્ય સમય તમે વેડફી રહ્યાં છો. પોતાની અંદર છુપાયેલી શક્તિઓને, યોગ્યતાઓને શા માટે બહાર પ્રકાશમાં લાવતા નથી. સંભવ છે કે જેમની સફળતાની વાતો તમે કરો છો તેઓ કરતાં પણ અધિક મહાન બનવાની દરેક યોગ્યતાઓ તમારામાં પણ વિદ્યમાન હોય. હજુ સુધી તમે ખુદને ઓળખ્યા જ ક્યાં છે?

જીવનમાં અસાધારણ સફળતા મેળવનારાં કેટલાંક એવા પણ લોકો છે. જેમણે

પોતાના જીવનમાં બનેલી કોઈ વિશેષ ઘટનામાંથી કોઈ વિપત્તિમાં સપડાઈ તેમાંથી નીકળવાના પૂર્ણ મનોયોગથી સંઘર્ષ કરવામાં તમારી અંદર સંતાયેલી શક્તિઓને જાણી લીધી છે. જો તેમના જીવનમાં કોઈ ઘટના વિશેષ ના ઘટતી, તો સંભવ છે કે તેઓને પોતાની મહાનતાનો બોધ ના થતો. જો કોઈ નવયુવક લેખકની પ્રથમ રચના જ પ્રકાશિત થઈ જાય, તો તે સારો લેખક હશે, તેમાં શંકા છે.

જ્યારે કોઈ લેખકની પ્રથમ રચનાને પ્રકાશક ધન્યવાદ સહિત પરત કરી દે છે અને તે લેખક પોતાના પ્રયાસો ચાલુ જ રાખે છે તો ચોક્કસપણે તે એક મહાન લેખક સિદ્ધ થાય છે, કારણ કે તેણે પૂર્ણ વિશ્વાસ અને સંઘર્ષથી લેખન કાર્ય કરે છે. અનેકવાર જ્યારે મનુષ્યને એ વાતનો વિશ્વાસ થઈ જાય છે કે, કોઈ બાહ્ય શક્તિઓ તેની સહાયતા માટે નહીં આવે ત્યારે તેણે સ્વયં સંઘર્ષ કરવાનો છે. આવી સ્થિતિમાં મનુષ્યની અંદર એક મોટો આત્મવિશ્વાસ જાગૃત થાય છે અને તેની સુઈ રહેલી શક્તિઓ જાગૃત બની જાય છે. પરંતુ આવું ત્યારે જ બને છે, જ્યારે તેના જીવનમાં જબરદસ્ત તોફાન ઉદ્વેલિત થયું હોય. ખરેખર તો નિરાશાના કાળા ડિબાંગ વાદળોની પેલે પાર તેની આશા જ પ્રકાશિત કરે છે અને નિષ્ફળતા-સફળતામાં પરિવર્તિત થઈ જાય છે.

કેટલાંક એવા પણ છોડવાંઓ હોય છે, જેના પાંદડાઓને બરાબર રીતે મસળવામાં ના આવે, તે સુગંધ આપતા નથી. એ જ પ્રમાણે કેટલાંક લોકો પણ એવા હોય છે, જ્યાં સુધી તેમના જીવનમાં ભયંકર તોફાન આવતું નથી, ત્યાં સુધી તેઓને પોતાની અંદર સંતાઈ રહેલી શક્તિઓનો બોધ થતો નથી, અડધા ઉપરાંત તો પોતાના જીવનને એમ જ વ્યર્થ વ્યતીત કરી દે છે. જ્યારે તેમના જીવનમાં કોઈ વિપત્તિનું તોફાન આવી પડે છે, ત્યારે તેમની શક્તિના દ્વાર ખુલી જાય છે જેની પહેલાં તેઓને જાણ જ હોતી નથી.

કોઈ જાણતું ન હતું કે, જીવનમાં અનેક વળાંકો ઉપર નિષ્ફળ બનનારા અલીસસ ગ્રાન્ટ એક અસાધારણ સેનાપતિ પણ થઈ શકે છે. 'વેસ્ટ પૉઇન્ટ' માં બી.એ. સુધીનું શિક્ષણ મેળવનાર તે એક સાધારણ યુવક જ હતા અને જીવનના ૪૦ વર્ષ સુધી ગ્રાન્ટને તેમના પરિવારજનો સિવાય કોઈ ઓળખતું ન હતું. બત્રીસ વર્ષની વયે પોતાની અયોગ્યતાને કારણે નોકરીથી હાથ ધોવા પડ્યા. ત્યાર પછી તેઓ કસ્ટમ હાઉસમાં કામ કરવા લાગ્યા. ત્યાંથી પણ તેઓને કાઢી મૂકવાને લીધે પછીથી તેઓ સ્ટોરકીપર અને પછી ટર્નર બન્યા, પરંતુ તેઓને ક્યાંય સફળતા મળી નહીં. એ જ દિવસોમાં અમેરિકામાં ગૃહયુદ્ધ પોતાની પરાકાષ્ટા ઉપર પહોંચી ગયું હતું. ગ્રાન્ટની અંદરનો મહાન સેનાપતિ જાગૃત બની ગયો અને તેમણે અસાધારણ સફળતાઓ મેળવીને વિશ્વને ચકિત કરી દીધું. કોઈએ પણ કલ્પના નહીં કરી હોય કે તેઓ આટલી બધી

શક્તિઓના સ્વામી છે. જીવનના ૩૯ વર્ષ સુધી સ્વયં ગ્રાન્ટને પોતાને પણ એ કલ્પના ન હતી કે, તેઓ અમેરિકન ગૃહયુદ્ધના મહાન સેનાપતિ બનશે. અમેરિકાના ગૃહયુદ્ધે અબ્રાહમ લિંકનને મહાન રાષ્ટ્રપતિ બનાવી દીધા, સાથે-સાથે અલીસસ ગ્રાન્ટ જેવા અસાધારણ સેનાપતિ પણ.

જીવનમાં અસધારણ સફળતા મેળવનારાં લોકો કોઈ ઘટના વિશેષ, વિપત્તિ અથવા પ્રેરણાદાયી પુસ્તકમાંથી પ્રેરણા પ્રાપ્ત કરી કંઈક એવું કરી બતાવે છે, જેની કલ્પના કોઈએ કરી પણ હોતી નથી. આવા સફળ વ્યક્તિઓની સફળતાના અનુભવો આજના નવયુવકોમાં એક નવી ચેતનાનો સંચાર કરી મહત્ત્વપૂર્ણ માર્ગદર્શકનું કાર્ય કરે છે. આવી વ્યક્તિ આ પ્રકારના પ્રેરણાદાયક સંસ્મરણોને લિપિબદ્ધ કરી પુસ્તક લખવાનું કાર્ય કરે છે, તે માનવ-માત્ર ઉપર અત્યંત ઉપકાર કરે છે.

ફ્રેન્ક ક્રેનનું કહેવું છે - "તે ગુરુ મહાન હોય છે, જે માર્ગદર્શન આપે છે કે મનુષ્ય સ્વયં ખુદને ઓળખી શકે."

આપણાં વ્યક્તિત્વનો યોગ્ય વિકાસ ત્યારે જ સંભવ છે જ્યારે આપણે બાહ્ય સહાયતા વગર સફળતા પ્રાપ્ત કરીએ છીએ. લોકો બાહ્ય સહાયતાથી સફળતા તો મેળવી લે છે, પરંતુ જ્યારે બાહ્ય સહાયતા મળવાની બંધ થઈ જાય છે, ત્યારે તેઓ નિ:સહાય બની જાય છે અને પોતાની નિષ્ફળતાને માટે બીજાને દોષિત ઠેરવવાના પ્રયત્નો કરે છે. તેઓની હંમેશાં ફરિયાદ હોય છે કે, સફળતાના માર્ગમાં સહાયતા આપનાર કોઈ મળ્યું નહીં. કાશ ! તેઓ જાણી શકતા કે, મનુષ્યનો ખરો સાથી તેમની યોગ્યતા, સાહસ અને તેમની અંદર રહેલી આંતરિક શક્તિઓ છે, જે દરેક સ્થિતિમાં સંઘર્ષ કરવામાં તેમનો સાથ આપે છે. જ્યારે આપણે સ્વયં મુશ્કેલીઓ સાથે ઝઝૂમીને સફળતા મેળવીએ છીએ, ત્યારે જ સાચાં અર્થમાં આપણા વ્યક્તિત્વનો વિકાસ થાય છે.

એક વાર કોઈ મહિલાએ પોતાના પતિને રોટલી સ્વાદિષ્ટ ના બનવાનું કારણ આપતાં કહ્યું - "આ રોટલીમાં સારી રોટલીના તમામ ગુણ તો ઉપસ્થિત છે, તેમ છતાં તેને ખાવામાં સ્વાદ એટલા માટે આવતો નથી, કારણ કે તેને રાંધતી વખતે તે ફૂલતી નથી."

પ્રત્યેક વ્યક્તિમાં કોઈ સ્વાભાવિક ગુણ વિદ્યમાન રહે છે. જેને યોગ્ય અવસર ના મળવાને કારણે તે પ્રગટ થતો નથી. કલ્પના કરો- જો કોઈ યુવકના હૃદયના ઊંડાણોમાં સંગીત પ્રત્યે ગાઢ પ્રેમ છે અને તે શહેરથી દૂર કોઈ ગામડામાં ખેતી કરવાનું કામ કરે છે, જ્યાં તેને ના તો સંગીત સભામાં જવાની તક મળે છે, ના તો કોઈ સંગીતકારનો સંપર્ક. અચાનક તેને શહેરમાં જવાનો પ્રસંગ થયો અને ત્યારે તે એવી સંગીત સભામાં

જાય છે. સિનેમામાં સંગીતનો આનંદ માણે છે ત્યારે તેના હૃદયમાં સંગીત પ્રત્યેનો પ્રેમ જાગૃત બને છે. તેનું હૃદય એક અપૂર્વ ઉલ્લાસથી ભરાઈ જાય છે અને એક નવો યુવક જન્મ લે છે. પોતાના સ્વભાવને અનુકૂળ અવસર મળતાં જ તેનું જીવન લક્ષ્ય સંગીત બની જાય છે. હંમેશાં આવા અવસરોની શોધમાં રહેવું જોઈએ, જે તમારા સ્વાભાવિક ગુણોને પ્રકાશમાં લાવી શકે.

એ તમામ યુવકો ઉપર આ વાત લાગૂ થાય છે, જેઓમાં દરેક ગુણ વિદ્યમાન છે. તેઓમાં શક્તિ પણ છે અને યોગ્યતા પણ છે, માત્ર જો કોઈ ખોટ છે, તો તે છે 'રોટલીના ફૂલવાની'. પોતાના આદર્શોને આકાશની ઊંચાઈઓ સુધી ઊંચે લઈ જવાના ઉત્સાહ અને મહત્ત્વાકાંક્ષાનો અભાવ હોય છે. જેની ખોટને કારણે તેઓ પોતાની શક્તિઓનો વિકાસ કરી શકતા નથી.

પોતાના બાપ-દાદાની સંપત્તિ વારસામાં મળી જવાથી કોઈ વ્યક્તિ વૈભવ- સંપન્ન બની જતો નથી, પરંતુ તેણે તો વૈભવ-સંપન્ન બનવા માટે પોતાની અંદર રહેલા અઢળક ખજાનાને શોધવાનો છે. ત્યારે જ તે સુખી અને સફળ બની શકશે. તેના માટે પ્રયત્નો કરવા પડશે, કારણ કે આવો વૈભવ વારસામાં મળી શકતો નથી.

કોણ કહી શકે છે કે, તમારી અંદર એક મહાન કલાકાર કે મહાન લેખક બનવાની પ્રતિભા ના હોય, કોણ જાણે કેટલો મહાન સંગીતકાર તમારી અંદર છુપાયેલો હોય! સાહસ, નેતૃત્વ, પ્રેમ, સહાનુભૂતિ અને કોણ જાણે કેટલાંય અમૂલ્ય ગુણો તમારામાં વિદ્યમાન છે. કોણ કહી શકે છે - તમારા સાગર સમાન પેટાળમાં યોગ્યતાઓની અગણિત ખાણો સંતાયેલી પડી છે, જેને તમે જાણતાં પણ નથી.

અમેરિકાના સુપ્રીમ કૉર્ટના ઉચ્ચ ન્યાયાધીશના પદ ઉપર પહોંચનાર સુપ્રસિદ્ધ ન્યાયાધીશ સ્વર્ગીય મિલરને પોતાના ભવિષ્યનું જ્ઞાન ન હતું. કારણ કે જીવનના સાડત્રીસ વર્ષની વય સુધી પહોંચતા તેઓ કાયદાનો એક અક્ષર પણ જાણતા ન હતા. પરંતુ આગામી ૧૦ વર્ષમાં કોઈ અલૌકિક શક્તિના બળે તેઓ આવા ઉચ્ચ પદ ઉપર જઈ પહોંચ્યા હતા.

જે વ્યક્તિ પોતાના જીવનનો પૂર્ણ રીતે વિકાસ સાધવા ઇચ્છે છે, તેઓ પ્રગતિના માર્ગ ઉપર આગળ વધતાં રહે છે, તેઓ ક્યારેય માર્ગમાં રોકાઈ જતા નથી. પોતાના લક્ષ્ય સુધી પહોંચવા માટે તેઓ ગતિશીલ રહે છે. જો તેઓ માર્ગમાં રોકાઈ પણ જાય છે, તો થોડા સમય માટે જ, વ્યર્થ બોજો ઉતારીને ફેંકવા માટે તથા પુનઃ પોતાના લક્ષ્યને પ્રાપ્ત કરવા માટે તેઓ તીવ્ર ગતિએ આગળ વધે છે. આ જ પ્રમાણે પ્રયત્નશીલ રહીને તેઓ પોતાની મંઝિલ સુધી પહોંચી જાય છે.

પોતાની સુઈ રહેલી શક્તિઓને જો તમે જગાવવા ઇચ્છો છો, તમે તમારા અંતરની મહાનતાને જાણવા માટે ઇચ્છુક છો, તો તમારે સદાય પ્રગતિ પથ ઉપર અગ્રેસર રહેવું પડશે. હંમેશાં નીતનવા જ્ઞાનથી પોતાના મસ્તિષ્કને વિકસિત કરવું પડશે. સ્વાર્થની ભાવનાનો ત્યાગ કરીને પ્રેમ અને સહિષ્ણુતાને અપનાવીને આત્માની શક્તિઓને ઉન્નત કરવી પડશે.

જીવનનો પૂર્ણ વિકાસ કરવા માટે પ્રેરિત કરનારી શક્તિ એક પુસ્તકથી વિશેષ કશું પણ નથી. આત્મવિશ્વાસ માટે આવા ઉત્સાહવર્ધક પુસ્તકોને હંમેશાં પોતાની સાથે રાખવા જોઈએ. નિરંતર પ્રેરણા ના મળવાથી આદર્શો અસ્પષ્ટ, ઝાંખા અને ધુમિલ બની જાય છે, એટલા માટે જરૂરી છે કે, પોતાની મહાનતાને જાણવા માટે આવા પ્રેરણાદાયક પુસ્તકોને પોતાની પાસે રાખો.

જીવનમાં સફળ બનાવવા માટે જેમ-જેમ મનુષ્ય સ્વયંને પોતાને ઓળખવા લાગે છે, જાણવા લાગે છે, તેમ-તેમ તે વિકાસ સાધતો જાય છે. જેટલાં અધિક આપણે આપણી યોગ્યતાને ઉપયોગમાં લાવીએ છીએ, એટલો જ આપણી શક્તિઓનો વિકાસ થતો જાય છે. પોતાની પ્રગતિ માટે જરૂરી છે કે, આપણે સ્વયંને ઓળખીએ.

કોઈએ સાચું જ કહ્યું છે કે - "મનુષ્ય ચાલતો નથી, બલ્કે વિશ્વાસ ચાલે છે."

સંસારમાં જો કોઈ પ્રબળ પ્રેરણા-શક્તિ છે, જે કોઈ મનુષ્ય પાસેથી મહાન કાર્ય કરાવી લે છે તો તે છે- 'આત્મ-વિશ્વાસ'. મનુષ્યની પોતાની શક્તિ અને સામર્થ્ય તો એક સાધન માત્ર છે. ખરી શક્તિ તો વિશ્વાસથી જ આવે છે, જેના બળથી મનુષ્ય અસંભવને પણ સંભવ કરી બતાવે છે. અનેકવાર તો એવું થાય છે કે શક્તિઓ અને સાધન હોવા છતાં મનુષ્ય તેનો લાભ લેવાથી વંચિત રહી જાય છે, કારણ કે તેનામાં આત્મવિશ્વાસ હોતો નથી. કોઈપણ કાર્યની સફળતા તેના કર્તાના આત્મવિશ્વાસ ઉપર નિર્ભર કરે છે.

એડમંડ કેપુર બ્રોડ્સ, વિશ્વયુદ્ધના વીર યોદ્ધાઓના વિષયમાં લખે છે- "જે યુવકોને અમે તદ્દન સાધારણ ગણ્યા હતા, યુદ્ધમાં તેમની અસાધારણ વીરતાની ગાથાઓ સાંભળીને ખરેખર અમને અત્યંત આશ્ચર્ય થાય છે." એક એવા છોકરાનું ઉદાહરણ આપતાં તેઓ લખે છે કે- "એક છોકરો જે ના તો વર્ગમાં ઉપસ્થિત રહેતો હતો ના તો ભણવામાં યોગ્ય હતો. પરીક્ષામાં પણ ભાગ્યેજ પાસ થતો હતો, એ અત્યંત ઢીલો-પોચો અયોગ્ય વિદ્યાર્થી હતો. તેણે સૈન્યમાં પ્રવેશ મેળવવાનો પ્રયાસ કર્યા, પરંતુ મૅડિકલ તપાસમાં ફેઈલ થઈ ગયો. તેણે અનેક વખત પ્રયાસ કર્યા પરંતુ સૈન્યમાં પ્રવેશ મેળવવામાં તે નિષ્ફળ રહ્યો. થોડા સમય પછી અમે સાંભળ્યું કે, તે સૈન્યમાં પ્રવેશ મેળવવામાં સફળ

થઈ ગયો. આ ખબર જ્યારે અમે સાંભળી ત્યારે એ વિચાર્યું કે બિચારો થોડાં જ દિવસોમાં પોતાના શરીરનું કોઈ અંગ ગુમાવીને પોતાના ઘેર પાછો જતો રહેશે. પરંતુ જ્યારે અમે સાંભળ્યું કે યુદ્ધના ભયાનક મોરચાં ઉપર તેણે અદમ્ય સાહસ અને સૂઝબૂઝનો પરિચય આપ્યો છે, ત્યારે અમારા આશ્ચર્યનો પાર ના રહ્યો. યુદ્ધના મોરચે ગોળીઓના વરસાદ વચ્ચે તેણે એક સૈનિકનો જીવ બચાવ્યો અને સળગતા બૉમ્બને તેણે હાથ વડે ઊંચકીને ખાઈની બહાર ફેંકી દીધો. નકામો અને ઢીલો-પોચો ગણાતો એ જ યુવક હતો જે અનેક વખત સૈન્યમાં ભરતી થવા માટે અયોગ્ય સાબિત થયો હતો."

આપણને જીવનમાં આવા અનેક યુવકો મળે છે, જેઓ સાધારણ હોવા છતાં અસાધારણ સફળતા પ્રાપ્ત કરીને આશ્ચર્યચકિત કરી મૂકે છે. યોગ્યતા ઓછી હોવા છતાં આત્મવિશ્વાસમાં તેઓ બીજા કરતાં શ્રેષ્ઠ હોય છે. તેમની સાધારણ સફળતાનું આ જ રહસ્ય છે.

અસંભવને સંભવ કરી બતાવતી શક્તિ- વિશ્વાસ જ છે. કેટલાં દુર્ભાગ્યની વાત છે આપણે આપણું મૂલ્ય પરાજયથી આંકીએ છીએ. આપણે વિજયને એક કોરું સ્વપ્ન માની લઈએ છીએ, વાસ્તવિક જીવનનું એક અંગ સમજતા નથી. આપણે આપણી શક્તિની સરખામણી નિર્બળતા સાથે કરીએ છીએ. જ્યારે ઈશ્વરે મનુષ્યને ક્યારેય ભય અને નિરાશાનો અભિશ્રાપ આપ્યો નથી, બલ્કે શક્તિ, સાહસ, પ્રેમ અને સ્વાસ્થ્યનું વરદાન આપ્યું છે. જો મનુષ્ય એ વરદાનને યોગ્ય રીતે સમજી શકતો હોત, તો આજે સંપૂર્ણ વિશ્વમાં વિશ્વાસનું સામ્રાજ્ય હોત. આત્મવિશ્વાસના દ્વાર ખોલી ઈશ્વર-વિશ્વાસ મનુષ્યને 'ઈશ્વર' બનાવી દે છે.

યુદ્ધ ભૂમિ પર વિજય પ્રાપ્ત કરવા માટે લડતાં એક વીર યોદ્ધાના શબ્દ, જીવન-યુદ્ધમાં લડનારા મનુષ્ય માટે કેટલાં મહત્ત્વપૂર્ણ અને પ્રેરણાથી ભરેલાં હોય છે - "યુદ્ધમાં બંદૂક નહીં પરંતુ તેને પકડનારો સૈનિક લડતો હોય છે- એ સૈનિકનું શરીર નહીં પરંતુ તેનું હૃદય લડતું હોય છે- તેનું હૃદય પણ નહીં બલ્કે તેનો આત્મવિશ્વાસ લડતો હોય છે."

કોઈપણ વિજેતાના વિજયી બનાવનું રહસ્ય તેના આત્મવિશ્વાસ ઉપર નિર્ભર કરે છે. વિશ્વાસ જ વિજયની ચાવી છે. જો વિશ્વાસ ના હોય તો વિજય પણ નથી. વિશ્વનો આશ્ચર્યજનક ચમત્કાર- વિશ્વાસ જ છે. કોઈપણ વિજેતાને નિહાળો, તેના વિજયનું રહસ્ય તેના વિજયી બનવાના અતૂટ વિશ્વાસમાં જ સમાયેલું છે. આપણે જાણતાં નથી કે સ્વયં ઉપર વિશ્વાસ રાખી આપણે અજેય બની જઈએ છીએ, પછી સંસારમાં આપણા માટે કશું પણ અસંભવ રહેતું નથી. આપણી નિષ્ફળતાનું અને નિરાશાનું જો કોઈ

કારણ હોય, તો તે છે આપણી અંદર આત્મવિશ્વાસની ઉણપ. જો વિશ્વાસ હશે, તો વિજય સ્વયં આવીને આપણાં ચરણોને ચૂમશે.

જ્યારે ભારે અસ્ત્ર-શસ્ત્રોથી સુસજ્જિત 'ગઠ'નો પરાક્રમી વીર ગીલિથ ઇઝરાયલીઓના કેમ્પમાં આવીને યુદ્ધ માટે પડકાર ફેંકવા લાગે છે. ત્યારે તેના પડકાર સાંભળીને ઇઝરાયલના લોકો એટલા બધાં ભયભીત બની ગયા કે, તેઓમાં તેની સામે લડવાની હિમ્મત જ ના રહી. કોઈને પણ આગળ વધતાં ના જોઈને ગીલિથે પુનઃ લલકાર કર્યો, ત્યારે ડેવિડ નામનો એક સાધારણ યુવક તેની સાથે યુદ્ધ કરવા માટે તૈયાર થઈ ગયો. જ્યારે તે રાજા તથા વડીલોની અનુમતિ મેળવીને આગળ વધ્યો, ત્યારે તેઓએ પોતાના અનેક શસ્ત્રો તેને આપવાની ઇચ્છા કરી, પરંતુ ડેવિડે એમ કહેતા શસ્ત્ર લેવાની મનાઈ કરી- "આ શસ્ત્રો મારા માટે નકામા છે, કારણ કે મને તેને વાપરવાનો અભ્યાસ નથી. હું તો મારાં શસ્ત્રોથી લડીશ." એક ગોફણ અને નદી કિનારેથી પાંચ સુંવાળા પથ્થર પોતાની સાથે લઈને તે પલિસ્તી યોદ્ધો ગીલિથ સાથે લડવા માટે આગળ વધ્યો. એ નિઃશસ્ત્ર યુવકને આગળ વધતો જોઈને ભારે અસ્ત્ર-શસ્ત્રોથી સુસજ્જિત પલિસ્તી યોદ્ધો ગીલિથ ભારે ગર્જતા સ્વરે બોલ્યો -"મારી સામે તો આવ, તારા માંસની બોટીઓ હું આકાશના પક્ષીઓને ખવડાવીશ."

નિડર સ્વરે એ યુવકે જવાબ આપ્યો-"તું ઢાલ તથા તલવાર લઈને મારી સામે આવ્યો છે, પરંતુ હું મારી સાથે એક અજેય શસ્ત્ર લઈને આવ્યો છું. અને એ તો છે - વિજેતાઓના વિજેતા ઇઝરાયલના ઈશ્વરના નામથી તથા તેમના પરના અજેય વિશ્વાસ, જેના બળથી હું તને પછાડી દઈશ."

આત્મવિશ્વાસથી ભરેલાં યુવકે ખરેખર આશ્ચર્ય કરી બતાવ્યું. ડેવિડે એક જ પથ્થર ગોફણમાં મૂક્યો અને તે દૈત્યના કપાળમાં મારીને પછાડ્યો અને તેની જ તલવારથી તેનું મસ્તક કાપી નાંખી તેને નરકમાં પહોંચાડી દીધો. ડેવિડે પોતાના શત્રુની જેમ અસ્ત્ર-શસ્ત્ર પર ભરોસો કર્યો નહીં, પરંતુ ઈશ્વરીય શક્તિ અને આત્મવિશ્વાસ ઉપર ભરોસો રાખ્યો અને આત્મબળથી તેણે તે પડછંદ યોદ્ધાને પરાસ્ત કરી વિજય-સફળતા પ્રાપ્ત કરી.

સંદેહ અને અવિશ્વાસથી આમ-તેમ ઝોલાં ખાતું હૃદય જીવનમાં સફળતાના લક્ષ્યને પ્રાપ્ત કરવામાં અસમર્થ રહી જાય છે. જીવનનો અમૂલ્ય સિદ્ધાંત છે કે, જો તમે તમારી સફળતા ઉપર સંદેહ કરવા લાગશો, તો ક્યારેય સંપૂર્ણ સફળતા પ્રાપ્ત કરી શકશો નહીં. આ તો બરાબર એના જેવું છે કે, આપણે આકાશ તરફ પથ્થરો ફેંકીએ ત્યારે તે આકાશના બદલે ધરતી ઉપર આવીને પડે છે. આત્મવિશ્વાસના અભાવમાં તો ઈશ્વર

પણ તમારી સહાયતા કરી શકતા નથી. સફળતા પ્રાપ્ત કરવા માટે તેના ઉપર ભરોસો વિશ્વાસ રાખવો જરૂરી છે.

એક વાર યુદ્ધના દિવસોમાં દરેક માણસોને એક-એક બંદૂક આપવામાં આવી હતી. એક વ્યક્તિ બંદૂક લઈને ઘરના છાપરાં ઉપર જઈને બેઠો. ત્યાં જ એ મકાનની નીચે એક શત્રુ સૈનિક આવી ગયો. તેના હાથમાં લાઠી હતી. શત્રુ સૈનિકે એ બંદૂકધારીને લલકારીને કહ્યું - "જલ્દી બંદૂક નીચે ફેંકી દો, નહીં તો હું મારી લાકડીથી તમન મારી નાંખીશ." તેની ધમકીથી પેલો બંદૂકધારી માણસ ગભરાઈ ગયો અને તેના હાથમાં બંદૂક છૂટીને નીચે પડી ગઈ. નીચે ઊભેલા સૈનિકે તેની બંદૂકનું પ્રથમ નિશાન ઉપર બેઠેલા માણસને બનાવ્યો.

છત ઉપર બેઠેલા માણસ પાસે હથિયાર તો હતું, પરંતુ તેનામાં આત્મવિશ્વાસનો અભાવ હતો, જેને કારણે તે બંદૂક તેના માટે બેકાર સાબિત થઈ. એટલું જ નહીં પરંતુ તે બંદુકમાંથી નીકળેલી ગોળી તેના મૃત્યુનું કારણ બની ગઈ. જો તેનામાં આત્મવિશ્વાસ હોત, તો નીચે ઊભેલા શત્રુ સૈનિક પાસે માત્ર લાકડી જ હતી.

ભારતના ઈતિહાસમાં પાણીપતનું ત્રીજું યુદ્ધ પોતાની ભયંકરતાને કારણે પ્રસિદ્ધ છે. એક નાનકડાં રાજ્ય કુંદનપુરનો રાજા પરેલ પોતાના શત્રુ નવાબ સાથે યુદ્ધ હારી ગયો હતો. લોહીથી તરબતર અવસ્થામાં એ યુદ્ધભૂમિમાં મરણાસન્ન અવસ્થામાં પડેલો હતો. ત્યાં જ વિજયના મદમાં ચૂર નવાબ હાથી ઉપર સવાર થઈને ત્યાં આવી પહોંચ્યો અને બોલ્યો- "શું પરેલ, હજુ પણ લડીશ?" અહંકારી નવાબે મૂર્છિત થયેલા પરેલના માથામાં પોતાના પગથી લાત મારી. પરેલના દેહમાં મરણાસન્ન અવસ્થામાં પણ અચાનક સ્વાભિમાનની જ્વાળાઓ ભભૂકી ઊઠી. અંગારા વરસાવતી આંખો ખોલીને તેણે ઉત્તર આપ્યો- "હા નવાબ, જીવતો રહીશ તો હજુ પણ લડીશ." આટલું કહેતાં તેણે તેની આંખો હંમેશાં માટે મીંચી દીધી.

પરેલના આ અંતિમ વાક્યએ સમગ્ર મહારાષ્ટ્રમાં આગ પ્રસરાવવાનું કામ કર્યું. તેના આ એક જ વાક્યએ લાખો, કરોડો લોકોના સુષુપ્ત આત્મવિશ્વાસને જાગૃત કરી દીધો. નવાબની એક ઠોકરે અનેક સિંહોને લલકાર્યા હતા અને એ લલકાર એટલી ભયંકર સાબિત થઈ કે, મહારાષ્ટ્રના યુવકો પોતાના પ્રાણોની આહુતિ આપવા નીકળી પડ્યાં. પાણીપતનું ત્રીજું યુદ્ધ આ જ આત્મવિશ્વાસનું પ્રમાણ છે. આ યુદ્ધની જ્વાળાઓ એવી તો ભડકી કે, આ મહાયજ્ઞમાં આહુતિ અર્પ્યા વગરનું કોઈ બાકી રહ્યું ન હતું. આજે પણ ત્યાંના લોકગીતોમાં- "ઘેર-ઘેર ચૂડલાઓ ભાંગ્યા હતા." એવું ગવાય છે.

આત્મવિશ્વાસથી કહેલો એક શબ્દ હજારો-લાખો હૃદયોમાં ઝણકાર ઉત્પન્ન કરી દે

છે, લોકોની અંદર અદમ્ય સાહસ જાગૃત કરી દે છે અને લોકો ભયંકરથી ભયંકર વિપત્તિનો સામનો કરવા માટે તૈયાર થઈ જાય છે. આ ઉદાહરણ આ વાતનું પ્રમાણ છે કે, આત્મવિશ્વાસને જાગૃત કરી આપણે આપણા ઉત્સાહને અનેક ગણો વધારી શકીએ છીએ.

મને એક યુવતીએ પોતાની નિષ્ફળતાની ગાથા વર્ણવતો પત્ર મોકલ્યો છે. તેણે લખ્યું છે -"મેં જીવનમાં હરહંમેશ ભૂલો કરી છે. મને ક્યારેય સ્વયંમાં વિશ્વાસ આવતો નથી. મને એવું પ્રતીત થાય છે કે, મારામાં ક્યારેય ભવિષ્યમાં પણ આત્મવિશ્વાસ નહીં આવે. મને દરેક કામમાં નિષ્ફળતા જ મળતી રહી છે."

આ યુવતીના પત્રથી એ સ્પષ્ટ થતું હતું કે, નિષ્ફળતા માટેનું મૂળ કારણ તેનું શંકાશીલ મન જ હતું. જે લોકોમાં આત્મ-વિશ્વાસની ઉણપ હોય છે અથવા તો જેના મનમાં પોતાની સફળતા માટે સંદેહ હોય છે, તેવા લોકો ક્યારેય સફળ બની શકતા નથી. સફળતા પહેલાં મનમાં આવે છે પરંતુ જ્યારે મનની સફળતા માટે જો તમારા મનમાં સંદેહ ભરેલો હશે તો વાસ્તવિક સફળતા પણ તેઓને કેવી રીતે મળી શકે છે.

ઈતિહાસ સાક્ષી છે કે, નેપોલિયન કે બેબ્સટરની યોગ્યતા નકામી જ સાબિત થતી, જો તેઓમાં પોતાની યોગ્યતા તથા સફળતા ઉપર અતૂટ વિશ્વાસ ના હોત. અનેક લોકો આત્મવિશ્વાસના અભાવે જીવનમાં આનંદથી વંચિત રહી જાય છે. માત્ર બે જ ટકા લોકો જ પોતાની શક્તિઓની મહાનતામાં વિશ્વાસ ધરાવતા હોય છે.

જેન ઍડમ્સે જ્યારે કૉલેજ છોડી ત્યારે અત્યંત દુર્બળ બની ગઈ હતી. તેના કમજોર શરીરને જોઈને ડૉક્ટરોએ એવું કહ્યું કે, આ છ મહીના કરતાં વધારે જીવી શકશે નહીં. જેન ઍડમ્સે કહ્યું - "ઘણું સરસ! આ છ મહીનામાં જ હું એ કાર્યને પૂર્ણ કરી લઈશ, જેને હું ચોક્કસપણે કરવા ઈચ્છું છું."

ડૉક્ટરોના કહેવા છતાં જેન અનેક વર્ષો સુધી જીવિત રહી એટલું જ નહીં પરંતુ માનવકલ્યાણ માટે 'હલ હાઉસ'નું નિર્માણ પણ કરી શકી. શું કોઈ એ વાતમાં સંદેહ કરી શકે છે કે, અધિક સમય સુધી જીવિત રહેવા તથા તેના માનવતાના કલ્યાણના કાર્ય કરવામાં તેના દૃઢ આત્મવિશ્વાસનો જ ફાળો ન હતો? આપણને આપણાં વિજયમાં અતૂટ વિશ્વાસ હોવો જોઈએ અને પોતાની શક્તિઓ ઉપર અડગ ભરોસો, ત્યારે જ આપણે આપણા કામમાં, સફળ થઈ શકીએ છીએ.

જો તમે સર્વશક્તિમાન ઈશ્વર ઉપર વિશ્વાસ નથી ધરાવતા તો તમે એ બની શકતા નથી, જે તમે બનવાની ઈચ્છા રાખો છો. વિશ્વાસની ઉણપને કારણે તમારા દ્વારા કરવામાં આવતા દરેક પ્રયત્નો વ્યર્થ સાબિત થઈ જશે અને જીવન અવિશ્વાસના

કારણે નિરાશામાં ગરકાવ થઈ જશે. અવિશ્વાસ અને સંદેહ ઘાતક સાબિત થતાં હોય છે. અવિશ્વાસને કારણે તમારી દરેક પ્રાર્થનાઓ શૂન્યમાં ગૂંજીને પાછી ફરશે.

દૃઢ આત્મવિશ્વાસી વ્યક્તિ જ જીવનમાં મહાન કાર્ય કરી શકવામાં સફળ બને છે. પરંતુ જેઓ પોતાની શક્તિઓ પર સંદેહ કરે છે, તેઓ ક્યારેય સફળ થઈ શકતા નથી. તેઓ સંસારમાં આ જ સુધી કશું કરી શક્યા નથી અને ના તો કશું કરી શકશે. આત્મવિશ્વાસી અને આત્મવિશ્વાસથી હીન વ્યક્તિમાં આકાશ-પાતાળનો તફાવત હોય છે. એકનો માર્ગ સફળતા તરફ હોય છે, જ્યારે બીજાનો પરાજય તરફ હોય છે.

આપણો આત્મવિશ્વાસ જેમ-જેમ વૃદ્ધિ પામતો જાય છે, આપણી કાર્યશક્તિ પણ તેમ-તેમ વધારે ચમકવા લાગે છે. એટલા જ માટે જો આપણા વિશ્વાસનું પાત્ર જ સાંકડું હશે, તો ઈશ્વરીય શક્તિનો પ્રવાહ પણ એટલો ઓછો પ્રવાહિત થશે. એટલા માટે પોતાના આત્મવિશ્વાસને દૃઢ બનાવવો જોઈએ.

મને એક એવા દુબળા-પાતળાં વ્યક્તિ વિશે જાણકારી છે, જેને સ્વયં પોતાના અશક્ત હોવાનો અહેસાસ હતો અને એક મનોવૈજ્ઞાનિકે તેનામાં આત્મવિશ્વાસ ભરી દીધો હતો. એ મનોવૈજ્ઞાનિકે એ દુબળાં-પાતળાં વ્યક્તિને પોતાની રીતે વિશ્વાસ અપાવ્યો હતો કે તેનમાં અપાર બળ છે. તેને એક ખુરશી પર તેનું માથું અને બીજી ખુરશી પર તેના પગ રહે તે રીતે સુવાડી દીધો હતો, ત્યારે તે માણસ પોતાના શરીર ઉપર સાત-આઠ માણસોને બેસાડવામાં સમર્થ બની ગયો હતો. તેનામાં એટલો બધો આત્મવિશ્વાસ જાગૃત થઈ ગયો હતો અને તેનામાં એટલી બધી તાકાત આવી ગઈ હતી કે એક ઘોડાને પણ તે પોતાના શરીર ઉપર બેસાડવામાં સમર્થ બની શક્યો હતો. વિચારણીય તો એ છે કે, તેનામાં આટલું બધું બળ અને તાકાત આવ્યા ક્યાંથી? તેનમાં અપાર બળ એ કારણે આવી ગયું હતું કે, તે મનોવૈજ્ઞાનિકે તેને એવો વિશ્વાસ અપાવી દીધો હતો કે, તેનામાં અસાધારણ શક્તિ છે તે દુર્બળ નથી. પરંતુ જ્યારે તે મનોવૈજ્ઞાનિકે તેને કહી દીધું કે તે કમજોર છે, ભાર ઊંચકી શકતો નથી, તે વ્યક્તિ ઉપર એવી જ અસર થઈ ગઈ હતી. સ્વયંને અશક્ત મહેસૂસ કરવા લાગ્યો. તેનો વિશ્વાસ લુપ્ત થઈ ગયો હતો. પરિણામ એ આવ્યું કે તેની તમામ શક્તિ જતી રહી. ત્યારે મનોવૈજ્ઞાનિકના કહ્યાં પ્રમાણે તેનાથી એક માણસનો બોજો પણ ઉપાડી શકવો અસંભવ બની ગયું અને તેણે પોતાને એટલો બધો અશક્ત મહેસૂસ કર્યો કે, તે જમીન ઉપર ગબડી પડ્યો. તેનાથી પોતાની જાતનો પણ ભાર ઊંચકી શકાતો ન હતો. ખરેખર તો તેનામાં જે આત્મવિશ્વાસનું જે બળ હતું તે સમાપ્ત થઈ ગયું હતું.

આપણી સફળતા આપણા વિશ્વાસમાં નિહિત હોય છે. આત્મવિશ્વાસ વગર

આપણે ક્યારે પણ આગળ વધી શકતા નથી. આપણે બહુધા સંદેહ અને સંકુચિત વિચારોની સીમામાં ઘેરાયેલા રહીએ છીએ અને વિશ્વાસની સીમાની અંદર પ્રવેશ કરવાનો પ્રયાસ પણ કરતાં નથી. જ્યાં સુધી આપણે આપણા હૃદયમાં આત્મવિશ્વાસની જ્યોતિને નહીં પ્રગટાવીએ, પોતાના વિજયને સુનિશ્ચિત બનાવી શકતા નથી.

શું કોઈ મનોવૈજ્ઞાનિક કોઈ વ્યક્તિમાં બહારથી શક્તિ ભરે છે? ના, તો તેનામાં એ શક્તિ ક્યાંથી આવે છે? હકીકતમાં તો મનોવૈજ્ઞાનિકો કોઈપણ વ્યક્તિની અંદરના સંદેહને દૂર કરીને તેનામાં આત્મવિશ્વાસ જાગૃત કરી દે છે. એ જ પ્રમાણે કોઈ પહેલવાનની માંસપેશીઓમાં અસાધારણ શક્તિ તેના શરીરમાંથી નહીં તેના મનમાંથી આવે છે, જો એ જ માંસપેશીઓ કોઈ દુબળાં વ્યક્તિના શરીરમાં લગાવી દેવામાં આવે, તો શું તે એટલો ભાર ઊંચકી શકશે જેટલો ભાર સશક્ત શરીરવાળી વ્યક્તિ ઉપાડી શકે છે? શક્તિ શરીરમાંથી નહીં, મનમાંથી આવે છે. જેમ-જેમ આપણો આત્મવિશ્વાસ વધતો જાય છે, તેમ-તેમ આપણી કાર્યશક્તિ પણ વધતી જાય છે.

અમેરિકામાં ગૃહયુદ્ધના કાળા વાદળો સંપૂર્ણપણે છવાઈ ગયા હતા અને એ જ સમયે રાષ્ટ્રપતિની ચૂંટણી પણ થવાની હતી. આવી વિકટ પરિસ્થિતિમાં દેશનું સુકાન સંભાળવું એ પણ ખૂબ મોટો પડકાર હતો. અબ્રાહમ લિંકન જેઓ સ્વભાવે અતિ નમ્ર અને નિરાભિમાની વ્યક્તિ હતા. દેશની પરિસ્થિતિને જોઈને તેમના મનમાં એવો દઢ વિશ્વાસ આવી ગયો હતો કે, તેઓ આ દેશને બચાવી શકે છે. તેમને આંતરિક પ્રેરણા થઈ કે રાષ્ટ્રપતિની ચૂંટણીમાં તેમણે ઉમેદવાર બનવાનું છે. તેથી, તેમણે રાષ્ટ્રપતિ તરીકે પોતાનું નામ આપી દીધું હતું. એટલું જ નહીં બીજા રાજનીતિજ્ઞોને પણ જણાવી દીધું હતું કે, તેઓ રાષ્ટ્રપતિ અવશ્ય બનશે. કોઈ નમ્ર વ્યક્તિના મુખમાંથી આવી વાત સાંભળી કોઈપણ તેમને અભિમાની જ કહી શકે, પરંતુ અબ્રાહમ લિંકનનું હૃદય પવિત્ર હતું. તેમને પોતાની યોગ્યતા ઉપર સંપૂર્ણ ભરોસો હતો તથા સૌથી મોટી વાત એ હતી કે, તેમને તેમના મનમાં પોતાના વિજય માટે સંપૂર્ણ આત્મવિશ્વાસ હતો. તેમનો અંતરાત્મા તમને કહેતો હતો કે સંકટકાળમાં તેઓ જ દેશને ઉગારી શકે તેમ છે. દઢ આત્મવિશ્વાસના આધારે તેઓ અમેરિકાના રાષ્ટ્રપતિ બન્યા અને આજે પણ તેઓને અત્યંત સન્માનપૂર્વક યાદ કરવામાં આવે છે.

સંસાર તેઓ માટે માર્ગ છોડી દે છે, જેઓ પોતાના માર્ગમાં દઢતાપૂર્વક ચાલે છે. ઈતિહાસના પૃષ્ઠો ઉપર આવી વ્યક્તિઓ પોતાના નામ અમર કરીને ગયા છે, જેઓને પોતાના જીવનની મહાનતા ઉપર અતૂટ વિશ્વાસ હતો. પોતાના લક્ષ્યને પ્રાપ્ત કરવા માટે તેઓએ સંપૂર્ણ મન સાથે દઢતાપૂર્વક કાર્ય કર્યું અને પોતાના અનુભવને અલગથી

સંસાર સમક્ષ રજૂ કર્યો. તેઓ સમજતા હતા કે તેમનું આજનું સ્વપ્ન આવતીકાલે ચોક્કસ પૂર્ણ થશે જ. આવા મહાન પુરુષોની સફળતા, તેમની અદ્‌ભૂત શક્તિ આપણને આત્મવિશ્વાસી થવા માટે પ્રેરણા આપે છે.

જૉન ઑફ આર્કના મનમાં બાળપણથી એ વાતની ઇચ્છા બળવતર બનતી ચાલી કે, તે પોતાના દેશ માટે ચોક્કસ કોઈ મહાન કાર્ય કરશે. પોતાની કલ્પનાને તેમણે યથાર્થ સાબિત કરી બતાવી. જ્યારે ફ્રાન્સનું સૈન્ય પરાજિત થઈ રહ્યું હતું, ત્યારે તે ચાર્લ્સ ડિકન્સ પાસે ગઈ અને પોતાના આત્મવિશ્વાસના બળે તે એમને એવો ભરોસો આપવામાં સફળ બની ગઈ કે, તેના નેતૃત્વમાં ફ્રાન્સના સૈન્યને ચોક્કસ વિજય અપાવવામાં તે સફળ બનશે. જૉનને સેનાપતિ બનાવી દેવામાં આવી અને તેણે પોતાની કલ્પનાને સાકાર કરી બતાવી અને ફ્રાન્સનું સૈન્ય વિજયી બન્યું.

જૉન જ્યારે નાની છોકરી હતી, ત્યારે તે પોતાના પિતાના ઘેટાં ચરાવતી હતી, તેના હૃદયમાં એવો દૃઢ વિશ્વાસ અંકુરિત થઈ ગયો હતો - "હું ફ્રાન્સને સ્વતંત્ર કરાવીશ." જો એ સમયે આ ગ્રામીણ બાલિકા જો પોતાના પિતા સમક્ષ આ ઉદ્‌ગારોને પ્રગટ કરી દેતી, તો તેમાં બે મત નથી કે તેના પિતાએ તેને મારી નાંખવાની ધમકી આપી હોત. પોતાની ભાવનાથી પ્રેરાઈને તે સૈન્યમાં ભરતી થઈ ગઈ. સૈન્યમાં તેણે ઘણી અવહેલનાઓનો સામનો કરવો પડ્યો, પરંતુ કડવી આલોચનાઓ, અપશબ્દો અને બીજા સૈનિકોના અશ્લીલ વ્યંગબાણ આ ગ્રામ્યબાળાના માર્ગને રોકી શક્યા નહીં, તેનો આત્મવિશ્વાસ વધારે ગાઢ અને મજબૂત બનતો ગયો. જે છોકરીને ક્યારેય ઘરનો ઊંબરો ઓળંગવાની, સૈનિક પ્રશિક્ષણ પ્રાપ્ત કરવાની સુવિધા ના મળી હોય, એ જ ગ્રામ્યબાળા ફ્રાન્સની સેનાપતિનું ગરિમાપૂર્ણ પદ સંભાળે અને કુશળતાપૂર્વક સેનાનું સંચાલન કરે અને ફ્રાન્સને અદ્વિતીય સફળતા અપાવી દે, તો સહજ વિશ્વાસ કરી શકાય નહીં. પરંતુ ઇતિહાસ સાક્ષી છે આ સુરમ્ય બાલિકાએ એ સાહસ અને પડકારયુક્ત કાર્યને સંપૂર્ણ સફળતાપૂર્વક કરી બતાવ્યું. હકીકતમાં તેના આ મહાન વિજય પાછળ તેનો આત્મવિશ્વાસ હતો. જેના ઉપર દૃઢ રહીને તે અદ્વિતીય ચમત્કાર કરવામાં સફળ રહી હતી. તેનો દૃઢ આત્મવિશ્વાસ હતો કે "હું ચોક્કસ ફ્રાન્સને સ્વતંત્ર કરાવીશ." અને તે પોતાના એ આત્મવિશ્વાસ ઉપર અડગ રહી. જો તેના મનમાં રજ માત્રનો પણ સંદેહ આવ્યો હોત, તો તે આવો વિજય પ્રાપ્ત કરી ના શકતા, જેવા વિજયે તેમનો અભિષેક કર્યો.

આત્મવિશ્વાસ ઉપર દૃઢ રહીને 'પિયરે' ઉત્તરી ધ્રુવની શોધ કરવાનું અભૂતપૂર્વ સાહસ કરીને સફળતા પ્રાપ્ત કરી શક્યા. કલ્પના કરો કે, જે વ્યક્તિના સહયોગીઓએ

તેમનો સાથ છોડી દીધો હોય, જેમનું જહાજ તૂટી ગયું હોય, જેણે અનેકવાર જીવન-મૃત્યુનો જંગ ખેલવો પડ્યો હોય, કઈ રીતે પોતાની ઈચ્છિત મંઝિલને પ્રાપ્ત કરી શકે. સાધનવિહીન હોવાની દશામાં પણ તેમનો આધાર હતો - આત્મવિશ્વાસ. જેણે ના તો તેમનો સાથ છોડ્યો કે ના તો તેમને પોતાના માર્ગમાંથી ચલિત થવા દીધા. તેમના જીવનનું એકમાત્ર લક્ષ્ય 'ઉત્તરી ધ્રુવ' તરફ જ હતું અને તેમની શક્તિ હતી અંતઃકરણની પ્રેરણા અને આધાર હતો- આત્મવિશ્વાસ. પ્રત્યેક વિઘ્નો સામે સંઘર્ષ કરતાં-કરતાં છેવટે તેઓએ ઉત્તરી ધ્રુવને શોધી જ લીધું.

અસંભવને સંભવ કરી બતાવવાનું તથા પર્વતોને પણ ડગાવી દેવાની તાકાત-શક્તિ દૃઢ આસ્થા અને વિશ્વાસથી જ આવે છે.

ઘણાં બધાં લોકોને પોતાની યોગ્યતા અંગેનું કોઈ જ્ઞાન હોતું જ નથી અને નીચલાં પદો ઉપર કામ કરતાં આખું જીવન વ્યતીત કરી દેતા હોય છે. તેમાંના કેટલાં બધાં પોતાના ઉચ્ચ અધિકારીઓ કરતાં પણ અધિક યોગ્યતા અને કાર્યક્ષમતાના માલિક હોવા છતાં, તેઓને પોતાની શક્તિઓ ઉપર ભરોસો હોતો નથી માટે જ તેઓ આગળ પ્રગતિ સાધી શકતા નથી. આ જ પ્રમાણે મારા એક મિત્ર કાર્યરત હતા. કોઈ કારણવશ તેમના ઉચ્ચ અધિકારીને રજા ઉપર જવું પડ્યું. તેમનું કામ સંભાળી લેવા માલિકે મારા મિત્રને જણાવ્યું. તેમણે એટલી કુશળતાપૂર્વક એ કાર્યભાર સંભાળ્યો અને વહન કર્યો કે ખુશ થઈને માલિકે તેમને જ એ પદભાર સોંપી દીધો.

જીવનને સફળ બનાવવા માટે જરૂરી છે કે, વ્યક્તિ તેને આશાથી નિહાળે તથા પોતાની યોગ્યતા તથા શક્તિઓ ઉપર ભરોસો રાખી ઉન્નતિ તરફ અગ્રેસર રહે. તમારા વિશ્વાસ અનુસાર તમારું જીવન ઘડાશે.

જ્યાં મનમાં ઉન્નતિ કરવા પ્રત્યે સંદેહ ઉત્પન્ન થઈ ગયો, ત્યાં તમારી પ્રગતિનો માર્ગ અવરૂદ્ધ થઈ જશે. સંદેહ અને આશંકાને જો આપણે પોતાના મનમાં સ્થાન ના આપીએ અને- "જો હું નિષ્ફળ થઈ ગયો તો!" આ વિચારને પોતાના મનમાં ઉછરવા નહીં દો, તો તમે ચોક્કસ સફળ થશો જ. આપણી નિષ્ફળતાનું કારણ જ આપણાં મનમાં રહેલી નિરાશા અને સંદેહની ભાવનાનું હોવું છે. દરેક ક્ષેત્રમાં વિજય પ્રાપ્ત કરવા માટે વિશ્વાસની શક્તિને મજબૂત બનાવો.

બેન્જામિન ડિઝરાઈલીને પોતાની યોગ્યતા ઉપર સંપૂર્ણ ભરોસો હતો અને જીવનમાં આગળ વધવા તથા ઊંચાઈઓને આંબવાનો સંપૂર્ણ અને અડગ વિશ્વાસ હતો. પોતાના આ જ આત્મવિશ્વાસના બળે તેઓ ઈંગ્લેન્ડના વડાપ્રધાનના હોદ્દા સુધી પહોંચી શક્યા હતા. તેમનું આ પ્રમાણે કહેવું કેટલું યથાયોગ્ય છે- "મનુષ્ય જીવનનું સૌથી મોટું આશ્ચર્ય

છે- તેની વ્યર્થ ચિંતા કરવી તથા તે ચિંતાને પોતાના જીવનમાં સ્થાન આપવું."

કોઈપણ વ્યક્તિના વિશ્વાસ ઉપર જ તેના જીવનનો પાયો ટકેલો હોય છે. વિશ્વાસ જ ખરા અર્થમાં જીવવાનું શીખવે છે. મનુષ્યનું વાસ્તવિક રૂપ એ છે, જે આશાથી ઉન્નતિ તરફ મીટ માંડે છે. જે નિરાશાના અંધકારથી ઘેરાયેલો રહે છે, તેના માટે વિશ્વાસ જ એવો પ્રવાહ છે જ્યાંથી શક્તિનું દ્વાર ખુલ્લું થાય છે.

સંસારમાં જેટલી આલોચના ખ્રિસ્તી ધર્મની થઈ છે, તેટલી અન્ય કોઈપણ ધર્મની થઈ નથી. એટલે સુધી કે પવિત્ર બાઈબલનો નાશ કરી નાંખવાના પ્રયત્નો સુદ્ધાં કરવામાં આવી રહ્યાં છે. પરંતુ આજે જેટલું વેચાણ પવિત્ર બાઈબલનું છે તેટલું વેચાણ અન્ય કોઈપણ પુસ્તકનું નથી. બાઈબલ જેવું સર્વપ્રિય પુસ્તક બીજું કોઈ જ નથી.

આત્મવિશ્વાસની અસાધારણ સફળતાઓને કોણ ગણાવી શકે છે? આ એ અડગ વિશ્વાસની શક્તિ જ હતી કે, જેના લીધે ખ્રિસ્તી ધર્મને જીવંત રાખવા, સ્થિર થવા તથા વિસ્તારિત થવા દીધો; જેને નષ્ટ કરવા માટે સમસ્ત રોમન રાજ્યની શક્તિ કામે લાગી હતી. ક્યાં મહાન શક્તિશાળી રોમન સામ્રાજ્યની શક્તિઓ અને ક્યાં શસ્ત્રહીન ખ્રિસ્તના અનુયાયીઓ. અગણિત મુશ્કેલીઓ અને પારાવાર કષ્ટ સહન કરતાં ખ્રિસ્તીઓ ધર્માવલમ્બી રોમન સામ્રાજ્ય તરફથી આપવામાં આવતી ક્રૂર યાતનાઓને સહન કરતાં હતા. અડગ રહીને તેઓ પ્રત્યેક યાતનાઓને સહન કરી. કેટલાયને હિંસક વન્ય પ્રાણીઓની સામે ફેંકી દેવામાં આવતા, કેટલાંયને ફાંસી ઉપર લટકાવી દેવામાં આવતા હતા, એટલે સુધી કે ડામરમાં તેમના શરીરોને ડૂબાડીને મહેલોની સામે તેમને મશાલની જેમ સળગાવવામાં આવતા હતા- છતાં પણ તેઓ પોતાના વિશ્વાસમાં અડગ રહ્યાં. તે ક્રૂર રોમન સામ્રાજ્ય તો નેસ્તનાબૂદ થઈ ગયું, પરંતુ ખ્રિસ્તી ધર્મ આજે વિશ્વના ખૂણે-ખૂણે પ્રસરી ગયો છે. આટલી બધી યાતનાઓ, પારાવાર કષ્ટો કયા આધારે સહન કરી શક્યા હતા આ લોકો? તેમનું બળ હતું- તેમનો આત્મવિશ્વાસ, જેને સંસારની કોઈપણ શક્તિ ડગાવી શકતી નથી કે નષ્ટ કરી શકતી નથી.

પોતાની મહત્ત્વાકાંક્ષાઓને પ્રાપ્ત કરવાનો જેટલો દૃઢ નિશ્ચય તમારો હશે તેટલી સફળતા તમને પ્રાપ્ત થશે. સંસારના એ વૈજ્ઞાનિકો તેમના માર્ગમાં અગણિત મુશ્કેલીઓ અને અડચણો અને અવરોધો આવવા છતાં પણ, પોતાના દૃઢ નિશ્ચય તથા વિશ્વાસની તાકાતના બળે જ પોતાના નિશ્ચય ઉપર અડગ અને અટલ રહ્યાં છે. આ જ વિશ્વાસની પ્રબળ શક્તિને કારણ જ આજે માનવ-સભ્યતા આજે બર્બર યુગમાંથી સભ્યયુગ સુધી પહોંચી શકી છે. પ્રત્યેક મનુષ્યના વ્યક્તિત્વમાં કોઈપણ ચોક્કસ આવિષ્કારના બીજ ઉપસ્થિત હોય છે. પ્રત્યેક વ્યક્તિ સંસારની ઉન્નતિમાં પોતાનું યોગદાન આપી શકે છે -

જો તેનામાં કંઈક કરવાની તમન્ના અને આત્મવિશ્વાસની શક્તિ હોય. વિશ્વાસના બળને આધારે જ એક સાધારણ માનવી મહાન અને અસાધારણ કાર્યો કરી શકે છે.

"ઘણી વાર મેં તમને કહ્યું છે કે, જે મારા ઉપર વિશ્વાસ રાખે છે, તે ફક્ત મારાં જેવા જ કામો નહીં, પરંતુ તેનાથી પણ વધારે કામો કરી શકશે, કારણ કે હું મારા પરમપિતા ઉપર અતૂટ વિશ્વાસ રાખું છું." પ્રભુ ઈસુ ખ્રિસ્ત આ ઉપદેશ આપતા હતા. પ્રભુ ઈસુ ખ્રિસ્તે કેટલીયવાર જણાવ્યું છે- "પોતાના વિશ્વાસ અનુસાર જ તમે બની શકશો." પ્રભુ ઈસુ ખ્રિસ્ત લોકોને સમજાવતા હતા કે, એક જ શરત ઉપર તમે સફળ બની શકો છો અને તે છે -વિશ્વાસ. શ્રદ્ધા અને વિશ્વાસ આ બે શબ્દોને મહાન ગણાવવામાં આવ્યા છે. આ બે જ શબ્દોના જાદૂથી મનુષ્યની શક્તિઓ જાગૃત થઈને વિકસિત બને છે.

મનુષ્યના જીવનમાં વિશ્વાસ જે એવી જ્યોતિ છે, જે પોતાના ઈશ્વરના અંશ હોવાને પ્રમાણિત કરે છે.

સમગ્ર બાઈબલમાં વિશ્વાસની મહત્તા ઉપર ભાર મૂકવામાં આવ્યો છે. વિશ્વાસને કારણે જ 'મોસિન' લોકોને ઇઝરાયલની વિરાનીઓથી ઈશ્વરની તરફ અગ્રેસર કરી શક્યો. વિશ્વાસના બળના આધારે જ અબ્રાહમ લિંકન અમેરિકાના રાષ્ટ્રપતિ બની શક્યા હતા. કેટલાં બધાં લોકો પોતાના દૃઢ વિશ્વાસના કારણે જ જીવનમાં સફળતાના ઉચ્ચ શિખરોનો સ્પર્શ કરી શક્યા છે.

આત્મવિશ્વાસની ઉણપ સંદેહ તથા નિરાશાઓને જન્મ આપે છે; પરંતુ એ યાદ રાખો, એવા વિશ્વાસનો પણ કોઈ લાભ થતો નથી જે ડામાડોળ હોય. આજે તમને તમારી કોઈ સફળતાને કારણે પ્રસન્નતા થાય છે, પરંતુ બીજા જ દિવસે તમે તમારી કોઈ નિષ્ફળતાને કારણે નિરાશ થઈ જાઓ છો. આ પ્રકારનો ડગુમગુ કે ડામાડોળ થતો વિશ્વાસ તમને સંપૂર્ણ સફળતા નહીં અપાવી શકે. ક્ષણિક નિષ્ફળતાથી ક્યારેય નિરાશ થવું જોઈએ નહીં. જ્યાં સુધી સંપૂર્ણ સફળતા પ્રાપ્ત ના થઈ જાય, તમારા મનમાં દૃઢ વિશ્વાસને પકડી રાખો. ડર કે સંદેહના વિચારો તમારા જીવનમાં ઝેરનું કામ કરે છે. એ કારણે હંમેશાં સફળતાના વિચારોને મનમાં રાખો.

વિશ્વાસ જ આપણો સંબંધ ઈશ્વરીય શક્તિ સાથે જોડે છે. હંમેશાં પોતાના મનમાં વિચારતા રહો - "તમે ઈશ્વરના સંતાન છો; તમે ક્યારેય નિષ્ફળ થઈ શકતા નથી, કારણ કે નિષ્ફળતા સાથે ઈશ્વરને કોઈ જ સંબંધ નથી. તમે જે પણ જીવનમાં કરવાની ઇચ્છા રાખો છો, તે તો ઈશ્વરે નિશ્ચિત કરી જ દીધું છે. એ પરમપિતા પરમાત્મા તમારા હૃદયમાં હંમેશાં વિદ્યમાન છે. તમારા માટે નિરાશાનો કોઈ જ અર્થ નથી."

સંસારમાં સૌથી અઘરું કાર્ય મનુષ્યમાં આત્મવિશ્વાસના ભાવોને જાગૃત કરવાનું છે. મનુષ્યમાં એ ભાવોને ભરવા કે, તમે આ સંસારમાં કોઈ મહાન કાર્ય કરવા માટે જ આવ્યા છો- સફળતાઓ તમારી પ્રતીક્ષા કરી રહી છે, ખરેખર અત્યંત મુશ્કેલ કાર્ય છે. જે મનુષ્યોમાં સફળતા પ્રાપ્ત કરવા માટેનો આત્મવિશ્વાસ જાગૃત થઈ ગયો છે, તેઓએ માનવતાના કલ્યાણ માટે પોતાનું મહત્ત્વપૂર્ણ યોગદાન આપ્યું છે. સંપૂર્ણ બાઈબલમાં વિશ્વાસની મહત્તા ઉપર અધિકાધિક ભાર મૂકવામાં આવ્યો છે.

વિશ્વાસ ના તો વિચાર કરે છે કે, ના તો અનુમાન લગાવે છે - વિશ્વાસ તો માત્ર જાણે છે. આ જ એક પથપ્રદર્શક છે જેના પ્રકાશમાં આપણે વિજય-પથ ઉપર આગળને આગળ વધતાં રહીએ છીએ, અને ક્યારેય ભટકતાં નથી.

એક ડૉક્ટર જ્યારે કોઈ દર્દીની ચિકિત્સા કરે છે, ત્યારે તેનું ધ્યાન માત્ર દર્દીના શરીર અને માત્ર તેના રોગ ઉપર જ નથી હોતું, પરંતુ એ વાત ઉપર પણ હોય છે કે તે દર્દીના મનમાં પૂર્ણ સ્વાસ્થ્યનો વિશ્વાસ ઉત્પન્ન કરે. દર્દીના મનમાં જેટલો વધારે પોતાના રોગમુક્ત બનવાનો વિશ્વાસ હશે, તેટલો તે વધારે ઝડપથી સ્વસ્થ થઈ જશે.

આપણા મનના વિચારોનો પ્રભાવ પણ આપણા શરીર ઉપર પડતો હોય છે. જો આપણે આપણાં મનમાં વાંરવાર અસ્વસ્થ હોવાના વિચારોને લાવીશું તો હકીકતમાં આપણે બીમાર પડી જઈએ છીએ. આખરે શરીર તો મનનું જ બાહ્ય સ્વરૂપ છે, એટલે તો મનના વિચારોનો પ્રભાવ શરીર ઉપર પડશે જ. સ્વાસ્થ્ય તો સ્વાસ્થય અંગે વિચારવાથી જ આવે છે. જે પ્રમાણે બીમારી અંગે વિચારવાથી બીમારી આવે છે. સારું સ્વાસ્થ્ય પ્રાપ્ત કરવા માટે હંમેશાં સારાં સ્વાસ્થ્યની આશા રાખવી, સ્વસ્થ વિચારોને મનમાં સ્થિર રાખવા અત્યંત જરૂરી છે. મનમાં જ્યાં સુધી સ્વાસ્થ્ય અંગે આશંકાઓ અને બીમારીની સંભાવનાઓ રહેશે, ત્યાં સુધી તમે ક્યારેય પણ પૂર્ણ રૂપથી સ્વસ્થ બની શકતા નથી.

અનેકવાર ઊંટવૈદ્યો આવા રોગીઓની બીમારીને ઠીક કરવામાં સફળ બની જતા હોય છે, જેને સારાં ડૉક્ટરો પણ ઠીક કરી શકતા નથી. ઊંટવૈદ્યોની સફળતાની પાછળ રોગીના વિશ્વાસનું રહસ્ય છુપાયેલું હોય છે, જેને ડૉક્ટરો અપાવી શકવામાં નિષ્ફળ બને છે. ભલે કોઈપણ સારાં ડૉક્ટર હોય કે ઊંટવૈદ્ય હોય, દર્દીનો જેની દવા ઉપર ભરોસો હશે, તેની દવા લેવાથી તે સ્વસ્થ બની જશે. દર્દીના સ્વસ્થ થવામાં જેટલું દવાનું મહત્ત્વ નથી હોતું, તેટલું તેમના મનના વિશ્વાસનું હોય છે.

શરીરના રોગોનું હકીકતમાં કોઈ અસ્તિત્વ નથી. સ્વાસ્થ્ય મનુષ્યની સ્વાભાવિક અવસ્થા છે. શરીરના રોગ કે કષ્ટ ક્ષણિક હોય છે, સ્વાભાવિક નહીં.

મને એક સુપ્રસિદ્ધ સર્જને પોતાનો અનુભવ વર્ણવતા જણાવ્યું હતું કે- ઘણીવાર

ઘણાં દર્દીઓ કોઈ વિશેષ રોગના ભયથી પીડિત હતા, તે દર્દીઓ ઉપર નકલી ઑપરેશનનો સફળ પ્રયોગ તેઓએ કર્યો હતો. આ પ્રકારના ઑપરેશનમાં એ સર્જને ઑપરેશનનું પૂરેપૂરું નાટક કર્યું હતું. દર્દીને ઑપરેશન ટેબલ ઉપર સુવડાવી બેભાન થવાની દવા આપીને તેમના શરીર ઉપર થોડી ઈજા કે ઘસરકાંઓ કરી પાટો બાંધી દેતા હતા. જાણે ખેરખર ઑપરેશન કર્યું હોય. નિશ્ચિત સમયે દવાની અસર દૂર થતાં જ જ્યારે દર્દી ભાનમાં આવે ત્યારે તે ખરેખર સાજો થઈ જતો હતો. આવા દરેક દર્દીઓને પોતાની બીમારી અંગે પૂરી ખાતરી થઈ ગઈ હોય છે, અને આવા ઑપરેશન પછી તેઓ સ્વસ્થ થઈ જતાં હોય છે.

હકીકતમાં આવા દર્દીઓને વિશ્વાસ થઈ જતો હોય છે કે, તેમનું દર્દ તેમની બીમારી માત્ર ઑપરેશનથી જ દૂર થઈ શકે તેમ છે, બીજી દવાઓથી નહીં. તેઓને પોતે બીમાર હોવાનો પૂર્ણ વિશ્વાસ થઈ જતો હોય છે, જ્યારે હકીકતમાં તેમના શરીરમાં એવી કોઈ જ પ્રકારની બીમારી હોતી નથી. તે સર્જને પણ પોતાના આવા નકલી ઑપરેશનો અંગે કોઈનેય જણાવ્યું ન હતું. ડૉક્ટરનું માનવું હતું કે કોઈપણ પ્રકારના દર્દીને વિશ્વાસમાં લઈને અને સ્વસ્થ કરી શકાય છે.

એક બીજા સર્જને મને જણાવ્યું કે, તેમણે નકલી ઑપરેશન કરીને એક એવી મહિલા દર્દીઓને સ્વસ્થ કરી હતી, જેઓ એમ સમજતી હતી કે તેઓને હિસ્ટીરિયાના હુમલાઓ આવે છે. આવી મહિલાઓના મનમાં એવો વિશ્વાસ બેસી ગયો હોય છે, કે રોગે તેમને સંપૂર્ણપણે ઘેરી લીધાં છે. જો કે, આ તો તેઓના મનનો વ્યર્થ વહેમ હતો. તેઓ એ રોગથી માનસિકરૂપે પીડિત હતી. તેમના વિશ્વાસ અનુસાર તે સર્જને તેમના ઉપર નકલી ઑપરેશન કરીને તેમના કાલ્પનિક રોગમાંથી તેઓને મુક્ત કર્યા હતા. નકલી ઑપરેશન દ્વારા આવી અનેક સ્ત્રીઓને તેમણે સ્વસ્થ કરી હતી.

એક સ્ત્રીના વહેમ અંગે જણાવતા ડૉક્ટરે જણાવ્યું કે, તે મહિલાના મનમાં પાકો વહેમ બેસી ગયો હતો કે તેના શરીરમાં એક ગાંઠ થઈ છે. એ પહેલાં તેના ઉપર ચાર વખત ઑપરેશન કરીને તે ગાંઠને કાઢવામાં આવી હતી. અચાનક વિજળીનો ઝાટકો લાગવાથી તેને એમ લાગવા લાગ્યું કે, તેના શરીરમાં ફરીથી તે ગાંઠ ઉત્પન્ન થઈ ગઈ હતી. જ્યારે કોઈપણ રીતે તેનો વહેમ દૂર ના થયો, ત્યારે સર્જને તેનું નકલી ઑપરેશન કરવું પડ્યું. તેનો વિશ્વાસ હતો કે માત્ર ઑપરેશનથી જ તેની ગાંઠ દૂર થઈ શકે છે અને તે સારી થઈ શકે છે. નકલી ઑપરેશન કરવા માટે ડૉક્ટરે તેને ઑપરેશન ટેબલ ઉપર સુવાડીને તેને બેભાન થવાની દવા એટલી જ સુંઘાડી કે તે અર્ધમૂર્ચ્છિત અવસ્થામાં રહે. તે માત્ર સાંભળી શકતી હતી, અનુભવ કરી શકતી હતી, પણ જોઈ શકતી ન હતી.

ઑપરેશન રૂમમાં નર્સો અને ડૉક્ટરો આવન-જાવન કરતાં હતા, જાણે ખેરખર ઑપરેશન ચાલી રહ્યું હોય. ડૉક્ટરો કર્મચારીઓને ઝડપથી આદેશો આપી રહ્યાં હતા. તે સ્ત્રીના ઑપરેશનવાળા અંગ ઉપર બરફનું ઠંડું પાણી રેડી દેવામાં આવ્યું કે, જેથી તે અનુભવી શકે કે તેને પાટો બાંધવામાં આવી રહ્યો છે. થોડો સમય ત્યાં રાખી મૂક્યા પછી ઍમ્બ્યૂલન્સમાં તેને તેના ઘેર પહોંચાડી દેવામાં આવી. તેની સાથે તેની સારસંભાળ માટે બે નર્સને પણ મોકલવામાં આવી. તે ભાનમાં આવી ત્યારે નર્સોએ તેને થોડી ચ્હા પીવા માટે કહ્યું, ત્યારે તેણે અત્યંત ક્ષીણ સ્વરે કહ્યું તે હજુ ચ્હા પી શકતી નથી, તેને નબળાઈ લાગી રહી હતી. આગ્રહ પૂર્વક તેને ચ્હા પીવા માટે વિવશ કરવામાં આવી. ૧૦ દિવસ સુધી બિછાનામાં રહ્યાં પછી તે તદ્દન સ્વસ્થ બની ગઈ. તેને વિશ્વાસ થઈ ગયો કે તેનું ઑપરેશન સફળ થયું છે અને તેની ગાંઠને કાઢી લેવામાં આવી છે.

કોઈ-કોઈ દર્દીઓના મનમાં કોઈક વિશેષ ડૉક્ટરની દવા પર દૃઢ ભરોસો બેસી જતો હોય છે. જો કોઈ બીજા ડૉક્ટર તે દર્દીનો ઇલાજ કરે તો તે સારો થઈ શકતો નથી. એ વિશ્વાસ જ તેને સ્વસ્થ બનવામાં મહત્ત્વપૂર્ણ ભૂમિકા અદા કરે છે, કોઈ ચોક્કસ દવા નહીં. મને એક એવા દર્દી વિશે માહિતી છે, જે વર્ષોથી કોઈ ભયાનક બીમારીથી પીડિત હતો. કોઈપણ ડૉક્ટર કે સર્જનની દવાથી તેને લાભ થયો ન હતો. તે વ્યક્તિએ એક દિવસ સમાચારપત્રમાં એક વિદેશી ડૉક્ટરની ચમત્કારિક સારવાર વિશે વાંચ્યું અને તેને વિશ્વાસ બેસી ગયો કે, આ જ ડૉક્ટર તેને સારો કરી શકે તેમ છે. તેને તો પોતાના સ્વસ્થ થવાની કોઈ જ સંભાવના દેખાઈ રહી ન હતી. અચાનક તેણે એક દિવસ પેપરમાં વાંચ્યું કે, તે ડૉક્ટર તેના જ શહેરમાં આવી રહ્યાં છે. તેને વિશ્વાસ બેસી ગયો કે હવે તે ચોક્કસ પણ સારો થઈ જશે. તેને પોતાના સ્વસ્થ થવા માટે એટલો બધો પ્રબળ આત્મવિશ્વાસ બેસી ગયો હતો કે, તે વિદેશી ડૉક્ટર પાસે સારવાર કરાવવા માટે પોતાનું ઘર વેચીને ધન એકત્રિત કરી લીધું. તેને વિશ્વાસ હતો કે સ્વસ્થ થઈ ગયા પછી તે ફરીથી ધન કમાઈ લેશે અને પુનઃ પોતાનું ઘર પાછું બનાવી શકશે.

ડૉક્ટરને મળવા માટે તેણે થોડા સમય સુધી લાઇનમાં બેસવું પડ્યું. બહાર બેઠાં-બેઠાં જ તે પોતાના સ્વસ્થ થવાની કલ્પનાઓ કરતો હતો. તેને તે ડૉક્ટર ઉપર એટલો બધો પ્રબળ વિશ્વાસ બેસી ગયો હતો કે, ત્યાં બેઠાં-બેઠાં જ તેની અડધી બીમારી દૂર થઈ ગઈ. તે આરામ અનુભવવા લાગ્યો. પોતાનો વારો આવ્યો ત્યારે તે ડૉક્ટર પાસે ગયો અને ડૉક્ટરે તેને તપાસીને જણાવ્યું કે તે બહુ ઝડપથી સારો થઈ જશે, ત્યારે તેને તો એમ જ લાગ્યું કે તે હવે તદ્દન સાજો થઈ ગયો છે. દવાનું સેવન કર્યા અગાઉ જ તે સંપૂર્ણપણે સ્વસ્થ થઈ ગયો હતો.

આ રોગીની સ્વસ્થ હોવાની માનસિકતાની પૃષ્ઠભૂમિને જુઓ. એ દર્દીને અમુક વિદેશી ડૉક્ટરની સારવારમાં શત-પ્રતિશત ભરોસો હતો. તેના મનના આ વિશ્વાસને કારણે જ તેની બીમારી દૂર થઈ ગઈ હતી.

ઔષધાલયોમાં રાખવામાં આવેલી શક્તિવર્ધક દવાઓ તેવી વ્યક્તિ માટે વ્યર્થ છે, જે આશા અને વિશ્વાસના રૂપમાં તેની અંદર ઉપસ્થિત હોય છે. વિશ્વાસની શક્તિથી મનુષ્ય પોતાના શક્તિ-સ્રોત સાથે જોડાઈ જાય છે, જેને કારણે તે રોગ આપમેળે દૂર થઈ જાય છે. હકીકતમાં સફળતા દવાની નથી, સફળતા તો એ વ્યક્તિના શક્તિશાળી વિશ્વાસની છે, જે તેના મનની અંદર હોય છે. દવા ઉપરથી દર્દીનો વિશ્વાસ હટાવી દેવાથી તેની અસર પણ તત્કાળ સમાપ્ત થઈ જશે.

"હું ચોક્કસ સારો થઈ જઈશ." આવો વિશ્વાસ જ અચૂક દવા છે.

સેંકડો વર્ષો પહેલાં જે ઔષધિઓને અચૂક સમજવામાં આવતી હતી, આજે તેને વ્યર્થ ગણવામાં આવે છે. એ સમયે તે ઔષધિઓ ઉપર લોકોનો અડગ વિશ્વાસ રહેતો હતો આથી તેમાં જીવન-શક્તિ હતી, પરંતુ આજે તો તેના ઉપર લોકોનો વિશ્વાસ રહ્યો નથી. આથી, તેની ઉપયોગિતા પણ નષ્ટ થઈ ગઈ છે. આજે એ પ્રાચીન ઔષધિઓને જૂનવાણી કહીને તેને બિન-ઉપયોગી કહેવામાં આવે છે. પહેલાં અનેક વર્ષો પહેલાં 'વા'ના રોગના નિદાન માટે લોકો ઘોડાઓની ચેસ્ટનટને પોતાના ખિસ્સામાં રાખતા હતા કે લોઢાની વીંટી પહેરતાં હતા અને તેનાથી તેઓને લાભ થતો હતો. વખતો-વખત આ બીમારીની અમુક પ્રકારની દવાઓ ચાલી, ખૂબ પ્રસિદ્ધ પણ થઈ અને લોકોને તેનાથી ઘણો લાભ પણ થયો. થોડા સમય પછી બીજી દવાઓ આવી જવાથી પેલી દવાઓ નકામી બની ગઈ, કારણ કે લોકોને હવે દવાઓ ઉપર ભરોસો રહ્યો નથી. જ્યાં સુધી એક દવા ઉપર લોકોનો ભરોસો ચાલુ રહે છે, ત્યાં સુધી તે દવા અસરકારક રહે છે. જ્યારે તેના ઉપરથી વિશ્વાસ ખસી જાય છે ત્યારે તે દવા પણ વ્યર્થ અને નકામી બની જાય છે. આ બધી વાતોથી એક જ નિષ્કર્ષ નીકળે છે કે, દવા કરતાં વિશ્વાસમાં વધારે શક્તિ છે.

અનેક રોગીઓ તો માત્ર કોઈક ચોક્કસ તીર્થ સ્થળ કે કોઈ પવિત્ર નદીના જળમાં સ્નાન કરવાથી ઠીક થઈ ગયા હોવાના દાખલાઓ છે, જેઓને ઔષધિના સવનથી કોઈ લાભ નથી થયો.

મારો એક મિત્ર ભ્રમણ કરતો-કરતો ભારતના ઉત્તર પ્રદેશના હરિદ્વારમાં પહોંચ્યો. તેણે જોયું કે અગણિત લોકો એક-બીજા સાથે જોડાઈને ગંગા નદીમાં સ્નાન કરી રહ્યાં હતા. તે બધાં લોકો અનેક પ્રકારની વિવિધ બીમારીઓથી પીડાતા હતા. તેઓની પાસેથી મૃતદેહો

પણ પાણીમાં વહી રહ્યાં હતા અને તેઓ એ જ નદીમાં સ્નાન કરી રહ્યાં હતા. તેઓના ન્હાવાથી અને મૃતદેહોના વહેવાથી ત્યાંનું પાણી તદ્દન અશુદ્ધ બની ગયું હતું, અનેક રોગોના કિટાણુઓ તેમાં ભળી ગયા હતા. છતાં પણ આશ્ચર્યની વાત તો એ હતી કે, એ જ પાણીને તેઓ અત્યંત શ્રદ્ધાપૂર્વક પી રહ્યાં હતા. દૂર-દૂરથી આવેલા એ શ્રદ્ધાળુઓના મનમાં એ વાતનો પાકો ભરોસો હતો કે ગંગાજળ અચૂક ઔષધિ છે, જ્યારે શ્રદ્ધાહીન લોકો માટે એ જ પાણી ઘાતક સિદ્ધ થઈ શકે છે. આપણાં તીર્થો અને નદીઓની સફળતાનું રહસ્ય આ જ છે કે લોકોનો તેના ઉપરનો અડગ વિશ્વાસ અને શ્રદ્ધા.

ન્યૂયૉર્કમાં એક દેવળમાં, સેંકડો લોકો 'સેન્ટ એની'ની જયંતિ ઉજવવા માટે એકઠાં થયા હતા. મેં ત્યાં વિશ્વાસનો એક અનોખો ચમત્કાર જોયો. ઉપસ્થિત લોકોમાંથી અનેક લોકો સેન્ટ એનીના ચમત્કારિક કાંડાથી સ્વાસ્થ્ય પ્રાપ્ત કરવા માટે આવેલા હતા. રોગમુક્ત થઈ જવા માટે દરેક લોકો આંગણાંમાં ઘૂંટણો ટેકવીને બેસી ગયા હતા. ત્યાં જ પાદરીએ એ ચમત્કારિક હાડકાંથી પ્રત્યેક રોગીને સ્પર્શ કર્યો- બસ માત્ર એક જ સ્પર્શ દર્દીના વિશ્વાસની શક્તિથી તેઓને સ્વાસ્થ્ય પ્રાપ્ત કરાવવામાં સફળ બની ગયો.

ઘણાં લોકો કોઈપણ કારણ વગર પોતાની પાસે અનેક પ્રકારની દવાઓ રાખતા હોય છે, જેની ના તો તેમને જરૂરિયાત હોય છે કે ના તો તેનું કોઈ મહત્ત્વ હોય છે, છતાં પણ આપણે તેને રાખવી હાનિપ્રદ કહી શકીએ નહીં, કારણ એ જ છે કે, જ્યાં સુધી એ લોકોને તે દવાઓ ઉપર ભરોસો છે, તેઓને તે દવાઓથી લાભ થવાનો છે. સ્પષ્ટ છે કે ઇલાજ વિશ્વાસથી થાય છે, દવાઓથી નહીં.

કોઈપણ ડૉક્ટર કે વૈદ્યની પ્રસિદ્ધિનું કારણ એ જ હોય છે. લોકો બહુધા કોઈ સર્વમાન્ય અને પ્રસિદ્ધ ડૉક્ટર પાસે પોતાના રોગની ચિકિત્સા અને ઇલાજ કરાવવા ઇચ્છતા હોય છે. તેઓને એવો વિશ્વાસ થઈ જતો હોય છે કે, અમુક ડૉક્ટરો પાસે જવા માત્રથી તેઓ તદ્દન સારાં થઈ જશે અને આશ્ચર્યની વાત તો એ છે કે, તે ડૉક્ટર પાસે જવાથી અડધા ઉપરાંતનો રોગ તો સારો જ થઈ જાય છે. હકીકત તો એ છે કે ડૉક્ટરોની સફળતાનો શ્રેય તેમની દવાઓ કરતાં વધારે તેમના ઉપર રહેલાં લોકોના વિશ્વાસમાં હોય છે.

ઉપરોક્ત ઉદાહરણોથી એ બાબત સ્પષ્ટ થઈ જાય છે કે, અચૂક અને અદ્ભૂત ઇલાજ કરનાર ના તો અંધવિશ્વાસ છે, ના તો કોઈ દવા અથવા તો ચિકિત્સક, પરંતુ વિશ્વાસ જ પ્રબળ શક્તિ છે, જે પ્રત્યેક ચમત્કારો કરી બતાવે છે. પ્રભુ ઈસુ ખ્રિસ્તે પણ આ જ વાસ્તવિકતાને પ્રગટ કરી છે. પ્રભુ ઈસુ ખ્રિસ્તે કહ્યું- "મારો વિશ્વાસ નહીં પરંતુ તમારો પોતાનો વિશ્વાસ જ આ બધું બનાવી શક્યો છે." હકીકતમાં રોગ કે સ્વાસ્થ્ય કશું પણ નથી, આ તો માત્ર મનનો વિશ્વાસ જ છે. એક જ વસ્તુ જે કોઈને અમૂલ્ય

સ્વાસ્થ્ય લાભ કરાવી શકે છે, જ્યારે એ જ વસ્તુ અન્યને હાનિ પણ પહોંચાડી શકે છે. મહત્ત્વની વસ્તુ નહીં, ભાવના છે. હકીકતમાં તો આપણું સ્વાસ્થ્ય આપણાં વિશ્વાસથી જ આગળ વધે છે. જો સંદેહ વિશ્વાસમાં પરિણમે તો તે મૃત્યુનું કારણ બની શકે છે.

આ અંગે એક મનોરંજક પ્રસંગ આ પ્રમાણે છે. એક વાર એક યુવક ક્યાંક જઈ રહ્યો હતો. માર્ગમાં તેને તરસ લાગી, તે જતો હતો ત્યાં નજીક જ તેની દાદીનું ગામ હતું. પાણી પીવા માટે તે યુવક પોતાની દાદીના ઘેર આવ્યો. ગામના રિવાજ પ્રમાણે દાદીએ તેને પીવા માટે છાશ આપી, જેને તેમણે થોડાં સમય પહેલાં જ વલોવી હતી. યુવક તો છાશ પીને પોતાની તૃષા સંતોષી આગળ ચાલ્યો ગયો. તેના ગયા પછી વૃદ્ધાએ છાશના વાસણને જોયું તો તેમનું હૃદય એક ધબકાર ચુકી ગયું. દહીં સાથે એક નાનકડો સાપ પણ તે વાસણમાં વલોવાઈ ગયો હતો. તે વૃદ્ધાનું મન તો પોતાના દોહિત્રના અનિષ્ટની આશંકાથી ધ્રૂજવા લાગ્યું. તેણી વિચારવા લાગી, ભલું, સાપના ઝેરવાળી છાશ પીને કોઈ માણસ કેવી રીતે જીવિત રહી શકે છે?

થોડા દિવસો પછી તે યુવક પાછો પોતાની દાદીને ઘેર આવ્યો. તેને ક્ષેમકુશળ જોઈને દાદી તો આશ્ચર્યચકિત રહી ગયા. તે યુવકે દાદીને તેમના આશ્ચર્યનું કારણ પૂછ્યું. ત્યાં સુધી તો તે યુવકને તે ઘટના અંગે કોઈ માહિતી ન હતી. જ્યારે દાદીએ તે યુવકને સાપવાળી છાશની સંપૂર્ણ વાત જણાવી, ત્યારે દાદીની વાત સાંભળીને તે યુવક પણ સુન્ન બની ગયો. તેને એમ લાગવા લાગ્યું કે તે સાપનું ઝેર તેના શરીરમાં પ્રસરી રહ્યું છે. જ્યાં સુધી એને ખબર ન હતી કે, તેણે પોતે જે છાશ પીધી હતી, તેમાં સાપનું ઝેર ભળેલું હતું, તે સ્વસ્થ હતો. હવે આટલા બધાં દિવસો પછી તેને તે વાતની ખબર પડી ત્યારે તેની તબિયત બગડવા લાગી. તે તત્કાળ પોતાના ગામ પાછો ફર્યો. એટલું જ નહીં થોડા દિવસો પછી તે યુવકનું મૃત્યુ પણ થઈ ગયું.

આ ઘટનાથી એક વાત સ્પષ્ટ બની જાય છે કે, સ્વાસ્થ્ય અને બીમારી મહદ્અંશે પોતાના વિશ્વાસ ઉપર આધારિત હોય છે. સ્વાસ્થ્યનો વિચાર અને વિશ્વાસ જ્યાં સ્વાસ્થ્ય પ્રદાન કરે છે, ત્યાં બીમારી તથા અસ્વસ્થતાના વિચાર બીમારી ઉત્પન્ન કરે છે.

પ્રભુ ઈસુ ખ્રિસ્ત પાસે જે લોકો આવતા હતા તેઓને તેઓ એમ જ કહેતા- "વિશ્વાસ કરો કે હું તમારા માટે કંઈક કરી શકું છું." જ્યારે લોકો સારા થઈ જતાં ત્યારે તેમના સારાં થવા માટે સ્વયંને નહીં અપિતુ તેમના વિશ્વાસને જ કારણભૂત ગણાવતા હતા. તેઓ કહેતા કે "તમારા વિશ્વાસે તમને બચાવ્યા છે." પ્રભુ ઈસુ ખ્રિસ્તે હંમેશાં ખુદ પર વિશ્વાસ કરવા માટે લોકોને પ્રોત્સાહિત કર્યા હતા. તેઓ સ્વયં કહે છે- " આત્મવિશ્વાસ વગર તમે મારી પાસેથી કોઈ લાભ પામી શકતા નથી." લોકો પ્રભુ

ઈસુ ખ્રિસ્ત ઉપર અતૂટ વિશ્વાસ ધરાવતા હતા. તેમનું માનવું હતું કે, પ્રભુ ઈસુ ખ્રિસ્ત ઈશ્વરના અવતાર છે, જે આંધળાઓને દૃષ્ટિ આપે છે, બહેરાઓને કાન આપે છે, મૂંગા લોકોને વાણી આપે છે અને લંગડાઓને ચાલવાની શક્તિ આપે છે . લોકોનો વિશ્વાસ હતો કે, તેઓ મૃતકોમાં પણ પ્રાણ પૂરી શકે છે. વિચારો, લોકોને તેમનામાં કેટલો બધો વિશ્વાસ હતો કે તેઓ પ્રભુ ઈસુ ખ્રિસ્તના પગ પાસે લાવવા માટે રોગીઓને છાપરાં પરથી પણ ઉતારતા હતા. એમાં કોઈ સંદેહ નથી કે, પ્રભુ ઈસુ ખ્રિસ્તના સ્પર્શ માત્રથી તેમની બીમારી ચાલી જતી હતી. વિશ્વાસ જ મનુષ્ય માટે સંજીવની ઔષધિ રહ્યો છે. વિશ્વાસ જ જીવનનો નિર્માતા, સૃષ્ટિકર્તા અને સંરક્ષક છે. વિશ્વાસ વગર મનુષ્ય જીવવાની આશા રાખી શકતો નથી.

વિશ્વાસને કારણે ગામનો એક સાધારણ, અભણ અને નિરક્ષર હકીમ પોતાની બનાવેલી દવાથી રોગીઓને સ્વસ્થ કરી શકે છે, અથવા તો તૂટ્યાં-ફૂટ્યાં મંત્રો ભણીને તેમને સ્વસ્થ કરી શકે છે. એક સુશિક્ષિત ડૉક્ટર જે કરી શકતો નથી તે રોગને અશુદ્ધ મંત્રોના ઉચ્ચારણથી એક ગામડાંનો ભૂવો સારા કરી શકે છે. જો આ હકીકત છે તો ડૉક્ટરની દવાઓની અસર આપણા વિશ્વાસને કારણે જ સંભવ બને છે, આથી આપણે આપણા વિશ્વાસ ઉપર જ ભરોસો રાખીએ અને દવાઓનો ત્યાગ કરી દઈએ.

હાવર્ડ મેડિકલ સ્કૂલના પ્રસિદ્ધ ડૉક્ટર રિચર્ડ સી. કેવટનું કહેવું છે કે, રોગીઓ માટે દવાખાનાનું વાતાવરણ જ સૌથી વધારે હાનિકારક હોય છે. દવાખાનામાં રોગીઓને દરેક ક્ષણે બીમારીનીજ વાતો સાંભળવા મળતી હોય છે, બીમારીના વિચારોમાંથી તેમને ક્ષણભર ફૂરસદ મળતી નથી. તેમના મસ્તિષ્કમાં સ્વાસ્થ્યના બદલે બીમારીના જ વિચારો જ પ્રવેશ કરે છે અને ત્યાં ઘુમરાયા કરે છે. દર્દીને એવી જગ્યાએ રાખવો જોઈએ, જ્યાંની પ્રત્યેક વસ્તુમાંથી તેને સ્વસ્થતાનો સંદેશ મળ્યાં કરે.

એક મનોવૈજ્ઞાનિક ડૉક્ટરની પાસે એક સ્ત્રી આવી, જે પોતાના રોગગ્રસ્ત જીવનથી અત્યંત દુઃખી હતી. અનેક બીમારીઓમાંથી એક બીમારી તેના ગળા પાસે થયેલી ગાંઠ પણ હતી. તેમને વિશ્વાસ હતો કે, આ બીમારી અંગે ડૉક્ટરને ચોક્કસ જણાવવું જોઈએ, નહીંતર તેને ક્યારેય આરામ થશે નહીં. રાત-દિવસ તેને પોતાની બીમારીની ચિંતા સતાવ્યા કરતી હતી.

જ્યારે તે પ્રથમ દિવસે ડૉક્ટર પાસે ઈલાજ કરાવવા માટે આવી, ત્યારે ડૉક્ટરે એક સુંદર ગુલાબનું પુષ્પગુચ્છ જેનો રંગ તેના શરીરના રંગ જેવો જ ગુલાબી હતો, મૂકી દીધું. ડૉક્ટરે તે સ્ત્રીને ત્યાં બેસીને તે સુંદર પુષ્પગુચ્છની સુંદરતા જોતાં રહેવા માટે કહ્યું. તેના મનમાં ઉલ્લાસ ભરવા માટે તે મનોવૈજ્ઞાનિકે તે સ્ત્રીને અડધો કલાક સુધી ફૂલોના

સૌંદર્યમાં મુગ્ધ રાખી. ત્યારપછી તે મહિલાને જણાવ્યું કે, તેઓ તેની બીમારી અંગે કોઈ જ વાત સાંભળવા માંગતા નથી. કારણ કે એક ડૉક્ટરે હરહંમેશ ઈશ્વર પ્રદત્ત સ્વાસ્થ્ય અંગે જ વિચાર કરવો અને તે અંગે જ વાત કરવી જોઈએ. તે સ્ત્રીને પણ ડૉક્ટરે એ જ પ્રમાણે સ્વસ્થ વિચાર હંમેશાં પોતાના મનમાં લાવવા માટે સૂચન કર્યું.

તે સ્ત્રીએ ડૉક્ટરની સલાહનું પાલન કર્યું. થોડાં જ દિવસોમાં તેના સ્વાસ્થ્યથી ઓતપ્રોત વિચારોનો પ્રભાવ તેના શરીર ઉપર થવા લાગ્યો અને તે સંપૂર્ણપણે સ્વસ્થ બની ગઈ. જ્યારે તેના મનમાં સંપૂર્ણપણે સ્વાસ્થ્યવર્ધક વિચારોનું શાસન હંમેશાં થઈ ગયું, ત્યારે તેનું શરીર પણ આપોઆપ રોગમુક્ત બની ગયું.

મનમાં જે પ્રકારના વિચારો હોય છે, શરીર ઉપર તે પ્રમાણેનો પ્રભાવ પડતો હોય છે. રોગ નિદાન માટે ભલેને ગમે તે પદ્ધત્તિ અપનાવવામાં આવી હોય, મનોવૈજ્ઞાનિક રીતે, એલોપેથ અથવા આયુર્વેદ કે હોમ્યોપેથ કે કોઈ મંત્ર-તંત્ર. આ તમામ પદ્ધત્તિઓ સિવાય રોગીનો પોતાનો વિશ્વાસ જ પ્રમુખ કારણ હોય છે, જેનાથી તે સ્વાસ્થ્ય લાભ પ્રાપ્ત કરી શકે છે. આ જ વિશ્વાસ આપણને ઈશ્વરની પ્રેરણા સિવાય પ્રાપ્ત થઈ શકતો નથી. આપણો અંતરાત્માનો સીધો સંબંધ એ પરમપિતા સાથે છે, જેમણે આખી સૃષ્ટિનું સર્જન કર્યું છે. આપણું નાનકડું જીવન પણ એ મહાન ઈશ્વરીય શક્તિનું જ એક અંગ છે. તેમનાથી અલગ રહીને આપણે ક્ષણભર જીવી શકતા નથી. આ જીવનદાયિની શક્તિ આપણા હૃદયમાં નિવાસ કરે છે. આ ઈશ્વરીય તત્વ, જે એક નાનકડાં બીજને એક વિશાળ વૃક્ષમાં પરિવર્તિત કરી શકે છે, એક નાનકડાં અંકુરને સુગંધિત પુષ્પના રૂપમાં ખીલવી શકે છે, આ જ રચનાત્મક તત્વ સમગ્ર સૃષ્ટિના કણ-કણમાં વસેલું છે. જે ક્ષણે આપણે આપણા જીવન આધાર સાથે સંબંધ સ્થાપિત કરી લઈએ છીએ, એકાકાર અનુભવ કરીએ છીએ, એ જ ક્ષણથી આપણે માનસિક અને શારીરિક સ્વાસ્થ્ય પ્રાપ્ત કરવા લાગીએ છીએ. આપણને વિશ્વાસ પોતાના અંતઃકરણમાંથી પ્રાપ્ત થાય છે- આ જ આત્મવિશ્વાસ આપણાં પ્રત્યેક માનસિક-શારીરિક કષ્ટોમાંથી મુક્તિ અપાવવામાં સહાયક સિદ્ધ થાય છે.

પોતાને હંમેશાં પૂર્ણ સ્વસ્થ અને ઈશ્વરની સંતાન સમજો. હંમેશાં સ્વસ્થ અને બળવર્ધક વિચારોને મનમાં લાવો. બીમારી કે નિર્બળતાના વિચારોને પોતાના મનમાં સહેજ પણ સ્થાન ના આપો. જો તમારા સ્વસ્થ વિચારોની તમારા શરીર ઉપર અસર નથી થઈ રહી તો ચિંતા કરશો નહીં. પોતાના વિચારોને વધારે શક્તિશાળી બનાવો, વિશ્વાસને વધારે દૃઢ મજબૂત બનાવો. ધીમે-ધીમે તમારા સ્વસ્થ વિચારો અને ઈશ્વરીય વિશ્વાસની અસર તમારા શરીર ઉપર થવા લાગશે. થોડા જ દિવસોમાં તમારા સર્વ

રોગ, નિર્બળતાઓ દૂર થઈ જશે અને તમારું આંતરિક સ્વાસ્થ્ય, બળશાળી વ્યક્તિત્વ બહાર પ્રગટ થવા લાગશે.

સ્વાસ્થ્ય પ્રાપ્ત કરવા માટે માત્ર રોગનો બહિષ્કાર કરવો એટલું જ પર્યાપ્ત નથી, પરંતુ પોતાના મનમાં સ્વાસ્થ્યનો પણ આદર કરવો પડશે- ત્યારે જ સ્થાયી લાભ મેળવી શકશો.

રોગ કે અસ્વસ્થતા ક્ષણિક અને અસત્ય છે- સ્વાસ્થ્ય જ એક માત્ર અટલ સત્ય છે- આ વિશ્વાસ જ સૌથી મોટો ઈલાજ છે. સારું સ્વાસ્થ્ય મનુષ્યનો જન્મસિદ્ધ અધિકાર છે- રોગ કે દુઃખ નહીં. પ્રત્યેક ચિકિત્સકની સફળતાનું રહસ્ય આ જ વિચારને મહત્ત્વ આપવામાં છે. હવે એ સમય દૂર નથી જ્યારે કોઈપણ ઘરમાં બીમારી કે રોગનું નામ પણ નહીં લેવામાં આવે. બાળકો હંમેશાં સ્વાસ્થ્યના વિચારોથી જ ઉછરશે- ત્યારે જ તેમના મન આશા અને ઉલ્લાસથી ભરપૂર હશે તેમજ શરીર શક્તિ અને સ્વાસ્થ્યથી. જે રીતે મીઠાં જળથી છલોછલ ભરેલ ઝરણું આખી ખીણને હર્યું-ભર્યું બનાવી દે છે, ના કે ખારા પાણીનું ઝરણું. તે જ પ્રમાણે સ્વાસ્થ્યનો અટલ વિશ્વાસ જીવનરૂપી વાટિકાને સુરભિ અને સુગંધીઓથી મહેકાવી દે છે.

જ્યારે હું તમારી સમક્ષ સારા સ્વાસ્થ્યનો સિદ્ધાંત રાખું છું, ત્યારે મારો આશય માત્ર શરીરના સ્વાસ્થ્ય અંગે જ નથી હોતો, બલ્કે મનુષ્યનું ઈશ્વરીય કે આત્મિક સ્વાસ્થ્ય પણ હોય છે. મનુષ્યનું નાશવંત શરીર મારી સમક્ષ નથી હોતું, બલ્કે મારી દૃષ્ટિ સમક્ષ તો તેનો અમર આત્મા જ હોય છે, જે ક્યારેય જન્મ નથી લેતો કે નથી મૃત્યુ પામતો. હકીકતમાં આ જ મનુષ્ય જીવનનું અમર સત્ય છે. જેને પકડી લઈને, દૃઢતાપૂર્વક પકડી લઈને, મનુષ્ય નશ્વર શરીરમાંથી અમરત્વને પ્રાપ્ત કરી શકે છે.

પોતાના સ્વાસ્થ્યને સ્થાયી બનાવવા માટે તમારે પ્રત્યેક ક્ષણે વિશ્વાસની સાથે કહેવું જોઈએ - મારું શરીર હૃષ્ટપૃષ્ટ છે, હું સ્વસ્થ છું. હું શક્તિ છું. મારા શરીરમાં કોઈપણ પ્રકારનો રોગ નથી. હું પૂર્ણતઃ સ્વસ્થ છું. મને ઈશ્વરે એવી કોઈપણ પ્રકારની બીમારી નથી આપી, જેના ઉપર વિજય પ્રાપ્ત કરવાનું સામર્થ્ય મારા શરીરમાં ના હોય. મારો આત્મા સંપૂર્ણપણે સ્વસ્થ, સ્વસ્થ વિચારોથી પૂર્ણ છે, ત્યારે મારું શરીર પણ સંપૂર્ણપણે નિરોગી છે. કારણ કે મારું શારીરિક સ્વાસ્થ્ય આત્મિક સ્વાસ્થ્ય ઉપર નિર્ભર કરે છે. હું સામર્થ્યવાન છું. મને ઈશ્વરે સ્વાસ્થ્યની અપાર સંપત્તિનો સ્વામી બનાવ્યો છે. મારી અંદર રોગ કે નિર્બળતા માટે કોઈ જ સ્થાન નથી. મને આ જીવન ઈશ્વર તરફથી પ્રાપ્ત થયું છે. હું ઈશ્વરની સંતાન છું, એટલા માટે હું અમર છું. એ જ ઈશ્વર, જેણે મને જન્મ આપ્યો છે, તેઓ જ મારા જીવનનું રક્ષણ પણ કરશે.

૪. નિર્ધનતા સાથે નહીં, સમૃદ્ધિ સાથે સંબંધ જોડો

નિર્ધનતાનો સૌથી મોટો અભિશ્રાપ એ છે કે, એનો વિચાર કરવાથી મનુષ્યની હંમેશાં નિર્ધન રહેવાની આદત બની જાય છે.

સૃષ્ટિકર્તાએ સંસારમાં મનુષ્યને સુખ માટે અપાર સંપદાઓના ભંડારો ભરી દીધાં છે. કલ્પનાતીત ધન-સંપત્તિ, જીવનની અમૂલ્ય વસ્તુઓ વિશાળ ખનિજ પદાર્થો, વનસ્પતિ વગેરે તો મનુષ્ય જીવનની સમૃદ્ધિ માટે છે. પૃથ્વીના ગર્ભમાં એટલી અઢળક સંપત્તિના ભંડારો ઉપસ્થિત છે, જેનો ઉપયોગ કરી મનુષ્ય પોતાની પ્રત્યેક આવશ્યકતાઓની પૂર્તિ કરી શકે છે. સભ્યતાના વિકાસક્રમમાં માનવીએ આ જ પ્રાકૃતિક સંસાધનોનો ઉપયોગ કરીને મોટાં અને મહાન આવિષ્કારો કરેલાં છે. સંસારમાં મનુષ્યના વૈભવ અને વિલાસના પ્રત્યેક સાધનો ઉપલબ્ધ છે. પ્રત્યેક આવિષ્કાર, શોધ, ઘર-મકાન, નગર કે સડકથી લઈને હવાઈ જહાજ વગેરે મનુષ્ય દ્વારા કરવામાં આવેલાં નિર્માણો તેની પ્રસન્નતા અને સુખ માટે જ તો છે.

પરંતુ સૈકાઓથી મનુષ્ય અભાવગ્રસ્ત જીવનના રોંદણા રડ્યાં કરે છે. ઘણીવાર તો આશાવાદી મનુષ્ય પણ સુખ-સમૃદ્ધિ ના મળવાને કારણે નિરાશ બની જતાં હોય છે

અને વિચારતા હોય છે કે, હજુ સુધી પ્રસન્નતા ના મળવાનું શું કારણ છે? કેટલાંક લોકો તો એટલે સુધી વિચારવા લાગે છે કે, ઈશ્વરે તેમના માટે એટલું જ સુખ અથવા તો ગરીબી નિશ્ચિત કરી હશે, જે તેઓને મળી રહી છે.

નિર્ધનતાનો સૌથી મોટો અભિશ્રાપ એ છે કે, એનો વિચાર કરવાથી મનુષ્યની હંમેશાં નિર્ધન રહેવાની આદત બની જાય છે.

ઈશ્વરની પાસે તમારા માટે, તમારા સુખ માટે બધું જ છે. જો તમે હજુ સુધી તમારી ચિર-ઇચ્છિત વસ્તુને પ્રાપ્ત કરી શક્યા નથી, તો એ સ્પષ્ટપણે જાહેર થાય છે કે તમારા મનમાં તેને પ્રાપ્ત કરવા માટે થોડો ઘણો સંદેહ બાકી છે, જેને કારણે તમે તમે પ્રયત્ન જ કરતાં નથી અને જો કરો છો, તો અપૂર્ણ મનથી. જ્યાં સુધી તમારા મનમાં એ વાતનો વિશ્વાસ જ નથી કે, તમે પણ સમૃદ્ધિના સ્વામી બની શકો છો. તમે પ્રયાસ પણ કરતાં નથી અથવા તો અપૂર્ણ મનથી પરિશ્રમ કરો છો, તો કેવી રીતે તમે તમારા જીવનમાં સફળ બની શકો છો? સમૃદ્ધિનો એક પોતાનો સિદ્ધાંત હોય છે કે, જે 'આકર્ષણના સિદ્ધાંત'ની જેમ અટલ છે. પ્રકૃતિની પોતાની સંપત્તિ મનુષ્ય માટે નિમિત્ત છે, તેના આપવામાં કોઈ ખોટ નથી, ખોટ તો છે તમારા લેવામાં. એ તો ખુલ્લા હાથે વહેંચી રહ્યાં છે, જો તમારું પાત્ર જ નાનું છે તો તેમાં કોનો દોષ? એના કરતાં પણ આશ્ચર્યની વાત તો એ છે કે, એ નાના પાત્રને પણ તમે સંદેહ અને અવિશ્વાસથી ભરી લો છો, તો પછી તેમાં સુખ અને સમૃદ્ધિ કેવી રીતે સમાઈ શકે?

માત્ર ઇચ્છા કરવાથી સમૃદ્ધિ મળી જાય અથવા હંમેશાં વિચાર કર્યા કરવાથી તે પ્રાપ્ત થઈ જાય, એવું બની શકતું નથી. તમે આખું જીવન વૈભવના સ્વપ્નાઓ મનમાં સજાવી રાખો, તો કશું પણ થઈ શકે નહીં. જ્યાં સુધી વૈભવ પ્રાપ્ત કરવા માટે તમે પરિશ્રમ નહીં કરો, ત્યાં સુધી તમે તેને મેળવી શકશો નહીં. તમે તમારા જીવનમાં સફળ થઈ શક્યા નથી, કારણ કે તમે તેને પ્રાપ્ત કરવા માટે પ્રયત્ન કર્યા નથી. પોતાના આદર્શને મેળવવા માટે નિરંતર પરિશ્રમ કરવો પડશે. સફળતા પ્રાપ્ત કરવા માટે વ્યવહાર નિપુણ, પરિશ્રમી અને પ્રયત્નશીલ રહેવું પડશે.

સંસારમાં મોટાભાગના લોકો માત્ર ધનથી ગરીબ નથી હોતાં, મનથી પણ ગરીબ હોય છે. તેઓ પોતાની સમૃદ્ધિનો વિચાર કરતાં નથી તેમજ ના તો તેના માટે કોઈ પ્રયત્ન કરે છે. આ જ કારણ છે કે, તેઓ અપાર વૈભવના આ પૂર્ણ ભંડારમાંથી કશું પણ પ્રાપ્ત કરી શકતા નથી અને નિર્ધન રહી જાય છે.

ઘણાં સમય પહેલાંની વાત છે, કોઈ એક ગામમાં એક મહિલા રહેતી હતી. કોઈ કારણવશ તેને પોતાનું ગામ છોડીને શહેર જવું પડે છે. શહેરમાં આવીને તેને અત્યંત આશ્ચર્ય થાય છે કે, પ્રકાશ માટે અહીંયા તો વિજળીના બલ્બો લગાવવામાં આવેલા છે,

ગામના લેમ્પના પ્રકાશની સરખામણીમાં અનેક ગણો પ્રકાશ આવી રહ્યો છે. તેણે ક્યારેય ગામમાંથી બહાર આવીને તો જોયું ન હતું. થોડાં દિવસો પછી એક બલ્બ વેચનારા પાસેથી તેણે વધારે વોલ્ટ્સના બલ્બ લીધા. તેનો પ્રકાશ તો સૂર્યના પ્રકાશ જેવો જ તીવ્ર અને આંખો આંજી નાખનારો હતો. તે સ્ત્રી માટે તો આ આશ્ચર્યજનક અને જાદુઈ કરામત જ હતી. તેના માટે તો એ વિચારવું પણ અસંભવ હતું કે, આ નાનકડા બલ્બમાંથી આ આશ્ચર્યજનક પ્રકાશ એ જ કરન્ટમાંથી આવી રહ્યો છે, જે અગાઉના બલ્બમાંથી આવી રહ્યો હતો.

આપણામાંથી મોટાભાગનાં લોકો એ સ્ત્રીની માફક પોતાની શક્તિઓથી અજાણ હોઈએ છીએ. એ શક્તિશાળી 'કરન્ટ'થી આપણેથોડા પાવરના બલ્બ પણ પ્રકાશિત કરીએ છીએ અને તેને જ સંપૂર્ણ પ્રકાશ માની લઈએ છીએ. આપણામાંના અધિકાંશ લોકો વધારે પાવરના બલ્બને પ્રકાશિત કરતાં જ નથી, કરંટની શક્તિથી અજાણ આપણે એમ સમજવા લાગીએ છીએ કે આપણે જેટલો ઉપભોગ કરીએ છીએ, ઈશ્વરે આપણા માટે તેટલું જ નિશ્ચિત કર્યું હશે.

આપણે આપણી સફળતાની સીમાઓ નિર્ધારિત કરી લઈએ છીએ. ક્યારેય એવું વિચારતા જ નથી કે આપણી અંદર એ નાનકડાં બલ્બ કરતાં અનેક ગણી શક્તિનો પ્રકાશ છુપાયેલો છે. આપણી અંદર કેટલી બધી યોગ્યતાઓનો ભંડાર સમાયેલો પડ્યો છે, આપણે ક્યારેય તેની કલ્પના કરતાં જ નથી. બસ એક વાર એ શક્તિને પારખી લેવાની જરૂર છે. પોતાની ભીતર રહેલી શક્તિને ના ઓળખી શકવાના કારણે જ જીવનની સમૃદ્ધિઓ અપૂર્ણ રહી જાય છે. એ સ્ત્રીની જેમ કેટલાંય લોકો પોતાનામાં રહેલાં અપાર ભંડારોનો ખૂબ જૂજ પ્રમાણમાં ઉપયોગ કરે છે, જે રીતે તે સ્ત્રી વીજળીના કરન્ટની શક્તિથી અજાણ હતી, એ જ પ્રમાણે અનેક લોકો પોતાની અપાર શક્તિઓથી અજાણ હોય છે.

તમે ભલે ગમે તેટલાં નિર્ધન કેમ ના હો, જો તમારું મન તેને સ્વીકાર કરી શકતું નથી, તો નિશ્ચિત તમે જાણી લેજો કે, હવે તમે વધારે દિવસો સુધી નિર્ધન રહેવાના નથી. જો તમે એવો વિશ્વાસ કરી લીધો કે, તમે ઈશ્વરના સંતાન છો, જે દરેકને સુખ અને સમૃદ્ધિ આપનારા છે અને તે તમને પણ જીવનના મધુર વરદાન આપશે. બસ સમજી લો, તમે નિર્ધનતાને દૂર હડસેલી મૂકવા માટે તમારી કમર કસી લીધી છે. હવે સંસારની કોઈપણ ખુશી તમારાથી અલગ કે દૂર રહી શકતી નથી, સુખ-સમૃદ્ધિના દ્વાર તમારા માટે ખુલી જશે.

ઍડીસનનું કહેવું છે- "પ્રત્યેક વૈજ્ઞાનિક એવો અનુભવ કરે છે કે, વિશ્વના કણ-કણમાં એક અમર આત્મા વ્યાપ્ત છે." તેમની આ અમૂલ્ય વાતોનો મર્મ ખૂબ જ ઓછાં

લોકો સમજી શકયા છે. હવે વિજ્ઞાન પણ આ વાતનું મહત્ત્વ સમજી રહ્યું છે. આપણામાંથી મોટાભાગના લોકો એમ જાણે છે કે, ઈશ્વર પોતાના સંતાન માટે દરેક ક્ષણે કેટકેટલાં ભંડારો ખોલી રહ્યાં છે. આપણી ઈચ્છાઓ એટલા માટે અપૂર્ણ રહી જાય છે કે, આપણે તેને મેળવવાના પ્રયત્નો કરતાં નથી.

જો આપણે અરણ્યમાં રહેનારા સેંકડો એવા લોકોના જીવન ઉપર દૃષ્ટિપાત કરીએ, તો તેઓ અભાવમાં જીવન વ્યતીત કરી રહ્યાં છે. નાના-નાના માટીના ઘરો બનાવીને તેમાં રહે છે અને રોજી રોટી કમાવા માટે થોડાં ઘણાં પશુ-પ્રાણીઓ ઉછેરે છે. ત્યાં રહેનારા લોકો અત્યંત મુશ્કેલીમાં પોતાનું જીવન વ્યતીત કરે છે. તેમને ખબર ન હતી કે તેઓ જે જમીન ઉપર જીવી રહ્યાં છે, તેના ગર્ભની અંદર અગણિત ખનિજોના ભંડારો ભરેલાં છે. જો તે અરણ્યનિવાસી એ જમીનનો યોગ્ય ઉપયોગ કરે તો, એ જ ભૂમિ તેમના માટે સોનુ નિપજાવા લાગે, જો તેઓ તે જમીનનો યોગ્ય ઉપયોગ કરે તો એ જ ભૂમિમાંથી ઉત્તમમાં ઉત્તમ પાકનું વાવેતર શકે છે અને તેઓ તેમના અભાવગ્રસ્ત જીવનને સમૃદ્ધ બનાવી શકે છે. કોઈપણ ભૂમિમાં કોઈ જ ઉણપ હોતી નથી, દરેક જમીન ફળદ્રુપ અને ઉપજાઉં હોય છે, માત્ર તેને ખાતર અને પાણીની જરૂર હોય છે. જો મનુષ્ય એ ભૂમિમાં પોતાની બુદ્ધિનો ઉપયોગ કરીને પરિશ્રમ કરીને યોગ્ય પ્રમાણમાં ખાતર અને પાણી આપે, તો કોઈપણ કારણ એવું નથી કે તે ભૂમિમાંથી સોનુ ના પાકે.

પશ્ચિમના આવા જ અરણ્યવાસીઓએ પોતાની સમજબુદ્ધિ અને પરિશ્રમ વડે એ જમીનને હરિયાળી બનાવી દીધી છે. ત્યાંની જમીન પાકથી લહેરાઈ રહી છે અને તેમના માટે સોનુ નિપજાવી રહી છે. ત્યાં વસેલા અનેક પરિવારો અત્યારે સુખી અને સમૃદ્ધ જીવન વ્યતીત કરી રહ્યાં છે.

અમુક લોકો થોડો-ઘણો પરિશ્રમ કરીને થોડી ઘણી ખુશીઓ મેળવી લે છે, પરંતુ તેઓ પૂર્ણ પરિશ્રમ કરતાં નથી, જેથી તેઓ અનંત સુખ પ્રાપ્ત કરી શકે. ઘણા બધાં લોકો પોતાની યોગ્યતાથી પરિચિત જ હોતા નથી. આ જ કારણે સમસ્ત જીવન ગરીબી અને કષ્ટો સહન કરીને જીવ્યા કરે છે. બેકાર નકામી પડી રહેતી યોગ્યતાઓ અને શક્તિઓ બહુધા લુપ્ત બની જતી હોય છે. આવા લોકોના જીવન નિર્ધનતા તથા અભાવોથી એ જ પ્રમાણે ગ્રસ્ત રહે છે, જે પ્રમાણે અરણ્યમાં વસતાં પેલાં રહેવાસીઓનાં જીવન.

સંસારના વિશાળ ભંડારમાં અગણિત વરદાનો ભરેલાં પડ્યા છે, જેને મનુષ્ય પોતાની શક્તિ તથા મહેનતથી પ્રાપ્ત કરી શકે છે. નવી વિચારધારા એ જ છે કે, મનુષ્ય પોતાની શક્તિઓનો ઉપયોગ કરી જીવનને સુખી-સમૃદ્ધ બનાવે. હકીકતમાં જે ક્ષણે આપણે જાણી લઈએ છીએ કે, સંસારમાં આપણી પ્રત્યેક જરૂરિયાતોની પૂર્તિ સંભવ

છે, જો આપણે તેને પ્રાપ્ત કરવાના પ્રયત્નો કરીશું, તો ચોક્કસ તે વસ્તુ આપણી બની જશે. આપણા જીવનમાં કોઈપણ અભાવ નહીં રહે. ત્યારે અધિક વિશ્વાસ સાથે આપણે આપણાં લક્ષ્યને પ્રાપ્ત કરવા માટે આગળ વધી શકીશું.

જો સંસારના સમસ્ત ગરીબ લોકો પોતાના મનમાં ગરીબાઈના વિચારો લાવવાના બંધ કરી દે અને અટકાવી દે, તેની ચિંતા તથા આશંકા લાવવાની બંધ કરી દે, તો નિર્ધનતા સ્વયં દૂર ચાલી જશે. પોતાના મનમાં હંમેશાં સુખ અને સમૃદ્ધિના જ વિચારો કરો તથા પોતાના વિશ્વાસને દઢ બનાવો, તો ખરેખર જીવન વૈભવ સંપન્ન બની જશે. જીવનમાં કોઈપણ પ્રકારના અભાવ કે ગરીબી નહીં રહે.

આપણા જીવનમાં દઢતાની સાથે સમૃદ્ધિના વિચાર હોવા જોઈએ. આપણા જીવનનું લક્ષ્ય સુખ અને સમૃદ્ધિ હોવું જોઈએ. સમૃદ્ધિની નદી તમારા ઘર પાસેથી વહી રહી છે, જેમાં અગણિત મોતીઓ અને રત્નો ભરેલાં પડ્યાં છે. જો તમારા મનમાં તેને પ્રાપ્ત કરવાની પ્રબળ ઈચ્છા છે, અને તેને મેળવી લેવાનો તમારા મનમાં સંપૂર્ણ વિશ્વાસ છે, તો નિશ્ચિત તમે તેને પ્રાપ્ત કરી જ લેશો. ઈશ્વરે તેને તમારા માટે જ નિર્મિત કરેલ છે, બસ તમારે તો તેને મેળવી લેવા માટે પરિશ્રમ કરવાની જ જરૂર છે.

સમૃદ્ધિ અને ધન-સંપત્તિ જ નહીં, પરંતુ સંસારની અન્ય કોઈ વસ્તુને પ્રાપ્ત કરવા માટે પણ મનમાં દઢ ઈચ્છાશક્તિ તથા હૃદયમાં આત્મવિશ્વાસ હોવો જોઈએ. નિર્ધનતા વિશે જ વિચાર્યા કરવાથી સમૃદ્ધિ પ્રાપ્ત નથી થતી. બરાબર એ જ પ્રમાણે દઢ ઈચ્છાશક્તિ વગર જીવનના કોઈપણ ક્ષેત્રમાં સફળતા પ્રાપ્ત થઈ શકતી નથી.

ભારતવર્ષના એક ગામ કાલડીમાં બનેલી આ એક સત્ય ઘટના તેનું સ્પષ્ટ ઉદાહરણ છે. હિન્દુ ધર્મના પ્રચારક સ્વામી શંકરાનંદની જન્મભૂમિ- કાલડા ગ્રામ. ઘણા સમય પહેલાંની વાત છે. એ ગામમાં ખ્રિસ્તી ધર્મનો પ્રચાર પૂરજોશમાં ચાલી રહ્યો હતો. અનેક લોકો ખ્રિસ્તી ધર્મ અપનાવીને ખ્રિસ્તી બની રહ્યાં હતા. હિન્દુઓને આટલી મોટી સંખ્યામાં ખ્રિસ્તી બનતાં જોઈને હિન્દુ ધર્મ સુધારકોના મનમાં ઘણો આઘાત લાગ્યો. તેઓએ હિન્દુઓને ખ્રિસ્તી બનતાં અટકાવવા માટે હિન્દુ લોકોને બોલાવીને તેઓને સમજાવવાની યોજના બનાવી. તેઓએ ગામમાં એક સામાન્ય સભાનું આયોજન કર્યું. સભામાં પ્રવચન કરવા માટે એક વિદ્વાન મહાત્માને બહારથી આમંત્રિત કરવામાં આવ્યા હતા. બીજી બાજુ, તેમના વિરોધીઓએ તે સભાને ભંગ કરવા માટેની યોજના ઘડી લીધી હતી.

નિશ્ચિત દિવસે સભાની કાર્યવાહીનો આરંભ થયો. જ્યારે મહાત્મા પોતાનું પ્રવચન આપવા માટે મંચ ઉપર ઊભા થયાં, ત્યારે તેમના વિરોધીઓએ તેમની પૂર્વયોજના પ્રમાણે મંચ ઉપર ઇંટો-પથ્થરો ફેંકવાનું શરૂ કરી દીધું. સભામાં આવેલા લોકોમાં ગભરાટ

ફેલાઈ ગયો અને સભાના આયોજકો પણ વિહ્વળ બની ગયા. પરંતુ લોકોના આશ્ચર્ય વચ્ચે મહાત્મા અડગ ઊભા રહીને પ્રવચન કરતાં રહ્યાં, જાણે ઇંટ-પથ્થર નહીં, બલ્કે પુષ્પવર્ષા થઈ રહી હોય. તમામ પ્રહારોને સહન કરતાં-કરતાં તેઓ સ્મિત કરતાં રહ્યાં. આખરે તેમનું શરીર પણ કેટલો ઇંટ-પથ્થરનો માર સહન કરી શકે, તેમના શરીરમાંથી રક્ત વહેવાનું શરૂ થઈ ગયું, થોડાં સમય પછી મહાત્મા અત્યંત શક્તિહીન બનીને મંચ ઉપર ઢળી પડ્યા. તેમને મૂર્ચ્છા આવવા લાગી હતી. પરંતુ મૂર્છિત થયા પહેલાં તેમણે અત્યંત સાહસ સહિત ગર્જનાભર્યા સ્વરે કહ્યું - "ઠીક છે તમારી આવી જ ઇચ્છા છે તો હું અહીં જ રહીશ અને ત્યાં સુધી હલીશ નહીં જ્યાં સુધી હિન્દુ ધર્મનો ઉદ્ધાર ના થઈ જાય."

મહાત્માજી એ જ ગામમાં રોકાઈ ગયા. આ ભયંકર પ્રસંગથી પ્રભાવિત થઈને તેઓએ પોતાના મનમાં ત્યાંના લોકોમાં પુનઃ હિન્દુ ધર્મમાં આસ્થા પ્રગટ કરવાનો દઢ નિશ્ચય કરી લીધો હતો. ઘેર-ઘેર ફરીને તેમણે હિન્દુ લોકોને સમજાવ્યા તેઓમાં હિન્દુ ધર્મ પ્રત્યે પુનઃ આસ્થા અને વિશ્વાસનો સંચાર કર્યો. તેમની સૂઝ-બૂઝ તથા પરિશ્રમને કારણે એવું બન્યું કે, લોકોએ તેમના ઉપદેશોને આચરણમાં મૂકવાની શરૂઆત કરી દીધી. ધીમે-ધીમે ખ્રિસ્તી બનેલા હિન્દુઓએ પુનઃ પોતાના ધર્મને અપનાવી લીધો. ત્યાં રામકૃષ્ણ પરમહંસ આશ્રમની સ્થાપના પણ કરવામાં આવી અને બધાં હિન્દુ ધર્મનું પાલન કરવા લાગ્યા.

સમૃદ્ધિ અને સફળતા મેળવવાનો આ જ એક માર્ગ છે. પોતાની ઇચ્છાશક્તિ અને સફળતાના દઢ વિશ્વાસના બળે મનુષ્ય અભૂતપૂર્વ સફળતા પ્રાપ્ત કરી શકે છે.

પોતાની શક્તિઓનો ભરપૂર લાભ લઈ ઇચ્છિત સફળતા મેળવવા માટે નવીન વિચારધારાએ સમૃદ્ધિના આ સિદ્ધાંતને સમજીને પોતાના જીવનમાં અદ્ભૂત સફળતા મેળવી લીધી છે. જ્યારે બીજાઓ તો હજુ પણ અભાવોમાં ઘેરાયેલા નિરાશામાં જીવન વ્યતીત કરી રહ્યાં છે. નવીન વિચારધારાની માનસિક દશા નિર્ધનતામાંથી વૈભવની આશા અને વિશ્વાસને લઈને ચાલે છે, જ્યારે બીજી તરફ જૂની વિચારધારા અનુસાર મનમાં હંમેશાં નિર્ધનતાનો અંધકાર જ છવાયેલો રહે છે. જેમાં સુંદર ભવિષ્યની કલ્પના જ હોતી નથી. જ્યારે મનુષ્ય સુંદર ભવિષ્યની કલ્પના જ નહીં કરે, વિચારશે જ નહીં, તો ના તો તેના મનમાં ઉત્સાહ રહેશે અને ના તો તે તેને માટે પ્રયત્ન કરશે. નવીન અને જુની વિચારધારામાં આ જ મૂળભૂત અંતર છે.

એ તો બરાબર છે કે, માત્ર આશા અને વિશ્વાસ રાખવાથી ગરીબી દૂર થતી નથી, પરંતુ ત્યારે તેને એમાં નિરાશા અને વેદનાનું દુઃખ નથી થતું અને એની સાથે મનુષ્યને પોતાનું લક્ષ્ય સ્પષ્ટ નજરે પડે છે. આશારહિત નિર્ધનતાની સમક્ષ તો કોઈ જ

ભવિષ્ય હોતું નથી. આશારહિત નિર્ધનતા જ મનુષ્યના તમામ ઉલ્લાસ અને આનંદને છિનવી લઈને મનુષ્યને સંપૂર્ણ રીત નિર્ધન બનાવી દે છે.

ઘનઘોર જંગલમાં જ્યારે વ્યક્તિને માર્ગની ખબર હોતી નથી, ત્યારે તે ભટકી જાય છે. તે આમ-તેમ વ્યર્થ ભટક્યા કરે છે. એ જાણતો નથી કે તે ક્યાં જઈ રહ્યો છે. જો તેની પાસે માર્ગદર્શક યંત્ર પણ ના હોય અને સૂર્યને જોઈને પણ ચોક્કસ દિશાનું અનુમાન મેળવવાની જાણકારી ના હોય, ત્યારે તે ત્યાં જ ચક્કર કાપ્યા કરશે અને એમ વિચારશે કે તે આગળ વધી રહ્યો છે. તેને પોતાની ભૂલનું ભાન ત્યારે થાય છે, જ્યારે તે થાકી જાય છે અને જંગલમાંથી બહાર આવી શકતો નથી. આવી સ્થિતિમાં તે નિરાશ થઈને બેસી જાય છે. તેની પરિસ્થિતિ એવા હજારો મનુષ્યો જેવી થઈ જાય છે, જેઓ પોતાના ખોટા વિચારોના જંગલમાં આમ-તેમ ભટક્યા કરે છે. તેઓ પણ સુખ-સમૃદ્ધિના માર્ગ ઉપર આગળ નથી વધી રહ્યાં, બલ્કે તેમને તો માર્ગનું પણ જ્ઞાન નથી. જીવનમાં તેઓ પણ યોગ્ય અને સાચા માર્ગથી ભટકી જઈને નિરાશ બની રહ્યાં છે. તેઓ જાણતાં નથી કે ખોટી રીતે જીવન જીવવાના વિચારોને કારણે જ તેઓ ભટકી રહ્યાં છે, નિરાશ બની રહ્યાં છે.

જો બધા નિરાશ વ્યક્તિ એવું સમજી લે કે, તેમના ભટકાવનું કારણ તેમનું પોતાનું જ મન છે. પોતાના જ ખોટા વિચારોને કારણે નિર્ધનતા અને અભાવોના જંગલમાં તેઓ બહાર નથી આવી શકતા. જે મેળવવા તો કંઈ બીજું ઈચ્છે છે,અને તેનાથી તદ્દન વિપરિત વિચારે છે. ઈચ્છે છે કંઈક અને કરે છે કંઈક બીજું. જો આ વાત તેઓની સમજમાં આવી જાય, તો માનવ જીવનમાં ક્રાંતિ આવી જાય અને તેઓ સાચી દિશામાં વિચારવાનું શરૂ કરી દે.

એવા યુવકની કલ્પના કરો કે, જે ભણી-ગણીને ડૉક્ટર બનવાની ઈચ્છા રાખે છે, પરંતુ તેના હૃદયમાં બીજા પ્રકારના વિચારો છે. તે વિચારે છે - "હું સારો ડૉક્ટર બની શકતો નથી, કારણ કે મારામાં એટલી યોગ્યતા નહીં આવી શકે. મને તો દાક્તરી અંગેનું કશું પણ જ્ઞાન નથી અને આવશે પણ નહીં. મને તો સંદેહ છે"

શું તમે વિચારો છો કે આવી વિચારસરણી ધરાવતો યુવક જેને પોતાની સફળતા અંગે સંદેહ છે અને જેનું મન કાયરતાપૂર્ણ વિચારોથી ભરેલું છે, તે ક્યારેય પણ સફળ ડૉક્ટર બની શકે છે?

નિઃસંદેહ ના બની શકે. એવો જ યુવક ડૉક્ટર બની શકે છે, જેનામાં આશા અને ઉત્સાહની સાથે-સાથે ડૉક્ટર બનવાનો અડગ વિશ્વાસ હોય. જેને વિશ્વાસ હોય કે, ભવિષ્યમાં એ ચોક્કસપણે સારો અને શ્રેષ્ઠ ડૉક્ટર બની શકશે. તેના મનમાં સફળ ડૉક્ટર બનવાના સ્વપ્નાઓ હોય અને સફળ પ્રેકટિસ કરવાની કલ્પના હશે, ત્યારે જ તેને સફળતા મળશે.

કોઈ વ્યક્તિ માટે સફળતા પ્રાપ્ત કરવાની ચાવી આ જ છે. આ રહસ્યને સમજીને પોતાની ગરીબીથી મુક્તિ મેળવીને ધનવાન બની શકે છે. જો તમે આ નિર્ધનતાની બીમારીમાંથી મુક્તિ મેળવવા ઈચ્છો તો, પોતાનો ઈલાજ આ પ્રમાણે કરો.

“હું ઈશ્વરની સંતાન છું, સંસારનો સમસ્ત વૈભવ તો મને ઉત્તરાધિકારમાં પ્રાપ્ત થયેલો છે. મારા આ અપાર વૈભવને નિર્ધનતા સ્પર્શસુદ્ધાં કરી શકતી નથી” મારા પરમપિતાની સંપૂર્ણ સંપત્તિનો વારસદાર હું છું. બીમારી અને નિર્ધનતા ક્ષણિક અને અસત્ય છે. ઈશ્વરપુત્ર માટે સંસારમાં કશું પણ અપ્રાપ્ય નથી. નિર્ધનતા, અભાવ, દુઃખ મારી નજીક આવી શકતા નથી. મારા જીવનમાં નિર્ધનતાને કોઈ જ સ્થાન નથી.

શારીરિક રોગીઓ માટે દવાખાનાઓની જેટલી જરૂર છે, તેટલી જ જરૂર માનસિક નિર્ધનતાના રોગીઓ માટે શિક્ષણ કેન્દ્રોની. અફસોસની વાત તો એ છે કે રાજ્ય સરકારો આવી શિક્ષણ-સંસ્થાનો ખોલતી નથી, જેમાં માનસિક નિર્ધનતાના રોગીઓની યોગ્ય શિક્ષણ દ્વારા સારવાર પ્રાપ્ત થઈ શકે. આ રીતે માનસિક ઉપચારથી અનેક લોકોના નિરાશ જીવનમાં નવી આશાના અંકુર ફૂટવાં લાગશે અને સંસારના નિર્ધન વ્યક્તિઓના નિરાશાભર્યા જીવનમાં ક્રાંતિકારી પરિવર્તન આવશે.

થોડાં દિવસો પહેલાં મને એક એવી વ્યક્તિ સાથે વાતચીત કરવાનો અવસર પ્રાપ્ત થયો. જે થોડાં સમય પહેલાં અત્યંત દયનીય સ્થિતિમાં પોતાનું જીવન પસાર કરતો હતો. ગરીબીને કારણે તેની સ્ત્રી અને બાળકોના ભરણ-પોષણ માટે પર્યાપ્ત વ્યવસ્થા પણ કરી શકતો ન હતો. તેની પાસે ઘર પણ ન હતું. અત્યંત ગરીબ સ્થિતિમાં તે પોતાનું જીવન પસાર કરી રહ્યો હતો. પરંતુ આજે તેની પાસે જાહોજલાલી અને વૈભવ બધું જ છે. ભવ્ય હવેલી, કાર વગેરે વિલાસિતાના પ્રત્યેક સાધનો તેની પાસે ઉપલબ્ધ હતા.

એકદમ આવું પરિવર્તન કેવી રીતે આવી ગયું? શું કોઈ સોનાની ખાણ તેને હાથ લાગી ગઈ કે કોઈની જાગીર કે મિલ્કત મળી ગઈ? ના, એવું કશું પણ બન્યું ન હતું, અચાનક તેને કશું જ મળ્યું ન હતું. તેણે ફક્ત એ સમજી લીધું કે તેની નિર્ધનતા તેના પોતાના મનની બનાવેલી હતી. બસ તેણે પોતાના મનમાંથી ગરીબીના તથા અભાવોના વિચારોને મનમાંથી કાઢીને ફેંકી દેવાનો નિશ્ચય કરી લીધો અને દૃઢ નિશ્ચય કરી લીધો કે, ભલે ગમે તેવી ખરાબ સ્થિતિ કેમ ના હોય, તે હંમેશાં હસતાં-હસતાં તેનો સામનો કરશે અને પોતાને ક્યારેય ગરીબ નહીં અનુભવે. ખરેખર તેણે પોતાના મનમાં વસેલી નિર્ધનતાને દૂર હડસેલી દીધી અને આથી જ તેની નિર્ધનતા ખરેખર દૂર થઈ ગઈ. આજે તેની પાસે કોઈપણ વસ્તુની ખોટ નથી. દરેક રીતે તે પ્રસન્ન તથા સુખી છે.

જે વ્યક્તિઓએ જીવનના આ રહસ્યને જાણી લીધું છે, તેઓ નિરંતર પોતાના મનમાં

આશા અને ઉત્સાહભર્યા વિચારોથી ભરેલાં રહે છે, જેથી નિરાશા અને ગરીબીનો પડછાયો પણ તેમના જીવનને સ્પર્શી ના શકે. આ કારણે તેઓ સુખી જીવન જીવે છે.

નિષ્ફળતા અને નિરાશાના વિચારોનું મનમાં હોવું સુખ અને સમૃદ્ધિની વિરુદ્ધ છે અને તમારી સફળતા વચ્ચે બાધક છે. આથી હંમેશાં ઉત્સાહને જાળવી રાખો અને નિરંતર સુખ અને સમૃદ્ધિની કામના કરતાં રહો.

તમે એ રાજકુમાર અંગે શું વિચારો છો, જે પોતાના પિતાના વૈભવ સંપન્ન મહેલને તરછોડીને કોઈ ઝૂંપડીમાં અભાવોથી યુક્ત જીવન વ્યતીત કરવા લાગી જાય અને એમ વિચારવા લાગે કે તેના ભાગ્યમાં તો આ જ લખાયું છે. તેના માટે તો નિર્ધનતાનું જ જીવન છે, સુખનું નહીં, તો તેમાં પિતાનો શું દોષ છે. દોષ તો તેનો પોતાનો છે. તેના પિતાના ઘરમાં સુખ-સગવડોની પ્રત્યેક વસ્તુઓ ઉપલબ્ધ હતી, તેણે સ્વયં તેને ઠોકર મારીને ત્યજી દીધી છે.

આ મૂર્ખ રાજકુમારની જેમ આપણામાંથી અનેક લોકો પણ પરમપિતા પરમેશ્વરના વૈભવશાળી મહેલ(સુંદર સંસાર)થી ખુદ જ અલગ થઈ ગયા છે. સંસારના અતુલનીય ભંડારો, અઢળક સુખોની ખાણો બધું જ તમારી રાહ જુએ છે. સંસારની આ સંપત્તિ ભોગવવાનો તમને પૂરેપૂરો અધિકાર છે. તમે તમારા અધિકારોને શા માટે પ્રાપ્ત કરી લેતા નથી, શા માટે લેતા નથી. જ્યાં સુધી તમે તેને ભોગવશો નહીં ત્યાં સુધી તમને કેવી રીતે તે મળી શકશે?

સૌંદર્યથી પરિપૂર્ણ તમારો સંસાર છે, તેની દરેક વસ્તુઓ તમારી છે. તેને પ્રાપ્ત કરવા માટે મનમાં સંપૂર્ણપણે વિશ્વાસ રાખી આગળ વધો, તેને મેળવી લેવાના પ્રયત્નો કરો. સૃષ્ટિકર્તાએ તમારી સુખ-સમૃદ્ધિ માટે બધું જ એકઠું કરીને રાખ્યું છે.

પ્રતિદિવસ બાઈબલ અનુસાર મનમાં રટણ કરતાં રહો -"ઈશ્વર ઉપર મારો સંપૂર્ણ વિશ્વાસ છે, મને ભરોસો છે કે તેઓ ચોક્કસ મારી સહાયતા કરશે. કારણ કે હું પરમપિતાની સંતાન છું. મને કોઈપણ ખોટ પડી શકે નહીં." દરરોજ સવારે આ જ ભાવનાઓને પોતાના મનમાં ભરો. સંસારની પ્રત્યેક વસ્તુઓ તમને વારસામાં મળી છે. તેને મેળવવા માટે વિશ્વાસ સહિત પ્રયત્ન કરો. તમારી માગેલી વસ્તુ તમને ચોક્કસ મળી જશે.

સાચી સમૃદ્ધિ મનની સમૃદ્ધિમાંથી આવે છે. મનમાં આશા અને ઉલ્લાસથી જ સમૃદ્ધિ તરફનું આકર્ષણ ઉદ્ભવે છે અને મનમાં વિશ્વાસ જાગૃત થવાને કારણે વ્યક્તિ પરિશ્રમથી તેને પ્રાપ્ત કરી લે છે. જ્યારે આપણે આપણો સંબંધ એ પરમપિતા પરમેશ્વર સાથે જોડીએ છીએ, જેઓ આખી સૃષ્ટિના રચયિતા છે, ત્યારે સમસ્ત સૌંદર્ય, બધી જ સંપત્તિથી જીવન છલકાઈ જશે.

૫. મસ્તિષ્કને મજબૂત બનાવો

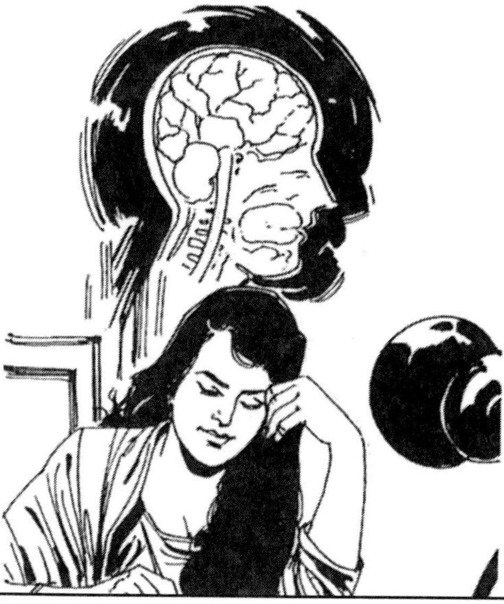

મનોવૈજ્ઞાનિક ચિકિત્સાનો આધાર તો એ જ છે કે, બુદ્ધિ માત્ર મસ્તિષ્કમાં જ નથી રહેતી બલ્કે શરીરના પ્રત્યેક કોષોમાં રહે છે.

બહુધા આપણે શરીરને વિભિન્ન અંગોનો સમૂહ માનીએ છીએ અને સમજીએ છીએ કે, શરીરનો પ્રત્યેક ભાગ સ્વતંત્ર તથા અન્ય ભાગ કરતાં ભિન્ન હોય છે. બુદ્ધિ તો માત્ર મસ્તિષ્ક સુધી જ સીમિત રહે છે. તેનાથી જ સમગ્ર શરીરનું સંચાલન થાય છે; પરંતુ હકીકત તો એ છે કે, આપણું શરીર અનેક સંગઠિત કોષોનો સમૂહ છે. પ્રત્યેક કોષ સ્વતંત્ર રીતે વિચારે છે અને શરીરના નિર્માણમાં એ બધા જ કોષ મળીને કાર્ય કરે છે.

શરીરના અણુ-અણુમાં બુદ્ધિ વ્યાપ્ત છે, આ વાતને નવીન વિજ્ઞાને સિદ્ધ કરી દીધી છે. બુદ્ધિ માત્ર મસ્તિષ્ક સુધી જ સીમિત નથી. પ્રત્યેક કોષ વિચારે છે. પ્રયોગો દ્વારા આ વાતને સિદ્ધ કરવામાં આવી છે કે, જો શરીરના કોઈપણ અંગને કાપીને કોઈ ઘાતક ઔષધિ પાસે મૂકી દેવામાં આવે, તો જ્યાં સુધી શક્ય હશે કોષો તેનાથી દૂર જવાનો પ્રયાસ કરે છે. તેનાથી વિપરીત જો કોઈ લાભદાયક ઔષધિ પાસે એ કાપેલા

અંગને મૂકવામાં આવે, તો કોષો તેની નજીક ખેંચાઈ આવે છે. આ વાત સિદ્ધ કરે છે કે, આ કોષો પોતાના જ્ઞાનનો પરિચય આપે છે.

અત્યાર સુધી આપણે મસ્તિષ્કને જ બુદ્ધિનું એકમાત્ર સ્થાન માનતા આવ્યા છીએ. આથી એ માનવું ઘણું મુશ્કેલ લાગી શકે છે કે, જ્ઞાન અથવા વિચારવાની શક્તિ માત્ર મસ્તિષ્ક પાસે જ નથી હોતી, પરંતુ સમગ્ર શરીરના સંપૂર્ણ અંગો અને કોષોમાં પણ હોય છે. હકીકતમાં આપણું સમગ્ર શરીર વિચારી શકે છે. આપણાં મનમાં આવેલા વિચારો-ભાવોનો - જેમ કે આશા, નિરાશા, ભય અથવા શોકનો પ્રભાવ આપણા સમસ્ત શરીર ઉપર પડવાનું કારણ એ છે કે, આપણું શરીર અને એનો પ્રત્યેક અણુ વિચારે છે.

મનોવૈજ્ઞાનિક ચિકિત્સાનો આધાર તો એ જ છે કે, બુદ્ધિ માત્ર મસ્તિષ્કમાં જ નથી રહેતી બલ્કે શરીરના પ્રત્યેક કોષોમાં રહે છે. ઉદાહરણ સ્વરૂપે- એક અંધ વ્યક્તિ પોતાની સમજશક્તિનું કામ પોતાની આંગળીઓના સ્પર્શ દ્વારા કરે છે. મગજમાં જોવા મળતાં શ્વેત કોષો અંધ વ્યક્તિની આંગળીઓના ટેરવાઓ ઉપર ઉત્પન્ન થઈ જાય છે.

જ્યારે મસ્તિષ્ક ઊંઘમાં હોય છે ત્યારે નિષ્ક્રિય હોય છે. તે સ્થિતિમાં હૃદયના ધબકારાંઓને ચાલુ રાખવા માટે કોઈ અન્ય મસ્તિષ્ક કામ કરે છે, એટલે કે તે અંગના કોષો પોતાની સમજ વડે ચાલુ રાખે છે. અનેક વાર દુર્ઘટનાઓને કારણે મસ્તિષ્કમાં આઘાત થવાને કારણે કે ઈજા થવાને કારણે મસ્તિષ્કના અનેક તંતુઓ નષ્ટ થઈ જાય છે, પરંતુ વિચારવાની શક્તિ જળવાઈ રહે છે. તેના ઉપર અધિક પ્રભાવ પડતો નથી. માત્ર એટલું જ નહીં, અનેકવાર મગજમાં ઊંડી ઈજા થવાને કારણે ઘણાં બધાં હિસ્સાઓ નષ્ટ થઈ જાય છે, તેમ છતાં મસ્તિષ્ક પહેલાંની જેમ જ કાર્ય કરે છે. શરીરની સ્વાભાવિક ક્રિયાઓ- ચાલવું, જોવું વગેરે કોષો દ્વારા જ થાય છે. આપણે દરેક ડગલું આગળ મૂકતા પહેલાં વિચારતા નથી, પરંતુ પ્રત્યેક ડગલું સ્વતઃ આગળ વધતું જાય છે. તેનાથી સાબિત થઈ જાય છે કે, પ્રત્યેક કોષ સ્વતંત્ર રૂપે કાર્ય કરે છે.

એક વૈજ્ઞાનિકે દેડકાં ઉપર પ્રયોગ કર્યો-તેણે તે દેડકાંનું માથું કાપી નાંખ્યું અને ત્યારબાદ તેના પગના નીચલાં હિસ્સા ઉપર તેજાબનું એક ટીપું નાખ્યું. ત્યારે એ માથાંવિહીન દેડકો પગના ઉપલા ભાગથી તેને દૂર કરવાનો પ્રયાસ કરવા લાગ્યો. વૈજ્ઞાનિકે માથા પછી તે પગને પણ કાપી નાંખ્યો, જ્યારે દેડકાંએ પહેલાં પગથી કામ ના થતું જોઈ બીજા પગથી તે તેજાબના ટીપાંને દૂર કરવાનો પ્રયાસ કરવા લાગ્યો અને ખસેડી લીધા સુધી સતત પ્રયત્ન કરતો જ રહ્યો.

આ મનોરંજક પ્રયોગથી એ ખબર પડે છે કે, સંપૂર્ણ શરીરમાં સમજવા, વિચાર કરવાની શક્તિ છે અને સમજદાર મગજના ના હોવા છતાં પણ તે કાર્ય કરી શકે છે.

એ હકીકત છે કે, મસ્તિષ્કના કોષો શરીરના બાકી કોષો કરતાં વધારે સમજદાર અને અનુભવી હોય છે. આ જ કારણે બાકીના કોષોને પ્રધાન કોષો કહેવાય છે. પરંતુ મસ્તિષ્ક, શરીરના નાનકડાં ભાગનું કાર્ય સંચાલન કરે છે. બાકી ભાગનું, અર્થાત્ દરેક સ્વાભાવિક ક્રિયાઓનું સંચાલન મસ્તિષ્કથી થતું નથી. શરીરની રાસાયણિક પ્રયોગશાળા મગજ વગર પણ પોતાના સમજદાર કોષોની સહાયતાથી દરેક કામ કરે છે.

હકીકતમાં કોષ- મસ્તિષ્કનો જ એક મહત્ત્વપૂર્ણ ભાગ છે. પ્રત્યેક કોષ જાણે એક નાનકડું સ્ટેશન છે, જે મસ્તિષ્કરૂપી મોટાં સ્ટેશન સાથે જોડાયેલું છે. એટલા માટે મનમાં પ્રેમ, ઈર્ષ્યા કે ક્રોધના ભાવોની તત્કાળ કોષો ઉપર પણ અસર થતી જોવા મળે છે. જો મન અપ્રસન્ન છે, તો પ્રત્યેક કોષ કષ્ટ અને ક્રોધનો અનુભવ કરે છે. તેનું પ્રત્યક્ષ પ્રમાણ છે કે જ્યારે આપણાં મનમાં આશા અને પ્રસન્નતા ભરેલાં હોય છે, ત્યારે આપણું શરીર પણ હળવું ફૂલ, સ્વસ્થ અને કાર્ય કરવા માટે ઉત્સુક હોય છે; પરંતુ જ્યારે મનમાં નિશાશાના વાદળો ઘેરાયેલાં હોય છે, ત્યારે મન પણ થાકેલું અને બળહીન બની જાય છે. આ સ્થિતિમાં મનમાં કામ કરવાની કોઈ ઇચ્છા ઉદ્ભવતી નથી અને શરીર અશક્ત બની જાય છે.

ડૉક્ટર ક્વેલીનું કહેવું છે કે, પશુઓમાં તેઓની આવશ્યકતા અનુસાર પરિવર્તન આવ્યા છે. જિરાફની ગરદન લાંબી થવાનું કારણ તેના પૂર્વજોએ ઘાસના બદલે વૃક્ષોના લીલાં પાંદડાઓ ઉપર નિર્ભર રહેવું પડતું હતું. ત્યારે સમજદાર કોષોએ સમજી-વિચારીને તેમને ચાર પગો ઉપર ઊંચેને ઊંચે ઊઠાવવાનું શરૂ કર્યું. ગરદનમાં આવેલા ખેંચાણને કારણે તેની ગરદન લાંબી બની ગઈ. આ જ પ્રમાણે હાથી જાતિના કોષોએ આવશ્યકતા અનુસાર તેના નાકના નમૂનાને વધારીને સૂંઢનો આકાર આપી દીધો અને તેના છેડા ઉપર એક નાનકડી આંગળી-જેવું લગાવી દીધું.

શરીરના વૃદ્ધિ પામતાં અણુઓ સ્વયં આકારમાં મોટાં થતાં નથી. અણુઓ તો માત્ર આગળ-આગળ વધારે ભાગોમાં વિભાજિત અને સંખ્યામાં વૃદ્ધિ પામતાં જાય છે. આનાથી શરીરનો વિકાસ થાય છે. પ્રોફેસરનું માનવું છે કે, અણુઓની વૃદ્ધિ અને અનુભવ તમે સારી રીતે નિહાળી શકો છો. પોતાના પૂર્વજોમાંથી આ ગુણો તેમને વારસામાં મળે છે. પ્રત્યેક અણુ પોતાને આધીન નાના-નાના અણુઓને આ ગુણ વારસામાં આપતા રહે છે. આ જ ક્રમમાં આ ગુણ આગળ ચાલતા આવ્યા છે.

સર્જનોનું કહેવું છે કે, યુદ્ધમાં મહાન વિજય પ્રાપ્ત કરી લીધાં પછી યુદ્ધમાં ઘાયલ થયેલાં સૈનિકોના ઘા ખૂબ જલ્દી રૂઝાઈ જાય છે, જ્યારે પરાજિત સૈન્યના સૈનિકોના ઘા રૂઝાતા વાર લાગે છે. આ વાતથી સ્પષ્ટ રીતે સંકેત પ્રાપ્ત થાય છે કે, મનનો ઉલ્લાસ અને વિજયની ભાવના શરીરને સ્વસ્થ રાખવામાં સહાયક હોય છે.

ઘણાં સમય અગાઉ જ ડૉક્ટરોએ એ વાત શોધી લીધી હતી કે,અનેક પ્રકારના ઘાના જન્મ લેવાનું મુખ્ય કારણ- માનસિક નિરાશા છે. આથી જેમના શરીરમાં નાસૂર હોવાની આશંકા પણ ના હોય એમનામાં પણ, મનમાં આવેલા ભાવોના કારણે નાસૂરના લક્ષણ પ્રગટ થઈ જાય છે. ઉદાહરણ માટે - યુદ્ધના કારણે દુઃખી વ્યક્તિઓમાં આ બીમારીના લણ ખૂબ જલ્દી ઉત્પન્ન થતાં જોવામાં આવ્યા છે. પોતાના પ્રિયજનોની મોતના શોકના કારણે એમનમાં રોગના લક્ષણ બની જાય છે.

મનમાં ઉત્પન્ન થયેલી ઈર્ષ્યા કે ઘૃણાના ભાવોનો પ્રભાવ અનેક પ્રકારની બીમારીઓના રૂપમાં શરીર ઉપર પડતો હોય છે. તેમાંથી- ચર્મ રોગ, લીવરના રોગ, અજીર્ણ તેમજ હૃદય અને મગજના રોગો મુખ્ય હોય છે. દુર્ભાવોને કારણે રક્તમાં ઝેર ઘોળાયા કરે છે, જે શરીરની શક્તિ અને સાહસને ધીમે-ધીમે નષ્ટ કરી દે છે અને પરિણામ સ્વરૂપે બીમારીઓ પેદા થઈ જાય છે.

આપણને આ વાતનું સહેજપણ જ્ઞાન નથી કે, આપણાં મનમાં આવેલી નિરાશા કે ચિંતાઓનો આપણાં શરીર ઉપર કેટલો બધો દુષ્પ્રભાવ પડે છે? પ્રત્યેક ડૉક્ટર એ વાતને ખૂબ સારી રીતે જાણે છે કે, બીમાર વ્યક્તિના સ્વાસ્થ્ય માટે ચિંતા, નિરાશા, એકલતાથી વધારે ઘાતક બીજું કશું પણ નથી. આપણે નિરાશા અને શોકના વિચારો મગજમાં લાવતી વખતે તેનો સહેજપણ વિચાર કરતાં નથી કે, આપણે આપણાં સ્વાસ્થ્યની કેટલી મોટી હાનિ કરી રહ્યાં છીએ. ચિંતા કે નિરાશાના વિચારોને કારણે શરીરના પ્રત્યેક કોષોનું સાહસ અને શક્તિ ક્ષીણ થઈ જાય છે. જેના ફળસ્વરૂપે શરીરમાં અરાજકતા અને અશાંતિ પ્રસરી જાય છે. આ જ કારણે જ્યારે માઠાં સમાચારો સાંભળીને અથવા કોઈ પ્રિયજનના મૃત્યુને કારણે ઘણાં લોકો બેભાન બની જતાં હોય છે. એનો અર્થ છે કે શોકનો પ્રભાવ માત્ર મન ઉપર જ પડતો નથી, પરંતુ સમગ્ર શરીર ઉપર પડે છે. એ જ પ્રમાણે પ્રસન્નતાથી યુક્ત સમાચારો કે સૂચના મળે અથવા તો આવનારી ખુશીની આશામાં સંપૂર્ણ શરીર ઉપર એવો પ્રભાવ પડતો હોય છે કે શરીરનું રોમે-રોમ ખીલી ઊઠે છે, શરીરમાં અદ્‌ભૂત તાજગીનો અનુભવ થાય છે.

શરીરના નિર્માણમાં રોકાયેલા કોષો જ શરીરને બનાવે છે અને તેની મરામત

કરવાનું કામ પણ કરે છે. ઉદાહરણ માટે જ્યારે આપણા શરીરમાં ક્યાંક ઘા થાય છે, ત્યારે મસ્તિષ્ક દ્વારા આપણે તે કોષોને સંદેશ આપતા નથી કે, તે ઘાને જલ્દી ભરી દે કે સારો કરી દે, પરંતુ કોષો સ્વયં તે ઘાને ભરવાનું કાર્ય કરવા લાગે છે. કારણ કે તેઓ જ શરીરના નિર્માતા છે.

પ્રોફેસર ક્વેલીનું કહેવું છે કે, શરીરના પ્રત્યેક ભાગમાં નાના-નાના સમજદાર કોષોનો સમૂહ કામમાં લાગેલો હોય છે. તેઓ આ મનોરંજક સિદ્ધાંતને પણ માને છે કે મનુષ્યના શરીરના સારા નિર્માતા તો આ નાના કોષ જ હોય છે.

અનેક પ્રગતિશીલ વૈજ્ઞાનિકોનું કહેવું છે કે- શરીરના દરેક અંગમાં રહેલાં કોષોનું પોતાનું અલગ મગજ હોય છે, જે પ્રત્યેક અંગની ગતિવિધિઓને જુએ છે અને નિયંત્રણ કરે છે. એ પ્રમાણે અલગ-અલગ મસ્તિષ્ક, પેટ, લીવર વગેરેના મુખ્ય નિયંત્રક મસ્તિષ્કના આદેશ ઉપર ચાલે છે. શરીરના પ્રત્યેક કોષ પોતાના સમૂહ માટે કાર્ય કરે છે. ઉદાહરણ માટે લીવરના કોષોને લઈ લો- આ અંગનું કાર્ય છે ઝેરને દૂર કરવું અને સાકરનું ઉત્પાદન કરવું. લીવરમાં રહેલા દરેક કોષ સમૂહ બનાવીને આ કાર્યમાં જ વ્યસ્ત રહે છે.

જો કોઈ કારણવશ શરીરમાં ઝેર ઉત્પન્ન થાય, ત્યારે નબળાઈનો અનુભવ થાય છે. ભોજનની પાચનક્રિયામાં રોકાયેલા એ અંગના કોષો કાર્ય કરતાં નથી, ત્યારે બરાબર રીતે ભોજનનું પાચન થતું નથી અને તેને કારણે દુર્ગંધ અને ઝેર ઉત્પન્ન થાય છે. પરિણામ સ્વરૂપે શરીરના દરેક કોષો અવ્યવસ્થિત બની જાય છે. રક્તચાપ મંદ પડી જાય છે, હૃદયની ગતિ પણ અટકી-અટકીને ચાલે છે. શરીરની તમામ નાડીઓ શક્તિહીન બની જાય છે. કોઈપણ કામ કરવાનો ઉત્સાહ રહેતો નથી. શરીર સંપૂર્ણપણે પ્રભાવિત બની જાય છે. ત્યારે શરીરના કોષો શક્તિ મેળવવા માટે પ્રયાસ કરે છે અને મસ્તિષ્ક ઉપર દબાણ કરે છે. શરીરની સામાન્ય પ્રક્રિયામાં અવરોધની સૂચના પ્રાપ્ત થતાં જ મસ્તિષ્ક વિચાર કરે છે કે, શરીરના આળસથી ઘેરાયેલાં રહેવાનો અર્થ છે કે, એ જ વિકાર અને ત્યારબાદ બીમાર પડીને ડૉક્ટર પાસે પહોંચી જાય છે. જો સામાન્ય દવાથી લાભ થતો નથી ત્યારે તમને ડર લાગે છે કે, સંભવતઃ કોઈ ભયાનક બીમારીએ તમારા શરીરમાં લાગી ગઈ છે. બીમારીના ભયના વિચાર શરીરને વધારે શક્તિહીન બનાવી દે છે. શરીરને તાકાત આપવા માટે ત્યારે પૌષ્ટિક ભોજનની આવશ્યકતા હોય છે. તમે અજ્ઞાનતા વશ દવાઓના સેવનથી શરીરને વધારે ખરાબ કરી દો છો.

આપણે આપણી અજ્ઞાનતાવશ કોઈ ભૂલ ના કરી બેસીએ, એ માટે પ્રકૃતિ આપણા

શરીરની સહાયતા કરે છે. શરીરના પ્રત્યેક કોષ પણ આ કામમાં પૂર્ણ શક્તિથી સહાયતા કરે છે.

પ્રોફેસર ઍલેક્ઝેન્ડર ગ્રેહામ બેલે મને જણાવ્યું હતું કે -ઠંડી ઋતુમાં જ્યારે તેઓ હૉલીફિક્સમાં ઘોડા ઉપર લાંબી મુસાફરી ઉપર જતાં હતા, ત્યારે તેઓ પોતાના પગને ગરમ રાખવા પોતાનું સંપૂર્ણ ધ્યાન પગ ઉપર જ કેન્દ્રિત કરી દેતા હતા. જો શરીરના કોઈ વિશેષ અંગ ઉપર આપણું સંપૂર્ણ ધ્યાન કેન્દ્રિત કરવામાં આવે તો, તે અંગમાં વધારે રક્તનો પ્રવાહ આવી જાય છે. રક્તના પ્રવાહને તેજ કરવા માટે આ પદ્ધત્તિ ઘણીવાર ઉપયોગમાં લેવામાં આવી છે. હવે કોઈપણ વૈજ્ઞાનિકને આ બાબત અંગે સંદેહ રહ્યો નથી. રક્ત હંમેશાં મનનું અનુકરણ કરે છે.

કોઈપણ બીમારી કે રોગની આશંકા અથવા ભયનો વિચાર તે ભાગમાં સંકોચન ઉત્પન્ન કરે છે અને ડરને કારણે તે રોગના લક્ષણો ઉદ્ભવવા અને પ્રગટ થવા લાગે છે.

એક સ્વસ્થ મહિલાને તેની મિત્રએ જણાવ્યું કે, ટી.બી.નો રોગ માતા-પિતા તરફથી સંતાનને અવશ્ય મળે છે. કેમ કે તેના પિતાને ટી.બી.નો રોગ હતો, તો ચોક્કસ તેને પણ થશે જ. તે મહિલાએ તેની મિત્રની વાત સાંભળી, તેને પોતાના સ્વાસ્થ્ય અંગે આશંકા રહેવા લાગી. હવે પછી જ્યારે પણ તે ઠંડી ઋતુમાં ફરતી કે તેના પગ ભીનાં થઈ જતાં- તેને તેની મિત્રની વાત યાદ આવતી. હવે ટી.બી.ની બીમારીના વિચારો તેના મગજમાં ફર્યા કરતાં હતા. આ રોગ તે ફેફસાંને લગતો હોય છે માટે ત્યાં હવે સંકોચન થવા લાગ્યું. હવે તેને ખાંસી પણ આવવા લાગી. ધીમે-ધીમે તેને કારણે તેની ભૂખ-તરસ પણ ઘટવા લાગી. બરાબર ભોજન ના કરવાને લીધે અને પૌષ્ટિક ભોજનના અભાવે તેના શરીરની શક્તિ પણ ક્ષીણ થવા લાગી. આ પ્રમાણે તેનું સારું સ્વાસ્થ્ય ખરાબ થવા લાગ્યું. તેના ચિંતાગ્રસ્ત મનમાં એવો વિશ્વાસ બેસી ગયો કે, તેને ટી.બી. થઈ ગયો છે. આ રોગથી પીડિત દર્દીઓને પોતાના વજનને માપતાં રહેવાની આદત પડી જાય છે. તેના મનના વિચારોનો પ્રભાવ તેના શરીરની પાચનક્રિયા ઉપર, રક્તચાપ ઉપર પણ પડે છે. પરિણામ સ્વરૂપે તેનું સ્વાસ્થ્ય બગડતું જાય છે. તેના ચહેરાનો રંગ પણ ફિક્કો પડતો જાય છે. તેના વિશ્વાસ અનુસાર શરીરના દરેક કોષ ટી.બી.ના રોગને સ્વીકારી લે છે અને હવે તેના જીવિત રહેવાની આશા પણ સમાપ્ત થઈ જાય છે. આ જ પ્રમાણે અનેક લોકો પોતાના મનનાં વિચારોને કારણે પોતાનું સ્વાસ્થ્ય ગુમાવી બેસે છે.

શરીરને સ્વસ્થ રાખવા માટે આવશ્યક છે કે, આપણે વિચારોને પણ સ્વસ્થ

રાખીએ. શરીરના કોષોને પોતાનું કાર્ય યોગ્ય રીતે કરવા માટે પ્રસન્નતા તથા વિશ્વાસની ખૂબ જ આવશ્યકતા હોય છે. કારણ કે આપણા વિશ્વાસો આપણા વિચારોનો પ્રભાવ શરીરના અંગો અને કોષો ઉપર પડે છે. આવી સ્થિતિમાં આપણી વિચારસરણી આશા અને ઉલ્લાસથી ભરેલાં હોવા જોઈએ. આમ કરવાથી આપણું જીવન આનંદથી ભરેલું રહેશે અને સ્વાસ્થ્ય હંમેશાં બળવાન.

પ્રત્યેક કોષનો પ્રભાવ અન્ય કોષ ઉપર પણ ચોક્કસ પડતો હોય છે, કારણ કે સમસ્ત કોષ પરસ્પર એક-મેક સાથે સંબંધિત હોય છે. વિચારો, જો તમને તીવ્ર ભૂખ લાગી છે અને તમે ભોજન કરવા માટે બેઠા છો, અચાનક તમને એક ટેલિગ્રામ મળે છે, જેમાં તમારા આપ્તજનના મૃત્યુના સમાચાર છે. એ ખબર વાંચતાની સાથે તમારી ભૂખ મરી જાય છે, કારણ કે ભૂખને ઉત્તેજિત કરનારા કોષો એકદમ મૃત બની જાય છે. એ જ પ્રમાણે હૃદય અને બીજા અંગો પણ શિથિલ બની જાય છે અને સંકોચાઈ જાય છે. આ ભયાનક સૂચના મળતાં જ દરેક અંગ પોતાનું કાર્ય કરવાનું બંધ કરી દે છે. આનાથી આપણને ખબર પડે છે કે, જે વાત મનમાં આવે છે તેનો પ્રભાવ શરીરના તમામ કોષો સુધી પહોંચી જાય છે.

વિચારવા લાયક વાત તો એ છે કે, આવી વ્યક્તિ, જે હંમેશાં પોતાના શરીરના અંગો અને કોષોની શક્તિ ઉપર સંદેહ ધરાવે છે, તેના કાર્યથી નિરાશ રહે છે. ત્યારે તેના શરીરના કોષો કઈ રીતે પ્રસન્નતાને જાળવી રાખી પોત-પોતાનું કાર્ય કરી શકશે? આવી વ્યક્તિ પોતાના હીન વિચારોને કારણે પોતાના શરીરને કેવી રીતે સ્વસ્થ રાખી શકે છે?

શરીરને સ્વસ્થ અને બળવાન બનાવવા માટે જ્યાં પૌષ્ટિક આહારની આવશ્યકતા છે, એ જ પ્રમાણે સારાં સ્વાસ્થ્યના વિચાર અને વિશ્વાસની પણ અત્યંત આવશ્યકતા હોય છે. તમારી આશા અને વિશ્વાસનો સીધો પ્રભાવ તમારા શરીરના કોષો ઉપર થશે અને તેની શક્તિઓ પુનઃ પાછી આવી જશે અને તેઓ પ્રસન્નતાપૂર્વક પોતાના કાર્યમાં લાગીને શરીરમાં નવીન તાજગી અને સ્ફૂર્તિ ભરીને સ્વાસ્થ્ય પ્રદાન કરશે.

સૃષ્ટિના પ્રત્યેક કણ-કણમાં ઈશ્વરનો પ્રકાશ ફેલાયેલો છે. ઈશ્વરની સત્તાને પોતાના શરીરના પ્રત્યેક અણુ-અણુમાં વ્યાપ્ત સમજો. ઈશ્વર સાથે એકાકારની ભાવના તમારા જીવનની અપાર શક્તિ બની જશે. તમારું શરીર સ્વસ્થ રહેશે અને જીવન સુખ-સમૃદ્ધિથી પરિપૂર્ણ.

પ્રભુ ઈસુએ કહ્યું હતું- સ્વર્ગ અને પૃથ્વી ભલે નાશ થઈ જાય, પરંતુ મારા શબ્દોનો નાશ નહીં થાય.

શબ્દ, આત્માનો અવાજ છે. શબ્દ જ આપણાં વિચારોનું મૂર્તિમંત રૂપ છે, મુખથી ઉચ્ચારેલા શબ્દોમાં અલૌકિક શક્તિ હોય છે, જેનો પ્રભાવ આપણાં મન ઉપર પડતો હોય છે. શબ્દની શક્તિ જ જીવનમાં પ્રાણ બનીને નિવાસ કરે છે. આથી મુખમાંથી જે પણ બોલો, તે પહેલાં ખૂબ સમજી-વિચારીને પોતાના હૃદયમાં મંથન કરીને બોલો. વિચાર જ્યારે મુખમાંથી બહાર આવે છે, ત્યારે મન ઉપર અમિટ છાપ છોડી જાય છે.

ઍડીસનને જ્યારે તેના મિત્રોએ દારૂ પીવાનો આગ્રહ કર્યો, ત્યારે તે કેવી રીતે બચી શક્યો, તેનો અનુભવ લખતાં તેઓ કહે છે- "મેં વિચાર્યું, સારું છે કે પહેલાં હું વિચાર કરી લઉં, કારણ કે હું મારી સમસ્ત માનસિક અને શારીરિક શક્તિઓનો પૂરેપૂરો લાભ લેવા ઈચ્છતો હતો. પ્રગતિમાં બાધક દારૂ પીને હું મારા ભવિષ્યને અંધકારમય બનાવવા ઈચ્છતો ન હતો. સારી રીતે વિચાર્યા પછી મેં દૃઢ નિશ્ચય સાથે કહી દીધું- "હું આ દારૂ જે માનવતાનો શત્રુ છે, તેને હાથ પણ નહીં લગાવું."

સંપૂર્ણ બાઈબલમાં શબ્દોની મહાન શક્તિનું મહત્ત્વ જણાવવામાં આવ્યું છે. મુખથી કહેલા શબ્દોમાં જાદુઈ શક્તિ હોય છે. પોતાના વિચારોને શબ્દોમાં કહેવાથી શરીરની તમામ શક્તિઓ તેને પૂર્ણ કરવામાં, કહેવામાં આવેલા શબ્દોને મૂર્તિમંત રૂપ આપવામાં પ્રવૃત્ત બની જાય છે.

વિજય માટે દૃઢ શબ્દોમાં કરવામાં આવતી ઘોષણા ખરેખર વિજયનો મૂળમંત્ર સાબિત થાય છે. ફ્રાન્સ અને જર્મની વચ્ચેના યુદ્ધમાં ફ્રાન્સીસી જનરલ પિટને, વેરડનના યુદ્ધમાં પોતાના સૈન્યને ઉત્સાહિત કરતાં કહ્યું હતું- 'જર્મન સેનાઓ ફ્રેન્ચ ભૂમિમાં પ્રવેશ નથી કરી શકતી." ખરેખર તેમના શબ્દોએ સમગ્ર સૈન્યમાં અદમ્ય અભૂતપૂર્વ સાહસ ભરી દીધું હતું. તેમના દ્વારા કહેવામાં આવેલા એક-એક શબ્દને સૈનિકોએ આત્મસાત કરી લીધા હતા. ભયંકર બોમ્બમારાની પરવાહ કર્યા વગર ફ્રાન્સીસી સૈનિકો આગળને આગળ વધતાં ગયા. સાક્ષાત્ મૃત્યુ તથા કઠોર કારાવાસના વિચારોને દૂર ખદેડતાં-ખદેડતાં તેઓ ઉત્સાહ તથા આશાની સાથે વિજય પ્રાપ્ત કરવાના વિશ્વાસથી ઝઝૂમી રહ્યાં હતા. તેમના હૃદયમાં તેમના સેનાપતિએ કહેલાં શબ્દો ગૂંજી રહ્યાં હતા. "જર્મન સેનાઓ ફ્રેન્ચ ભૂમિમાં પ્રવેશ નથી કરી શકતી." અને ખરેખર જર્મન સૈન્ય ફ્રાન્સની ભૂમિ ઉપર પગ ના મૂકી શક્યું. એક જર્મન ડૉક્ટર અનુસાર યુદ્ધમાં શહીદ થયેલાં સૈનિકોની કચકચાવીને બંધ કરેલી મુઠ્ઠીઓ તેમના નિશ્ચયને જાણે પુનરાવર્તિત કરી રહી તેવું પ્રતીત થતું હતું. આ 'શબ્દ'ની કરામત હતી, જેણે હસતા મુખે સૈનિકોને ફ્રાન્સના વિજય માટે પોતાના પ્રાણોની આહુતિ અર્પી દેવા માટે પ્રેરિત કર્યા હતા.

જો તમે પણ આ જ વિશ્વાસની સાથે કે તમે સફળ થશો જ, દૃઢ નિશ્ચય કરી લો તો નિષ્ફળતા ક્યારેય તમારી પાસે ફરકશે પણ નહીં. તમે પણ એ સૈનિકોની જેમ પોતાના જીવનના શત્રુઓ ઉપર વિજય પ્રાપ્ત કરી શકો છો.

આપણા મનમાં જે પ્રકારના વિચારો હશે, તમે બીજાઓના મનમાં પણ તેવા જ ભાવોને ભરી શકશો. જો આપણા મનમાં પ્રેમ અને મિત્રતાના વિચાર છે, તો આપણા શબ્દો દ્વારા બીજાઓમાં પણ એ જ ભાવનાઓને સ્થાપિત કરી શકશો. એથી વિપરીત જો તમારા મનમાં ઘૃણા કે દ્વેષના ભાવો હશે, તો તમને પણ નફરત ઘૃણા સિવાય બીજું કશું પણ પ્રાપ્ત થશે નહીં. પ્રેમથી પ્રેમ અને ઘૃણાથી ઘૃણાની પ્રતિધ્વનિ થાય છે. અર્થાત્ વ્યાવહારિક જીવનમાં બધું જ આપણાં કહેલાં શબ્દો ઉપર નિર્ભર કરે છે. એ તો આપણાં વિચારો ઉપર નિર્ભર છે, ભલે આપણે શત્રુતા અને દ્વેષ પ્રગટ કરીએ અથવા પ્રેમ કે મિત્રતા. શબ્દ જ તમારા માટે અને બીજાઓ માટે જીવન અને મૃત્યુનો સંદેશ આપે છે. મનમાં જેવી ભાવનાઓ હોય છે, શબ્દો પણ તેનો એવા જ પ્રકારનો અર્થ આપે છે.

આવા અનેક ઉદાહરણો મળે છે કે, કોઈ મહાત્મા પુરુષનો ઉપદેશ સાંભળીને અનેક લોકોના મન ઉપર ઊંડી અસર થઈ કે, તેઓની જીવનધારા જ બદલાઈ ગઈ. મનમાં બોલેલા શબ્દોની એટલી ઘેરી પ્રતિક્રિયા ઉદ્ભવતી નથી, જેટલી મુખેથી બોલેલા શબ્દોની થાય છે. તમે સારી રીતે જાણો છો કે, કોઈ મહાપુરુષના વિચાર પુસ્તકમાં વાંચ્યા પછી આપણે ભૂલી પણ જઈએ છીએ, પરંતુ એ જ વિચારોને સાંભળ્યા પછી આપણે ક્યારેય પણ એને ભૂલી શકતા નથી, તે આપણા હૃદય ઉપર અમિટ છાપ છોડી જાય છે. એક મનોવૈજ્ઞાનિક સત્ય છે કે, શબ્દ મન ઉપર પ્રભાવ તો અવશ્ય કરે છે, પરંતુ એટલો નહીં જેટલો એ શબ્દોને સાંભળવાથી પડે છે.

જ્યારે આપણાં મન ઉપર બીજાની વાત સાંભળીને પ્રભાવ પડે છે, ત્યારે પોતાના મનની વાત પોતાના મુખથી કહેવાથી એની વધારે અસર આપણાં મન તથા હૃદય ઉપર પડે છે. પોતાના મુખ દ્વારા કહેલાં શબ્દો ઉપર દૃઢ રહીને આપણે વ્યવહારમાં તેને નિભાવવાનો પ્રયત્ન કરીએ છીએ. જેનાથી આપણા અનેક ખરાબ વિચારો નષ્ટ થઈ જાય છે.

ભારતવર્ષમાં શિખ સંપ્રદાયના ધર્મગુરુ અને મહાન સંતશ્રી નાનકદેવજીના જીવનમાં બનેલી એક ઘટનાને કારણે એક ડાકૂનું જીવન પરિવર્તન થઈ ગયું હતું. એ ઘટના આ પ્રમાણે હતી - સંતશ્રી નાનકદેવજી ઉપદેશ આપતાં-આપતાં ગામે-ગામ અને નગરે-નગર ભ્રમણ કરી રહ્યાં હતા. તેમના આશ્ચર્યજનક શબ્દોનો જાદૂ જાણે

ચમત્કાર જેવો હતો, જેઓ પણ તેમનો ઉપદેશ સાંભળતા હતા, તેઓ પ્રભાવિત થયા વગર રહી શકતા ન હતા. અનેક વ્યક્તિઓએ તેમના આદર્શો ઉપર અમલ કરીને પોતાના જીવનને સુધાર્યું હતું.

હંમેશાંની જેમ તેઓ એક દિવસ કોઈ એક ગામમાં પ્રવચન કરી રહ્યાં હતા. તેમનો ઉપદેશ સાંભળવા એકઠાં થયેલાં લોકોમાંથી અચાનક એક માણસ આંસુ વહાવતો-વહાવતો સંતશ્રી નાનકદેવજી પાસે આવ્યો તથા તેમના ચરણોમાં ઢળી પડ્યો. સંતશ્રી નાનકદેવજીએ અત્યંત સ્નેહથી તેને ઊભો કરી તેના દુઃખનું કારણ પૂછ્યું. તે વ્યક્તિએ રડતાં-રડતાં કહ્યું કે, તે એક ડાકૂ છે અને હવે પછી તે પોતાનું બાકીનું જીવન સુધારવા ઈચ્છે છે. સંતશ્રી નાનકદેવજીએ તેને અત્યંત સ્નેહ સહિત કહ્યું કે, હવેથી તેણે લૂંટફાટ બંધ કરી દઈને પ્રતિજ્ઞા કરવી કે ક્યારેય પણ ચોરી નહીં કરે અને જૂઠું નહીં બોલે. તે ડાકૂએ એ વાતનો સ્વીકાર કર્યો અને ત્યાંથી ચાલ્યો ગયો.

બીજા દિવસે તે ફરીથી સંતશ્રી નાનકદેવજી પાસે આવ્યો અને બોલ્યો કે લૂંટફાટ કરવી તે છોડી શકે તેમ નથી કારણ કે, તે તેનો સ્વભાવ બની ગયો છે. એ કારણથી તે લૂંટફાટ કરવાની નથી છોડી શકતો, આ અશક્ય છે. મારો લૂંટારો સ્વભાવ મને લૂંટફાટ કરવા માટે વિવશ કરી મૂકે છે. પરંતુ તે એવું પણ ઈચ્છે છે કે, તે સન્માર્ગા ઉપર ચાલે અને સત્ય પણ બોલે. સંતશ્રી નાનકદેવજી વિચારી રહ્યાં હતા કે, કપટ અને અસત્યનો ત્યાગ કર્યા સિવાય આ ડાકૂનો સુધાર કેવી રીતે થઈ શકે?

અચાનક સંતશ્રી નાનકદેવજીને એક ઉપાય સૂઝ્યો. તેમણે તે ડાકૂને કહ્યું કે, તે પોતાના સ્વભાવ અનુસાર આખા દિવસ દરમિયાન જે પણ કામ કરે, તેને લખી લે અને રોજ એમની સભામાં આવીને પોતાની દિનચર્યાને બધાની સામે વાંચી સંભળાવે. ડાકૂને ગુરુજીની આ વાત ખૂબ જ સરળ લાગી. તે પ્રમાણે કરવાનો સ્વીકાર કરી લીધો અને ત્યાંથી ચાલ્યો ગયો.

બીજા દિવસે સંતશ્રી નાનકદેવજી પેલા ડાકૂની પ્રતીક્ષા કરતાં રહ્યાં, પરંતુ તે આવ્યો નહીં. ત્રીજા દિવસે પણ તેઓ તેની પ્રતીક્ષા કરતાં રહ્યાં, પરંતુ તે ના આવ્યો. આ પ્રમાણે ત્રીજા અને ચોથા દિવસે પણ તે આવ્યો નહીં. આખરે શું બન્યું છે? શા માટે નથી આવતો? તેના ના આવવાનું કારણ એ હતું કે, તેણે ગુરુજીની વાતનો સ્વીકાર તો કરી લીધો હતો અને આખા દિવસ દરમિયાન પોતે કરેલાં દરેક કામોને તેણે કાગળ ઉપર લખી પણ લીધાં, પરંતુ જ્યારે કાગળ લઈને તે ગુરુજી પાસે જવા તૈયાર થયો, ત્યારે ત્યાં તેમની સમક્ષ જવાની હિમ્મત તેને ના થઈ. તે મનમાં વિચારવા લાગ્યો કે,

પોતાના દુષ્ટ ખરાબ કૃત્યોને ગુરુજી સમક્ષ બધાં લોકોની સામે કેવી રીતે વાંચી શકીશ? આ વિચારે તેને સાહસહીન બનાવી દીધો, તેને પોતાના ઉપર શરમ આવવા લાગી. કેટલાય દિવસો પસાર થઈ ગયા. અંતે તેણે નિર્ણય કરી લીધો કે, હવે પછી તે એવું કોઈપણ કામ નહીં કરે, જેને બીજાઓ સમક્ષ અને ગુરુજી સમક્ષ કહેતાં શરમ અનુભવવી પડે. આ નિર્ણયને લીધે તેની જીવનધારા જ બદલાઈ ગઈ. હવે તે લૂંટારો ન રહ્યો. પરંતુ એક ન્યાયી અને પ્રમાણિક જીવન વ્યતીત કરવા લાગ્યો.

જો આપણે બીજાઓ સમક્ષ પોતાના શબ્દોમાં કોઈ પ્રતિજ્ઞા કરીએ છીએ અથવા જીવનને સુધારવાનો સંકલ્પ લઈએ છીએ, ત્યારે આપણા ઉચ્ચારેલાં શબ્દોની અસર આપણાં મન ઉપર વિશેષ રીતે થતી હોય છે. આ શબ્દની જ શક્તિ છે, જે મનુષ્યના જીવનમાં આમૂલ પરિવર્તન લાવે છે અને એક સામાન્ય વ્યક્તિ પણ જીવનના ઉચ્ચ શિખરો સુધી પહોંચી શકે છે.

આપણે આપણાં મન સાથે પણ વાતો કરી શકીએ છીએ. આપણું મન આપણી વાતોને સાંભળે છે અને અમલ કરે છે. જો આપણે આપણાં મનની વાત પ્રગટરૂપે શબ્દો દ્વારા કહીએ છીએ, ત્યારે મન ઉપર તેનો બમણો પ્રભાવ પડે છે. આ અનુભવથી સિદ્ધ થઈ ચૂક્યું છે કે, ચરિત્ર અને જીવનમાં પ્રગટ શબ્દોની અસીમ શક્તિ છે.

અનેક વ્યક્તિઓએ પોતાના હૃદય સાથે વાતો કરીને પોતાના જીવનમાં આશા અને ઉત્સાહને ભરી દીધા છે અને નિરાશા ઉપર વિજય હાંસલ કર્યો છે. આવા જ એક વ્યક્તિને હું જાણું છું, જેણે પોતાના મન સાથે વાતો કરીને પોતાના જીવનને મહાન શક્તિશાળી બનાવી દીધું હતું. ઘણાં વર્ષો પહેલાં તે અત્યંત ડરપોક અને શરમાળ હતો. તેના મનમાં એવો ડર બેસી ગયો હતો કે, તે દગાબાજ છે અને તે સારો માણસ નથી. એ કારણે તેને લોકોની ભીડમાં જવાનો ડર લાગતો હતો અને જો કોઈ તેને બોલાવે તો પણ શરમને કારણે તે ત્યાં જતો ન હતો. જ્યારે હકીકતમાં તે મહેનતુ અને પ્રમાણિક માણસ હતો, પરંતુ તેનામાં આત્મવિશ્વાસ નામની કોઈ વસ્તુ ન હતી. અચાનક તેને નવીન વિચારધારા નામનું પુસ્તક મળી આવ્યું. તે પુસ્તક વાંચવાથી તેને ખબર પડી કે, સ્વયંને ઉત્સાહ આપવાથી અધિક શક્તિ પ્રાપ્ત થાય છે. જો શબ્દોને પ્રગટ કરવામાં આવે ત્યારે વધારે ઉત્સાહ મળે છે. તેણે પુસ્તકમાં સૂચવેલાં સૂચનો ઉપર અમલ કરવાની શરૂઆત કરી. તેણે પોતાના મન સાથે વાતો કરવાની ટેવ પાડી દીધી. થોડાં જ દિવસોમાં તેને પોતાના અગાઉના વિચારોમાં ભારે પરિવર્તન આવેલું જોવા મળ્યું. તેને પોતાની શક્તિઓને વિકસિત થતી અનુભવી. બીજા લોકોએ પણ

તેનામાં આવેલા પરિવર્તનને અનુભવ્યું. હવે તેનું શરમાળપણું અને ભય ચાલ્યા ગયા હતા. તેનો આત્મવિશ્વાસ અને સાહસ પુનઃ પાછા આવવા લાગ્યા હતા. તેને પોતાની યોગ્યતા ઉપર સંપૂર્ણ ભરોસો થઈ ગયો હતો. આથી, હવે તે લોકોની મેદનીમાં રહીને ભાષણ કરી શકતો હતો અને સભાઓમાં તેને સભાપતિ પણ બનાવવામાં આવતો હતો.

પ્રત્યેક વ્યક્તિના હૃદયમાં અનેક પ્રકારના શક્તિશાળી સૂચનો પડેલા રહેતાં હોય છે, પરંતુ એ સૂચનો ઉપર તેઓ મનન કરતાં નથી. જો પોતાના આત્માના સૂચનોને જાગૃત કરી દેવામાં આવે, અર્થાત્ તેના ઉપર આચરણ કરવામાં આવે તો બાહ્ય નિર્બળતા તેની સામે ટકી શકતી નથી. તેની અંદરની શક્તિઓને જાગૃત કરવાથી મનુષ્યમાં અપૂર્વ શક્તિનો સંચાર થાય છે. પોતાની અંદર આત્મવિશ્વાસ જાગૃત કરવા માટે પોતાના આત્મ-સૂચનો ઉપર દૃઢતાપૂર્વક વિશ્વાસ કરો, તેથી તમારી નિરાશા, સંદેહ અને ભયની પ્રકૃતિ સમાપ્ત થઈ જશે અને તમે ઉત્સાહી, નિડર તથા સામર્થ્યવાન બની જશો.

જો તમને એવો અનુભવ થાય છે કે, જે કામ તમે કરવા ઇચ્છો છો, તે તમે કરી શકતા નથી, તેના પૂર્ણ થવામાં માર્ગમાં કોઈ અડચણ છે, જેને કારણે તમે ઉન્નતિ કરી શકતા નથી- તો તે વિઘ્ન કે અવરોધ અંગે જાણકારી મેળવી તેને દૂર કરવાનો પ્રયાસ કરો. પોતાની જાત સાથે વાતચીત કરીને તમે તે અવરોધ અંગે સરળતાથી માહિતી મેળવી શકશો. વિચાર-મંથનથી દૃઢ નિશ્ચયની ભાવના બળવત્તર બને છે. પોતાની સમસ્ત યોગ્યતાઓ અને શક્તિઓને સમજીને ખુદને જ પ્રશ્ન પૂછો.

"હું કેમ સાધારણ જીવન વ્યતીત કરી રહ્યો છું? મારી અંદર શું ખોટ છે? શું કારણ છે કે, મારા સાથીઓ મને સાથ આપતા નથી? હું શા માટે મારા લક્ષ્ય સુધી પહોંચી શકતો નથી? શું હું ડરપોક છું ? મારી ઉન્નતિના માર્ગમાં કઈ-કઈ અડચણો છે? મારાથી પણ અયોગ્ય કેટલાં બધાં આગળ વધી ગયા અને હું શા માટે આગળ વધી શકતો નથી, તેનું શું કારણ છે? "

પોતાના ગુણો અને દોષોને સારી રીતે સમજવા માટે એક યાદી તૈયાર કરો. પોતાની નબળાઈઓ અથવા દોષોની યાદી બનાવતા સમયે પ્રમાણિકતાપૂર્વક વિચાર કરો. કારણ કે મનુષ્યનો કોઈપણ એવો દોષ નથી, જેને દૂર ના કરી શકાય. કોઈપણ વ્યક્તિ જ્યાં સુધી પોતાની નબળાઈઓ અને દોષોને સારી રીતે સમજી નહીં લે, ત્યાં સુધી તેને દૂર કરવાનો માર્ગ પણ મળી શકશે નહીં. જ્યારે તમને પાક્કા પાયે એ

બાબતનું જ્ઞાન થઈ જાય કે, તમારામાં કેવા પ્રકારની ખામી છે અથવા દોષ છે, તો તેને દૂર કરવાનો માર્ગ સરળ બની જશે.

પોતાના ગુણ અને દોષોને સારી રીતે સમજીને તમે જે કાર્ય કરી રહ્યાં છો અથવા જે તમારું લક્ષ્ય છે, તેમાં આશા, વિશ્વાસ, ધૈર્ય, આત્મિક શક્તિઓ દ્વારા તેને પ્રાપ્ત કરવાનો સંનિષ્ઠ પ્રયાસ કરો. સફળતા તમારા ચરણોને ચૂંબન કરશે.

જો તમે કોઈપણ કાર્ય કરવામાં સ્વયંને અસમર્થ અનુભવો છો અથવા તો સ્વયંને હીન સમજો છો. તમને તમારી આંતરિક શક્તિઓ ઉપર પૂર્ણ ભરોસો નથી અથવા તો તમારી આંતરિક શક્તિઓ હજુ સુધી સુષુપ્તાવસ્થામાં છે, તો પોતાના મનમાં આ પ્રકારે વારંવાર પુનરાવર્તન કરો.

"હું ઈશ્વરની સંતાન છું. હું શક્તિ છું. હું દરેક રીતે યોગ્ય છું, કારણ કે મારી અંદર તમામ ઈશ્વરીય શક્તિઓનો અપાર ભંડાર ભરેલો છે. મારામાં સાહસ અને શક્તિ છે, કારણ કે હું કાયર નથી. હું ઈશ્વરનો અંશ છું. એ કારણે સૃષ્ટિની પ્રત્યેક સંપદા ઉપર મારો અધિકાર છે. હવે હું શ્રેષ્ઠ જીવન જીવીશ. પોતાના સાહસથી હું ક્યારેય પણ મારી જવાબદારીઓથી મુખ નહીં ફેરવું. હું યોગ્યતામાં કોઈનાથી પણ ઉતરતો નથી, તેને કારણે હું ચોક્કસ પ્રગતિ કરતો રહીશ. હું ક્યારેય પણ આત્મનિંદા નહીં કરું. હું સર્વશક્તિમાન ઈશ્વરની સંતાન છું, એ કારણે મારામાં અપાર શક્તિઓનો ભંડાર છે. સંસારમાં મને કોઈપણ વસ્તુની ખોટ નથી. હું જે ઇચ્છું તે લઈ શકું છું. હું ક્યારેય પરાજિત થઈ શકતો નથી, કારણ કે મારામાં અપાર બળ છે."

"આત્મનિંદા ઘોર અપરાધ છે, હવેથી હું ક્યારેય આત્મનિંદા નહીં કરું. તેનાથી ઈશ્વરની સૃષ્ટિનો નિરાદર થાય છે. જીવનના દરેક ક્ષેત્રમાં સફળ થવું, એ મારો અધિકાર છે. મને મારી જાત ઉપર સંપૂર્ણ ભરોસો છે. હવેથી હું જીવનના સંગ્રામમાં આશા અને વિશ્વાસ સહિત લડીશ. હું ચોક્કસ વિજયી બનીશ, કારણ કે હું ઈશ્વરની સંતાન છું. જે સ્વયં વિજય છે."

પોતાના મનમાં આ પ્રકારની કલ્પના કરો કે, મારી ભીતર દરેક ગુણો વિદ્યમાન છે, એ સાથે એ ગુણોનો ઉપયોગ પણ કરો. પોતાના અંતઃકરણ સાથે વાતો કરીને, જો તમારામાં સાહસ કે આત્મવિશ્વાસની ઉણપ છે, તો તેને પ્રાપ્ત કરવા માટે ઉત્સાહવર્ધક વિચારોને તમારા મનમાં લાવો. હંમેશાં સ્વયંને સર્વગુણ સંપન્ન સમજો, ત્યારે જ તમે સમજી શકશો કે, તમારામાં તે દરેક ગુણો આવી ગયા છે જેનાથી મનુષ્ય સમર્થ બને છે.

આપણે જે મેળવવા ઇચ્છીએ છીએ, તેને મેળવવા માટે વિશ્વાસ અને દૃઢ નિશ્ચય

આપણને આપણા લક્ષ્ય સુધી પહોંચાડી શકે છે. વિશ્વાસ અને દૃઢ નિશ્ચય લક્ષ્યની પ્રાપ્તિ માટે પ્રબળ શક્તિઓને જાગૃત કરી દે છે.

સી.ડી. લાર્સન દ્વારા સૂચવવામાં આવેલી નિમ્ન પ્રતિજ્ઞાઓને પોતાના દૈનિક સંકલ્પોમાં પુનરાવર્તિત કરવી અત્યંત ઉપયોગી અને સાર્થક સાબિત થશે.

"હું હંમેશાં એવા જ શબ્દો બોલીશ જેનાથી શક્તિ, સાહસ અને પ્રેરણા મળે."

"હું એવી રીતે કાર્ય કરીશ, જેનાથી સામાન્ય લોકોનું ભલું થાય."

"હું મારામાં અને બીજાઓમાં માત્ર સારા ગુણોને જ નિહાળીશ. "

"હું જાણું છું કે, હું કોઈપણ કાર્ય કરી શકું છું. આથી મને મારા કાર્યમાં સફળતા જ મળશે."

"મારામાં દરેક પ્રકારની વિપત્તિઓનો સામનો કરવાની ક્ષમતા છે."

"હું ક્યારેય સાહસનો ત્યાગ નહીં કરું."

"હું હંમેશાં માનવતાના કલ્યાણની જ કામના કરીશ."

"હું હજુ વધારે મહાન બનીશ."

જો કે, માનવ શરીરના 'હું'ને દર્શાવવું અહંકારનું પ્રતીક છે અને આપણે જાણીએ છીએ કે, અહંકારથી કોઈને લાભ થતો નથી અપિતુ હાનિ જ થાય છે. પરંતુ જ્યારે તમે આ 'હું'ની પ્રતિષ્ઠા કરો છો, ત્યારે આ 'હું'નો અર્થ આત્માના અર્થમાં થાય છે. અને તેમાં કોઈ સંદેહ નથી કે, આત્માનું જ નામ પરમાત્મા છે, ત્યારે તમારા આ 'હું'નો અર્થ તમારા શરીરના અહંકાર સાથે નહીં, બલ્કે આત્મા અર્થાત્ ઈશ્વરના 'હું' સાથે થાય છે અને ઈશ્વર તો સર્વશક્તિમાન છે, સૃષ્ટિકર્તા છે. હકીકતમાં આત્મા જ તમારું સાચું અસ્તિત્વ છે અને 'હું'- આત્માનું પ્રતીક હોય છે, શરીરનું નહીં.

મનુષ્ય જો સફળતા માટે પ્રતિજ્ઞાની આ આશ્ચર્યજનક શક્તિને સમજી લે કે- આત્મા- એ જ પરમાત્મા છે અને તે ખુદ પરમપિતા પરમાત્માની સંતાન છે, તો માનવીને કોણ જાણે કેટલી બધી ઉપલબ્ધિઓ પ્રાપ્ત થઈ જતી અને તે મહામાનવ બની જતો.

બાઈબલની શ્રેષ્ઠતાનું રહસ્ય એ છે કે, આ અમૂલ્ય ગ્રંથમાં જીવનને આશામય બનાવવા અને પ્રતિજ્ઞાઓના અમર વાક્યો ભરેલાં પડ્યા છે. જો જીવનને ઉલ્લાસમય બનાવવા અને પ્રતિજ્ઞાઓનું પુનરાવર્તન કરવાના વાક્યો બાઈબલમાં ના હોત, તો કોઈપણ તેનું નામ પણ ના લેતું. કારણ કે પ્રતિજ્ઞા એ સજીવ વસ્તુ છે.

આત્મવિશ્વાસી વ્યક્તિઓના ઉચ્ચારેલા પ્રત્યેક શબ્દમાં અપૂર્વ શક્તિ અને પ્રભાવ

હોય છે. તેઓ એટલા બધાં વિશ્વાસ સહિત પોતાની વાતને કહે છે કે, કોઈપણ તેના ઉપર અવિશ્વાસ કે સંદેહ કરી ના શકે. આથી વિશ્વના મહાન લેખક અને વિચારક પોતાની વાતોને દલીલોથી ક્યારેય સિદ્ધ કરતાં નથી. તેઓ પ્રત્યેક વાતને આત્મવિશ્વાસ સહિત દૃઢતાપૂર્વક કહે છે. જો તેઓ પોતાની વાતો દલીલો આપીને સિદ્ધ કરતાં, તો સંભવતઃ મનુષ્ય તેમની વાતો ઉપર વિશ્વાસ ના કરતાં.

ખુદ સાથે જ વાત કરીને આત્મવિશ્વાસની સાથે દૃઢ નિશ્ચયી બનો. ભય અને ખચકાટને મનમાંથી દૂર કરી સાહસપૂર્વક બોલો- "હું અત્યારથી સફળ છું. સફળતા મારો જન્મસિદ્ધ અધિકાર છે." એવું ક્યારેય પણ ના વિચારો કે, "હું પ્રયત્ન કરીશ. હું જોઉં છું કે કરી શકીશ કે નહીં કરી શકું. હું પ્રયત્ન કરીશ." તેનાથી સંદેહની ભાવના મનમાં આવે છે, જે સફળતા માટે ઘાતક છે.

પોતાના આત્માની શક્તિને બળવાન બનાવો, જેનાથી તમારી અંદર ઈશ્વરીય રૂપનો વિસ્તાર થાય. પૂર્ણ વિશ્વાસ અને નિશ્ચય સહિત પુનરાવર્તન કરો -"હું ઈશ્વર સાથે એકાકાર થઈ ગયો છું, મારી પાસે તે જે ઇચ્છે છે, હું તેને અવશ્ય પૂર્ણ કરી શકું છું. પોતાના હૃદયના નિર્ણયને માનવો મારું કર્તવ્ય છે. હું મારી શારીરિક, માનસિક અને આત્મિક શક્તિઓના વિકાસમાં પ્રત્યેક અવરોધોને દૂર કરી દઈશ, કારણ કે હું જાણું છું કે, વીતેલો સમય ક્યારેય પાછો આવતો નથી. હું આજથી પરમપિતાના સંતાનની જેમ મારું જીવન જીવીશ."

પરંતુ યાદ રાખો, આવા શબ્દો માત્ર મુખથી કહેવામાં આવે અને હૃદય ઉપર તેની કોઈ જ અસર ના થાય, તે થોડાં જ રહી જાય છે, તેની કોઈ અસર નથી થતી. 'શબ્દો'ને જીવન 'આત્મા'થી મળે છે. જીવન-શક્તિ અર્થાત્ આત્માની શક્તિ વગરના શબ્દ નકામા અને પ્રભાવહીન હોય છે. એ જ કારણે શબ્દોને પૂર્ણ આત્મવિશ્વાસ સાથે ઉચ્ચારો.

"ઈશ્વર ભેદભાવ-રહિત છે. તે સર્વ મનુષ્યને સમાન ભાવથી નિહાળે છે. આપણે એ ઈશ્વરની સંતાનો છીએ અને કોઈ પિતા પોતાની સંતાનોમાં ભેદભાવ નથી કરતાં અને ના ક્યારેય કરી શકે છે. ઈશ્વર દરેકને ભેદભાવ વગર એક સરખો પ્રેમ, અધિકાર અને વરદાન આપે છે. હું જે ઇચ્છા રાખું છું, તેને અવશ્ય તેઓ પૂર્ણ કરશે. પોતાની દરેક ઇચ્છાને પૂર્ણ કરવા હું પ્રયત્ન કરીશ. મારું જીવન પોતાની ઇચ્છાનુસાર હું બનાવીશ."

આ પ્રતિજ્ઞાઓને વારંવાર પુનરાવર્તિત કરતાં રહો. પોતાની પ્રતિજ્ઞાઓને પૂર્ણ

કરવા માટેની તકને શોધો, તકની પ્રતીક્ષા કરશો નહીં. તમારા દ્વારા કરવામાં આવેલી પ્રતિજ્ઞાઓમાં આશ્ચર્યજનક ચમત્કાર કરવાની શક્તિ છે. દૃઢ વિશ્વાસ સાથે કરેલી પ્રતિજ્ઞાઓથી તમારી શક્તિઓ પણ વધી જાય છે. બીજા લોકો તમારા વિશે શું વિચારે છે? તેની ચિંતા કરો નહીં. સંસારમાં સાહસ અને દૃઢ નિશ્ચય સાથે પોતાનું સ્થાન બનાવો, કારણ કે, એ સ્થાન માત્ર તમારા માટે જ છે. લોકોની સલાહો ઉપર ધ્યાન ના આપો અને ખુદ ઉપર ભરોસો રાખો અને ખુદ પાસે જ અપેક્ષા રાખો. એવો વિચાર ક્યારેય મનમાં ના આવવા દો કે, તમારો જન્મ સાધારણ કાર્યો કરવા માટે જ થયો છે. પોતાના આદર્શો ઊંચા રાખો.

પોતાના જીવનને મહાન બનાવવા માટેની ઉત્તમ રીત છે -પોતાના વિશે સાચી અને યોગ્ય માહિતી રાખવી અને પોતાને જ પોતાના અંગત સમજીને મનની વાતોને જણાવવી. સ્વયં વિશે જાણીને જે નબળાઈઓ છે, તેને દૂર કરીને ઉચ્ચ આદર્શોને હૃદયમાં લાવવા.

તમારી અંદર જો કોઈ દોષ ઉત્પન્ન થઈ ગયો છે, તો તેનાથી ભયભીત ના બની જશો, પરંતુ તે દોષને દૂર કરવાનો પ્રયાસ કરો. તમારી અંદર આશ્ચર્યજનક શક્તિ છે, તેનું હંમેશાં ધ્યાન રાખો. એ જ શક્તિથી દરેક અનિષ્ટો ઉપર વિજય પ્રાપ્ત કરો. મનમાં પુનરાવર્તન કરો- "મને ઈશ્વરે સર્જ્યો છે. મારી અંદર એ જ ગુણ વિદ્યમાન છે. મારો એ દોષ જે જીવનમાં ઝેર ઘોળી રહ્યો છે, તેને દૂર કરવાની શક્તિ મારી અંદર ઉપસ્થિત છે. હું પ્રતિજ્ઞા કરું છું કે, હવેથી કોઈપણ પ્રકારનો દોષ મારી અંદર ઉત્પન્ન થવા નહીં દઉં. હું ઈશ્વરની સંતાન છું. મારો એ દોષ મને કલંકિત કરે છે અને મારા સંપૂર્ણ જીવનને નિષ્ફળતાની ઊંડી ખાઈમાં ધકેલી દે છે."

"જો તમે તમારા દરેક કાર્યોને અવિશ્વાસ સાથે કરો છો અને સંદેહ કરવાનો તમારો સ્વભાવ બની ગયો છે, અવિશ્વાસને કારણે પોતાના મહત્ત્વપૂર્ણ કાર્યોને અપૂર્ણ મનથી કરો છો, તમે એટલા શંકાશીલ છો કે, જરૂરી કાગળ ઉપર પણ તમે જરૂરી હસ્તાક્ષર કરતાં નથી અથવા જરૂરી મહોર મારતા નથી માટે તે તમારું મહત્ત્વપૂર્ણ કાર્ય અધૂરું રહી જાય છે; તમે તમારા નિર્ણયમાં દૃઢ રહેતા નથી તો- આ હીન ભાવનાઓની ચિકિત્સા માટે તમે રોજ સવારે દૃઢ નિશ્ચય કરી લો કે, આજે તો કામને પૂરું જ કરીશ. એક જ કામને સારી રીતે ધ્યાન રાખી તેને સમાપ્ત કરવા માટે પોતાને જણાવો- આ કામ ઠીક છે. આ અંગે હવે પુનઃ વિચાર કરીશ નહીં, મારો નિર્ણય યોગ્ય છે. અને હવે હું તેને પૂર્ણ કરી દઈશ."

પ્રતિદિન જે વ્યક્તિની કાર્યકુશળતા અને નિપુણતાથી તમે પ્રભાવિત છો, પ્રશંસક છો, તેમના આદર્શોનું સ્મરણ કરો. પ્રારંભમાં એવું બને કે, ખામીઓ આવે ત્રુટિઓ થાય, પરંતુ ચિંતા ના કરો, પોતાના નિર્ણય ઉપર મક્કમ રહો. જે પણ કામ તમારી સમક્ષ છે તેને અવિલમ્બ પૂર્ણ કરો. આગળ માટે કોઈપણ કાર્યને બાકી ના રાખશો.

હંમેશાં વિજયની જ કલ્પના કરો. પોતાના ચહેરા ઉપર વિજયના ભાવો લાવો, જેથી નિશ્ચયની ભાવના તમારા નેત્રોમાંથી ટપકતી દેખાય અને જોનાર સમજી જાય કે, તમે ક્યારેય પરાજિત થશો નહીં, નિષ્ફળ થશો નહીં. સ્વયં વિજયી બનીને બીજાના માર્ગોને પ્રશસ્ત કરો.

પોતાની જાત સાથે કરેલી વાતો ઉન્નતિના માર્ગને પ્રશસ્ત કરે છે. જેનાથી કોઈપણ વ્યક્તિ પોતાની ખામીઓને દૂર કરી પોતાનું જીવન સફળ બનાવી શકે છે. જે પ્રકારની વાતો જણાવવામાં આવી છે, જરૂર પ્રમાણે તેને બદલી પણ શકાય છે. જો તમે પ્રતિદિવસ તેનું પુનરાવર્તન કરશો, તો ચોક્કસથી તમે તમારું લક્ષ્ય પ્રાપ્ત કરી લેશો- તેમાં શંકાને કોઈ સ્થાન નથી.

આરંભમાં તમને ખુદ સાથે વાતચીત કરવી એ ખૂબ વિચિત્ર તથા મૂર્ખતાપૂર્ણ લાગશે, પરંતુ જલ્દી જ તમે તેને તમારી દિનચર્યામાં સામેલ કરીને ચોક્કસપણે તેનો લાભ અર્જિત કરી શકશો. તમારા સન્માન અને આત્માની શક્તિમાં વૃદ્ધિ થશે તથા તમારી યોગ્યતા બમણી થઈ જશે.

અર્થાત્ તમે જીવનના દરેક ક્ષેત્રમાં સફળ બની શકશો. પરંતુ તેનો અર્થ એવો નથી થતો કે તમે અંહકારી તથા વ્યક્તિત્વવાદી બની જશો, પરંતુ એનાથી તમારી શક્તિઓથી માહિતગાર બનીને તેનો યોગ્ય ઉપયોગ કરી શકશો.

આ રીતે પોતાના મન સાથે વાતચીત કરીને હંમેશાં પ્રેરણાદાયક વાતો કરો અને સાહસપૂર્ણ કામો કરો- નિરાશાની નહીં. પોતાના વિશ્વાસને દરેક સંભવ ઉપાયથી દૃઢ બનાવો. પોતાની અંદર વિશ્વાસને ઉત્પન્ન કરો, કારણ કે જેવો તમારો વિશ્વાસ હશે, તેવા જ તમે બનશો. તમારો નિશ્ચય જેટલો મહાન હશે, તેટલી જ મહાન તમારી સફળતા હશે.

૯. ઈશ્વરથી નિકટતા

આપણા હૃદયમાં અપૂર્વ શક્તિઓનું રાજ્ય છે. હૃદય દ્વારા જ ઈશ્વર સાથે એકતા સ્થાપિત થાય છે. ઈશ્વરના સર્વવ્યાપી હોવાનું પ્રમાણ પણ આપણું હૃદય જ છે.

સંસારના ઈતિહાસમાં આ ઘટના આશ્ચર્યજનક અને અપૂર્વ છે- અબૂ બિન આદમ એક સાધારણ વ્યક્તિ હતો.પરંતુ ઈશ્વર ઉપર તેનો અતૂટ વિશ્વાસ હતો. પોતાના સાધારણ જીવનમાં તેને અનુભવ થઈ ગયો હતો કે. સંસારના સુક્ષ્મમાં સુક્ષ્મ અણુઓમાં પણ સર્વશક્તિમાન ઈશ્વર ઉપસ્થિત છે. તેના પોતાના આત્મામાં પણ તેમનો જ પ્રકાશ ભરેલો છે.

એક દિવસે અબૂ બિન આદમે સ્વપ્નમાં જોયું કે, એક દેવદૂત સ્વર્ગલોકથી તેની પાસે આવ્યો છે. અબૂએ જોયું કે તે દેવદૂત કોઈ યાદી તૈયાર કરી રહ્યો છે. તે યાદી વિશે દેવદૂતને અબૂએ પૂછ્યું, ત્યારે તેણે જણાવ્યું કે તે એવી વ્યક્તિઓના નામોની યાદી તૈયાર કરી રહ્યો છે, જેઓ ઈશ્વરનું ભજન કરે છે અને જેઓને ઈશ્વર પ્રેમ કરે છે. અબૂએ વિચાર્યું કે- "હું તો ઈશ્વરનું ભજન કરતો જ નથી, એ માટે આ યાદીમાં તો મારું નામ હશે જ નહીં."

બીજા દિવસે અબૂને સ્વપ્નમાં એ જ દેવદૂત દેખાયો. હજુ પણ તે એવી જ યાદી બનાવી રહ્યો હતો. એ દિવસે જતાં પહેલાં દેવદૂતે અબૂને એ યાદી બતાવી. અબૂએ એ યાદીને જોઈ, ત્યારે તેને ખબર પડી કે તેનું નામ તે યાદીમાં સૌથી ઉપર અને સોનેરી અક્ષરોથી લખેલું છે. તેના આશ્ચર્યનો પાર ના રહ્યો. તેને આશ્ચર્યચકિત થયેલો જોઈને દેવદૂતે તેને કહ્યું- "સંસારના પ્રત્યેક પ્રાણીમાં ઈશ્વરનું રૂપ વિદ્યમાન છે એ માટે દરેક પ્રાણીને પ્રેમ કરવો ઈશ્વરને પ્રેમ કરવા સમાન છે અને સંસારના જીવોની સેવા જ સાચી ઈશ્વરભક્તિ છે."

પ્રભુ ઈસુએ કહ્યું છે કે- સ્વર્ગનું રાજ્ય તમારી ભીતર છે. માનવી પોતાના હૃદયથી શક્તિ ગ્રહણ કરે છે. તેના હૃદયમાં મહાન શક્તિઓનો સ્રોત વિદ્યમાન રહેતો હોય છે. આપણા હૃદયમાં અપૂર્વ શક્તિઓનું રાજ્ય છે. હૃદય દ્વારા જ ઈશ્વર સાથે ઐક્ય સ્થાપિત થઈ શકે છે. ઈશ્વર સર્વવ્યાપી હોવાનું પ્રમાણ પણ આપણું હૃદય જ છે. તાર વિહોણાં તારની જેમ હૃદયનો ઈશ્વર સાથે સંબંધ જોડાયેલો રહે છે.

વિશ્વની સૌથી મહાન શોધ મનુષ્યની આત્મા સાથે પરમાત્માની એકતા છે. ડૉક્ટર એલનનું કહેવું છે- મનુષ્યએ પોતાના આત્માની શક્તિને ઓળખી લીધી છે. હવે તે પોતાના આત્માની તાકાતથી સૃષ્ટિની પ્રત્યેક વસ્તુને પોતાની ઇચ્છાનુસાર પ્રાપ્ત કરી શકે છે. સંસારનો સૌથી મહાન આવિષ્કાર તો મનુષ્ય તથા ઈશ્વરને તાર વિહાણાં તારથી જોડવાનો છે.

ઈશ્વરને યાદ કરવાથી આપણી તેમની સાથેની નિકટતા સ્થાપિત થઈ જાય છે અને સંસારમાં એકલતા લાગતી નથી, કારણ કે આપણા નિરંતર સ્મરણથી ઈશ્વર હંમેશાં આપણી સાથે રહે છે. આપણે ઈશ્વરના સંપર્કમાં રહેવાને કારણે તેમના પ્રત્યેક કાર્યમાં યોગદાન આપીએ છીએ. સંસારના નિર્માણકાર્યની તેમની યોજના પૃથ્વી પર નિરંતર ચાલ્યા કરે છે. પૃથ્વીના સુંદર સ્વરૂપને, જેને પરમાત્માએ સ્વયં બનાવેલ છે, તેને અધિક સુંદર બનાવવામાં આપણે ઈશ્વરની સાથે મળીને કાર્ય કરીશું. મનુષ્યનું હૃદય પાપરહિત અને સુંદર છે. આત્મા ના તો ક્યારેય જન્મ લે છે ના તો ક્યારેય મૃત્યુ પામે છે. તે ક્યારેય પાપ કરી શકતો નથી, તે તો સદૈવ પવિત્ર છે. મનુષ્યનું આ જ રૂપ ઈશ્વરનો અંશ છે. સારાં કાર્યો દ્વારા જ મનુષ્ય ઈશ્વરની નજીક આવી શકે છે.

આપણે આપણાં યોગ્ય રૂપને ઈશ્વરની સાથે એકાકાર કરીને જ જાણી શકીએ છીએ. ઈશ્વરની સાથે ઐક્ય સ્થાપિત કરીને આપણે આપણી આશ્ચર્યજનક પ્રતિભાઓને જાણી લઈએ છીએ, જેને ક્યારેય સમાપ્ત કરી શકાય નહીં. આપણું સાંસારિક જીવન ગમે તેવું

કેમ ના હોય, પરંતુ આપણી પ્રતિભાઓને કોઈ નષ્ટ કરી શકતું નથી.

મનુષ્ય જેટલો વધારે સંબંધ ઈશ્વર સાથે રાખે છે, તેટલો તે ઈશ્વરની વધારે નજીક જાય છે. તેના હૃદયની શક્તિઓ તેટલી વધારે બળવાન બનતી જાય છે. તેની શક્તિઓની મહાનતા ઈશ્વરના સાનિધ્ય ઉપર નિર્ભર કરે છે. મનુષ્ય જેટલો ઈશ્વરની નજીક હશે, તેટલું તેનું જીવન વધારે મહાન બનશે.

બહુધા લોકો એવું સમજતા હતા કે, સંસારનું સમસ્ત જ્ઞાન-વિજ્ઞાન માત્ર ઈશ્વરની પાસે જ સીમિત હતા, પરંતુ ઈશ્વર સાથે નિકટતા સ્થાપિત થવાથી અને મનુષ્ય ઈશ્વરની સંતાન હોવાના સંબંધે આ સમસ્ત જ્ઞાન મનુષ્યની ભીતર પણ ઉપસ્થિત છે.

વિશાળ વટ-વૃક્ષની સમસ્ત શક્તિઓ તેના નાનકડાં બીજની અંદર સંપૂર્ણપણે વિદ્યમાન રહેતી હોય છે. તે બીજની અંદર તેના વિકાસ કરવાની ક્ષમતા પણ રહેલી હોય છે. એ બીજની અંદરના એ વિશાળ વૃક્ષને હવા, પાણી અને સૂર્યના કિરણોએ માત્ર વિકસિત કર્યું છે. હકીકતમાં તો તેની અંદર તે પહેલાંથી જ ઉપસ્થિત હતું.

બરાબર એ જ વાત મનુષ્ય ઉપર પણ લાગૂ થાય છે. તેની અંદર પણ પ્રતિભાના ભંડારો મૌલિક રૂપે વિદ્યમાન હોય છે. તેનું શિક્ષણ અને જીવનના અન્ય કાર્યો તેની અંદર રહેલી શક્તિઓને બહાર લાવીને વિકસિત કરે છે.

સૃષ્ટિનો ક્રમ નિરંતર ચાલ્યા કરે છે. આ વાતનું જ્ઞાન આપણને નવીન વિચારધારા દ્વારા પ્રાપ્ત થયું છે. સૃષ્ટિના નિર્માણકર્તા અમર છે, તેમની કોઈ જ સીમા નથી, તેમનો કોઈ જ અંત નથી. આથી આદિ, અનાદિ, અનંત અને અવિનાશી ઈશ્વર છે. તેમની સૃષ્ટિનો ક્રમ પણ નિત્ય નિરંતર ચાલ્યા કરે છે. તેમની સૃષ્ટિમાં રહેતાં આપણે શા માટે પોતાને એકાકી સમજીએ છીએ? ભલું કોઈ પોતાની બનાવેલી કૃતિથી વિમુખ રહી શકે ખરું? મનુષ્ય કોઈ અજ્ઞાત ભાગ્યની કઠપુતળી નથી અને ના તો તે એકલો છે, ઈશ્વર હંમેશાં તેની સાથે રહે છે, જેમણે તેનું સર્જન કર્યું છે.

પોતાના મૂળ સ્રોતથી કોઈ વિમુખ રહી શકતું નથી. તેનાથી અલગ ગણાવાનો વિચાર જ આપણને આપણી શક્તિઓથી અલગ કરી દે છે અને જ્યારે આપણી શક્તિના મૂળ સ્રોતથી અલગ પડી જઈએ છીએ, ત્યારે આપણે શું પ્રાપ્ત કરી શકીએ? મનુષ્યની બીમારીઓ, દુઃખો અને સમસ્ત નિર્બળતાઓનું કારણ એ જ છે કે, તે તેમની સમીપ હોવાને એકલો સમજવા લાગે છે.

સર્જનહારના નિર્માણના વિશાળ ક્ષેત્રમાં મનુષ્ય હિસ્સેદાર છે. તેમનું નિર્માણ ક્ષેત્ર એક વિશાળ વ્યવસાય જેવું છે, જેની સંપત્તિ માત્ર તેની પોતાની જ નથી. જો કે તે

ઈચ્છે તો તેનો ઉપયોગ તે સ્વયં કરી શકે છે, તથાપિ મનુષ્ય તેમાં સમજદાર હોવાને કારણે અથવા નિકટ હોવાને કારણે તેમની સંપત્તિનો ઉપયોગ કરી શકે છે.

મનુષ્યનો આત્મા જ્યારે ઈશ્વર સાથે એકતાનો સંબંધ સ્થાપિત કરી લે છે, ત્યારે તે સંસારનું જ્ઞાન અર્જિત કરી લે છે. ત્યારે તે આત્મિક શક્તિનું કેન્દ્ર બની જાય છે. શરીરના નાનકડાં પરિઘમાં સીમિત રહેતો નથી. તેનું ક્ષેત્ર વિશાળ બની જાય છે. સાંસારિક સુખ, વૈભવ અને ઐશ્વર્યથી તેની આત્મીયતા ઓછી થઈ જાય છે. ભૌતિક સુખો તેના માટે કોઈ જ મહત્ત્વ ધરાવતા નથી, કારણ કે તેની સામે તો આત્માના વિશાળ રાજ્યનો વૈભવ ઉપલબ્ધ બની જાય છે. તેની દરેક સ્વાર્થી ભાવનાઓ, ઉદાસીનતાઓ સમાપ્ત થઈ જાય છે અને રહી જાય છે માત્ર તેના હૃદયમાં ઉત્સાહ અને ઉલ્લાસના હિલોળાં લેતો સાગર.

આપણો સંબંધ જ્યારે ઈશ્વર સાથે સ્થાપિત થઈ જાય છે, ત્યારે એવું પ્રતીત થાય છે કે, જાણે આપણી શક્તિઓ વિકસિત બનીને એ અસીમ મહાસાગરમાં એકાકાર થવા જઈ રહી છે. ઈશ્વરનું સામિપ્ય અને સામર્થ્ય મનુષ્યના જીવનમાં આશ્ચર્યજનક શક્તિઓ દ્વારા ક્રાન્તિ લાવી દે છે. તેના જીવનનો પ્રવાહ પલટાઈ જાય છે.

આપણો આત્મા એ જ પરમાત્માનો અંશ છે. તેના દ્વારા આપણે એ પરમપિતા પરમેશ્વર સાથે સંબંધ સ્થાપિત કરી શકીએ છીએ. જ્યારે આપણો સંબંધ ઈશ્વર સાથે સ્થાપિત થઈ જાય છે, ત્યારે સંસારમાં આપણા માટે કશું જ અપ્રાપ્ય રહી શકતું નથી.

પરમાત્મા સાથેના નજીકના સંબંધને કારણે આપણને કોઈનો ભય રહેતો નથી. આપણે નિડર બનીને જે કામ કરીએ છીએ તે નકામું જતું નથી. આપણે નિડર થઈને એ સમજી લઈએ છીએ કે, આપણે તેવા મહાદાની પાસે છીએ, જેની પાસે આપવા માટે અઢળક અને અખૂટ ભંડારો છે, જેમાં બધું જ ભરેલું પડેલું છે. આપણે જે કાર્ય કરીશું, તેમાં આપણી સંપૂર્ણ શક્તિ લગાવીને સફળતા પ્રાપ્ત કરી શકીશું.

સંસારમાં મહાપુરુષોએ, ઈશ્વરનું જ્ઞાન મેળવીને, તેમની સાથે એકતા સ્થાપિત કરીને, પોતાના મહાન કાર્યોમાં સફળતા પ્રાપ્ત કરીને ઘણાં બધાં અજૂબા કરી બતાવ્યા છે. એટલે સુધી કે ઈશ્વર દ્વારા નિર્મિત સૃષ્ટિના પ્રાકૃતિક રૂપમાં પણ અનેક સુધારણાઓ કરીને, તેને વધારે સુંદર બનાવી દીધું છે. ખરેખર મનુષ્યની ભીતર રહેતાં ઈશ્વર જ મનુષ્યને નવા-નવા આવિષ્કારો કરવા માટે પ્રેરિત કરે છે. મનુષ્ય દ્વારા નિત્ય પ્રતિ કરવામાં આવતા નવા-નવા નિર્માણ કાર્યો એ વાતનું પ્રમાણ છે કે, મનુષ્ય અને ઈશ્વર એકાકાર થઈ ગયા છે. આથી તો આ કાર્યો સંભવ બની શક્યા છે, નહીંતર એમનામાંથી

એકલું કોઈપણ આટલું મોટું મહાન કાર્ય કરવા માટે સમર્થ થઈ શકે નહીં. એ કેટલાં આશ્ચર્યની વાત છે કે, અનેક આવિષ્કારક ઈશ્વરમાં વિશ્વાસ ધરાવતા નથી. પરંતુ આપણે એ વાત ભૂલવી જોઈએ નહીં કે, સંસારમાં તમામ આલોચના અને અપમાનોની ચિંતા ના કરીને તેઓ વિશ્વને મહાન ઉપલબ્ધિઓની ભેટ આપીને સ્વયંને અમર બનાવી દીધા.

મનુષ્યના હૃદયમાં પ્રેરણા સ્વરૂપે વિદ્યમાન ઈશ્વરીય શક્તિને કારણે તે સંસારમાં ઉન્નતિ કરી શક્યો છે. એ જ ઈશ્વરીય પ્રેરણાથી મનુષ્યએ આજ સુધીના મહાન કાર્યોને સફળતાપૂર્વક કરી બતાવ્યા છે. સૃષ્ટિની દરેક નાની-મોટી વસ્તુઓને આધુનિક રૂપમાં સજાવવા-શણગારવામાં મનુષ્યને ઈશ્વરે જ પ્રેરિત કર્યા છે. હકીકતમાં તો વિશ્વમાં સુવર્ણ યુગ લાવવા માટે મનુષ્ય અને ઈશ્વર સાથે મળી નિર્માણ કાર્ય કરી રહ્યાં છે.

ઈશ્વરની સહાયતાથી મનુષ્યએ કેટલાં બધાં આશ્ચર્યકારક કાર્યો કરી લીધા છે. વિશ્વના મહાન આવિષ્કારકો અને કલાકારોને એ જ ઈશ્વરે પ્રેરણા આપીને પોતાની ઇચ્છાઓ, આકાંક્ષાઓને પૂર્ણ કરવામાં મહાન યોગદાન આપ્યું છે. વૈજ્ઞાનિકોના મનમાં નવી-નવી શોધખોળ કરવાની ઉત્કંઠા રહે છે અને રાત-દિવસ તેને પૂર્ણ કરવાની જે ઘગશ તેઓમાં રહે છે, તે ઈશ્વરીય પ્રેરણા જ તો છે. ઇચ્છો તો તમે તેને અસાધારણ બુદ્ધિ કહો અથવા તો ઈશ્વરીય પ્રેરણા કહો. મહાન લેખકોને સ્વપ્નાઓમાં સુંદર રચનાઓ કરવા માટે તેઓને કોણ પ્રેરિત કરે છે. એ ઉત્સાહી વ્યક્તિઓમાં તે અદ્‌ભુત જાદૂઈ શક્તિ ક્યાંથી આવે છે, જેના દ્વારા તેઓ માટીમાંથી સોનુ ઉત્પન્ન કરે છે. આ દરેક પ્રશ્નોનાં ઉત્તર એ જ છે કે, મનુષ્યની સંપૂર્ણ સફળતાઓની પાછળ એ જ સર્વશક્તિમાન પરમેશ્વરની પ્રેરણા જ છે, જેના બળ ઉપર મનુષ્ય સતત ઉન્નતિ કરતો રહ્યો છે.

મનુષ્ય જ્યારે ઈશ્વરથી અલગ પડી જાય છે, ત્યારે તેના સારા ગુણો ખતમ થઈ જાય છે અને તે શેતાનરૂપ બની જાય છે. શેતાન બની જવાને કારણે તેના વિચારો તેને પતન ભણી ધકેલે છે અને તેના ઉન્નતિના માર્ગો અવરુદ્ધ થઈ જાય છે. મેં અનેક લોકોને સંસારમાં ભટકતાં જોયા છે, જેઓમાં ઈશ્વરીય શક્તિ લુપ્ત થઈ ગઈ છે. ઈશ્વરીય શક્તિથી રહિત આવા મનુષ્યો દાનવતાના કેફમાં પોતાના સારા ગુણો ગુમાવી જૂઠ્ઠા, અપ્રમાણિક, જુગારી, અપરાધી બનીને પતન ભણી અગ્રેસર થઈ જાય છે. એ બની શકે છે કે, તેમના જીવનમાં જીવવાનો પણ કંઈક આધાર હોય, જે પ્રમાણે જુગારી માટે જીતેલી સંપત્તિ કે કાળાં કામો કરનારાઓ પાસે કાળા નાણાં. પરંતુ જો તેઓને પૂછવામાં

આવે કે, શું તેમના હૃદયમાં રાત-દિવસ કેટલીક શંકાઓ રહ્યાં કરે છે? શું તમનો આત્મા તેમને ધિક્કારે છે? શું પોતાના ઐશ્વર્યમય જીવનમાં અપરાધી હોવાનો ભાવને કારણે ભયભીત તો નથી રહેતા? શું તેઓએ ક્યારેય સાચી પ્રસન્નતાનો અનુભવ કર્યો છે? ભલું, પાપ અને અપરાધ કરનારા મનુષ્યના હૃદયમાં ક્યારેય આનંદ આવી શકે છે? નથી આવી શકતો. ઈશ્વર અને શેતાન એ બંને અલગ-અલગ વિરોધી શક્તિઓ છે. એકમાંથી પ્રકાશ પ્રસ્ફૂટિત થાય છે અને એકમાંથી ઘનઘોર અંધકાર. બંનેનું ભેગાં થવું અસંભવ છે. શેતાન ત્યાં સુધી પરેશાન બનીને ભટક્યા કરશે, જ્યાં સુધી તે પ્રકાશની સમક્ષ નતમસ્તક નહીં થાય. મનુષ્ય પણ ત્યાં સુધી સુખ અને પ્રસન્નતા પ્રાપ્ત નહીં કરી શકે, જ્યાં સુધી તે ઈશ્વરની સાથે ઐક્ય નહીં સાધી લે.

ઈશ્વરીય પ્રકાશમાં આવતાં જ મનુષ્યની પ્રત્યેક નિર્બળતાઓ, સમસ્ત પાપ નષ્ટ થઈ જાય છે, જે પ્રમાણે સૂર્યનો ઉદય થતાં જ અંધકાર નષ્ટ થઈ જાય છે. સંપૂર્ણ હૃદયથી એકવાર ઈશ્વરમાં અતૂટ વિશ્વાસ રાખી તેમની સાથે સંબંધ સ્થાપિત કરવાની જરૂર છે. ઈશ્વર પોતાના અલૌકિક સૌંદર્ય, ઉજ્જવળતાથી પોતાની સમીપ આવનાર પ્રાણીને સુંદર અને ઉજ્જવળ બનાવી દે છે. દરેક પ્રકારે સામર્થ્યવાન બનાવી તેને પૂર્ણ માનવ બનાવે છે. અનંત જીવનનો આશીર્વાદ આપી તેને અમરત્વ પ્રદાન કરે છે.

૭. નિશ્ચયરૂપી રસાયણ

કાયરતાને દૂર કરવા માટે આ જ શક્તિને (નિશ્ચયરૂપી રસાયણ) મનમાં વસાવો અને વારંવાર તેનું મનન કરો. જો તમે ગંભીરતાથી વિચાર કરશો, તો તમને એ વાતની ખબર પડી જશ કે, મનુષ્યને ભય કેમ લાગે છે.

જો તમે પોતાની આત્માના વાસ્તવિક સ્વરૂપને ધ્યાનથી નિહાળો, તો તમને જ્ઞાત થશે કે, તે પૂર્ણ રૂપથી નિર્ભય છે તથા ઉત્સાહથી પરિપૂર્ણ છે. સંસારમાં એવી કોઈ વસ્તુ નથી, જે તેને હાનિ પહોંચાડી શકે. કાયરતાને દૂર કરવા માટે આ જ શક્તિને (નિશ્ચયરૂપી રસાયણ) મનમાં વસાવો અને વારંવાર તેનું મનન કરો. જો તમે ગંભીરતાથી વિચાર કરશો, તો તમને એ વાતની ખબર પડી જશે કે, મનુષ્યને ભય કેમ લાગે છે? તેના ભયનું કારણ એ જ હોય છે કે, તેને આગામી ક્ષણ માટે સંદેહ હોય છે.

જો સંદેહના સંબંધમાં વિચાર કરવામાં આવે, તો વસ્તુતઃ પોતાના પર સંદેહ કરવો તે મહાન સર્જનહારની યોજના ઉપર અવિશ્વાસ કરવો છે. જો તમે ધ્યાનથી જોશો અને પોતાના આ ભયના સંબંધમાં વિચાર કરો, તો તમન ખુદ ઉપર હસવું આવશે. આથી જરૂરી છે કે, તમે ઈશ્વર ઉપર વિશ્વાસ રાખી સંદેહાત્મક વૃત્તિઓને પોતાનાની હંમેશાં દૂર રાખો.

શું તમે વિશાળ બ્રહ્માંડની અનેકાનેક વસ્તુઓના વિદ્યમાન હોવાના કારણોનું અનુમાન નથી કરી શકતા કે, તેના નિર્માતા અપરિમેય શક્તિના સ્વામી છે. એ કેવી રીતે આ સૃષ્ટિનું નિયમન કરી રહ્યાં છે અને મનુષ્ય તો સમસ્ત સૃષ્ટિમાં પરમાત્માની સૌથી સર્વોત્તમ કૃતિ છે. જો તમે તેમનામાં વિશ્વાસ રાખશો, તો તમારો ભય આપોઆપ સમાપ્ત થઈ જશે.

જો તમે આ શક્તિને ઓળખી લીધી કે, સૃષ્ટિ એક મહાન યોજના છે અને તેના અનેક કાર્ય પૂર્ણ કરવા માટે તમે એક કાર્યકર્તા છો, તો તમને મહાન પ્રસન્નતા થશે. જો તમે એવો વિશ્વાસ કરીને જીવન-પથ ઉપર આગળ વધશો, તો સફળતા તમારા ચરણોને ચૂમશે. એ જ સમયે તમને જ્ઞાત થઈ જશે કે, તમારી યોજનાથી વિપરીત જે ભય તમારા મસ્તિષ્કમાં આવ્યો હતો, તે મિથ્યા હતો. તમારા દુર્બળ મનની કલ્પના માત્ર હતો. સૃષ્ટિના સંબંધમાં સત્યના સાક્ષાત્કારથી ભય દૂર થાય છે અને મનુષ્યમાં સાહસ અને ઉત્સાહનો પ્રાદુર્ભાવ થાય છે. તેથી, જ્યારે પણ તમારા મનમાં ભય આવે, ત્યારે આ વચનનું રટણ કરો- હું ઈશ્વરની સંતાન છું, પૂર્ણરૂપથી નિર્ભય, એ પરમપિતા પરમાત્માની અપ્રતિમ કૃતિ છું. ભય એક મિથ્યા ભ્રમ છે, ભયની કોઈ જ વાત નથી, કારણ કે તેમની યોજનાની વિરુદ્ધ સૃષ્ટિમાં કશું પણ બની શકતું નથી. આ તો એક મિથ્યા ભ્રમ છે, અવાસ્તવિકતા છે.

હકીકતમાં જોવા જઈએ, તો ભય મૂર્ખતા ઉપર આશ્રિત હોય છે. વ્યક્તિ જ્યારે પણ ભયભીત થાય છે, ત્યારે તે ભૂલી જાય છે કે આ બ્રહ્માંડને રચનાર, તેનું પાલન-પોષણ કરનાર તથા તેનું સંચાલન તથા નિયમન કરનાર ઈશ્વર તેના રક્ષક છે. આથી, વ્યક્તિએ મનમાં આ ઠસાવી લેવું જોઈએ કે ભય અવાસ્તવિક છે.

ઈમર્સને આ સત્યને સમજી લીધું હતું, એટલે તો તેણે કહ્યું હતું- "આપણે નિશ્ચય દ્વારા નિરંતર શક્તિ પ્રાપ્ત કરવી જોઈએ."

નિરાશા અને વિષમતાના વિચારોને પોતાના મનમાંથી ધકેલીને બહાર ફેંકી દો. હંમેશાં એવો પ્રયાસ કરો કે, તમારા મનનો નાનાથી નાના ખૂણો પણ ક્ષણભર માટે ખાલી ના રહે. તેમાં નિર્માણ અને ઉત્સાહના વિચારો ભરી દો. મનને હંમેશાં સુંદર અને સ્વસ્થ વિચારોથી છલોછલ રાખો. તેમાં એવી રીતે શુભ વિચારોને ભરી દો કે, અશુભ વિચારોનો પ્રવેશ જ ના થઈ શકે. આવી સ્થિતિમાં તે ખુદ જ પાછા ફરીને ચાલ્યા જશે.

જો ક્યારેય પણ મનમાં ઉત્સાહને ઓછાં કરનારાં વિચારો આવવા લાગે, તો

મહાપુરુષોના જીવન સંબંધી વિચાર કરવાનું લાભદાયી નીવડશે. તેમના જીવનની ઘટનાઓનું મનમાં પુનરાવર્તન કરો. મહાન લેખકની આ પંક્તિઓને ગણગણવાની શરૂ કરી દો - "હું મારી દૃષ્ટિ અને મનોવૃત્તિઓ એ મહાન સૃષ્ટાની વિશાળતા તરફ કેન્દ્રિત કરું છું. આમ કરવાથી મારા મનમાં પ્રકાશ અને ઉત્સાહનો મહાન સમુદ્ર હિલોળાં લેવા લાગશે. મારા જીવન-સંગ્રામમાં અડધો વિજય તો મારા દૃઢ નિશ્ચય અને સંકલ્પ દ્વારા જ પ્રાપ્ત થઈ ગયો છે. માત્ર બાકીનો અડધો વિજય પ્રાપ્ત કરવા માટે મારે પરિશ્રમ કરવાનો છે."

વ્યક્તિના મનમાં મોટાં-મોટાં સ્વપ્નાઓ હોય છે. તમારા મનમાં પણ આવા અનેક સ્વપ્નાઓ હશે. પ્રભુના મહાન પુત્ર હોવાને કારણે એવું થવું પણ જોઈએ. તે મહાન સર્જનહારે આપણને આ જીવન એ સ્વપ્નાઓને પૂર્ણ કરવા માટે આપ્યું છે. જો તમે પણ એ સ્વપ્નાઓને પૂર્ણ કરવા સાકાર કરવા ઇચ્છો છો, તો કઠોર પરિશ્રમ કરો, પરંતુ તે માટે જરૂરી છે કે, તમારું મન સ્વસ્થ હોય અને મનને સ્વસ્થ રાખવા માટે ઈશ્વરની અપરિમેય શક્તિ તરફ તમારે ધ્યાન આપવું પડશે અને વારંવાર આ વાતનું પુનરાવર્તન કરતાં રહેવું પડશે કે, જીવનની સવાર થઈ ગઈ છે, ઊઠો! આજે જ યોજના બનાવો અને પોતાના કર્તવ્ય પથ ઉપર આગળ વધો. માર્ગ દરેક માટે ખુલ્લો જ છે. જે કોઈ દૃઢ આત્મવિશ્વાસની સાથે તેના ઉપર ચાલી નીકળે છે, તેઓ ચોક્કસ એક દિવસે પોતાના લક્ષ્યની પ્રાપ્તિ કરી લે છે, પરંતુ જેઓ નિરુત્સાહિત થઈને પડી રહે છે, તેઓ હંમેશાં રોતાં-વિલાપ કરતાં રહે છે.

૮. લક્ષ્યને ઓળખો

કંઈક બનવા માટે ફક્ત એટલું જ પર્યાપ્ત નથી કે, તમારી ઈચ્છા એવા બનવાની હોય. એના માટે તમારે પોતાની સમગ્ર શક્તિને એકત્ર કરીને એક લક્ષ્ય પર કેન્દ્રિત કરવી પડશે.

ફિલિપ્સ બ્રુક્સ નવયુવકો સાથે વાર્તાલાપ કરતાં-કરતાં તેઓને એ વાત માટે પ્રેરિત કરતાં હતા કે, તેઓ કંઈક બનવા માટે, કોઈ કાર્ય કરવા માટે પોતાની સમસ્ત શક્તિને નિયોજિત કરી દે. કંઈક બનવા માટે ફક્ત એટલું જ પર્યાપ્ત નથી કે, તમારી ઈચ્છા એવા બનવાની હોય. એના માટે તમારે પોતાની સમગ્ર શક્તિને એકત્ર કરીને એક લક્ષ્ય પર કેન્દ્રિત કરવી પડશે. પ્રત્યેકને એ અધિકાર પ્રાપ્ત છે કે, તે જે વસ્તુને ઈચ્છે, તેની ઈચ્છા કરે, પરંતુ તેને એ જ પ્રાપ્ત કરી શકે છે, જેનું શારીરિક તેમજ માનસિક સંતુલન યોગ્ય હોય. ફક્ત ઈચ્છા કરવાથી કશું થઈ શકતું નથી. ઈચ્છા કરવી તથા તેને પૂર્ણ કરવા માટે કામ કરવું એ બંનેમાં આકાશ-પાતાળનો તફાવત છે. ઈચ્છા એ હૂંફાળું ઉકાળેલું પાણી છે, જે જીવનની ગાડીને લક્ષ્ય સુધી નથી પહોંચાડી શકતું, પરંતુ એ જ પાણી જ્યારે બસો બાર ડિગ્રી ઉપર ઉકળવા લાગે છે- એટલે કે તમે તમારા ઉદ્દેશ્યને પૂર્ણ કરવા સમગ્ર શક્તિ લગાવીને પ્રયત્ન કરવા લાગો છો- ત્યારે તમારી ગાડી તમારા લક્ષ્ય સુધી અવશ્ય પહોંચી જશે.

જો રૂઝવેલ્ટ પોતાના લક્ષ્ય પ્રત્યે અપૂર્ણ મનથી કામ કરતાં, તો આજે સમસ્ત વિશ્વમાં તેમનું નામ થયું ના હોત. તેમના જીવનમાં સફળતા પ્રાપ્તિનું માત્ર એ જ રહસ્ય હતું કે, તેમણે પોતાના લક્ષ્યની પ્રાપ્તિ માટે પોતાની સંપૂર્ણ જીવન-શક્તિને દૃઢ સંકલ્પ સાથે સુનિયોજિત કરી દીધી હતી. પોતાના પૂર્ણ સામર્થ્યને સંગઠિત અને એકત્રિત કરીને એ કાર્યમાં લાગી જતા હતા અને ક્યારેય પોતાના કામને અવગણવું કે ટલ્લે ચડાવવું કે બહાના બાજી તેઓ કરતાં ન હતા. તેમનો એ નિયમ હતો કે, જે કાર્યને તેઓ હાથ ઉપર લેતા હતા, તેને પૂર્ણ કરીને જ રહેતાં હતા. રૂઝવેલ્ટનો આ નિયમ એવા પ્રત્યેક વ્યક્તિ માટે ઉત્તમ ઉદાહરણ છે, જેઓ જીવનમાં સફળતા પ્રાપ્ત કરવાની ઈચ્છા ધરાવે છે. જો તમારા જીવનનો ઉદ્દેશ્ય મહાન છે, તો તમારે તેને સર્વોપરિ રાખવો જોઈએ તથા તેની સરખામણીમાં પ્રત્યેક ઈચ્છાઓ તુચ્છ બની જવી જોઈએ. ધ્યાન રાખો કે તમારો જીવનોદ્દેશ્ય તમારો સર્વશ્રેષ્ઠ સિદ્ધાંત હોવો જોઈએ. જીવનમાં તેની સત્તા સર્વોપરિ હોવી જોઈએ. આમ થવાથી તમારી શક્તિમાં વૃદ્ધિ થશે અને તમારી જીવનની ગાડી આગળ વધતી જશે. જે કોઈ વ્યક્તિ પોતાનો જીવનોદ્દેશ્ય નક્કી કરી લે છે, તે હંમેશાં ઉત્સાહિત રહે છે, તેનામાં એવી શક્તિ ઉત્પન્ન થઈ જાય છે, જેને આપણે રચનાત્મક, ક્રિયાત્મક અથવા નિર્માણાત્મક સર્જનશક્તિ કહી શકીએ છીએ. આવી કર્મઠ વ્યક્તિ જ સૃષ્ટા બની શકે છે. લક્ષ્ય વગરની કોઈપણ વ્યક્તિ મૌલિક અથવા રચનાત્મક કર્તા બની શકતી નથી અને જ્યાં સુધી વ્યક્તિ એકનિષ્ઠ બનીને પોતાના મનને કોઈ એક બિંદુ ઉપર એકાગ્ર નથી કરતો, ત્યાં સુધી તે ઉન્નતિના પથ ઉપર અગ્રેસર બની શકતો નથી કે ના તો પોતાના જીવનોદ્દેશ્યને પ્રાપ્ત કરી શકે છે. તેથી, વ્યક્તિએ પોતાના કામધંધાને બરાબર એ જ રીતે જોવા જોઈએ, જે પ્રમાણે એક કલાકાર પોતાની સર્વોત્તમ કૃતિને પોતાની જ પ્રતિકૃતિ સમજે છે અને તેની વાતો કરતાં-કરતાં પોતાને ગૌરવાન્વિત અનુભવે છે. જેટલી સંતુષ્ટિ તેને એ વાતની થાય છે, તેટલી બીજી કોઈપણ વાતથી થઈ શકતી નથી. પરંતુ ખેદની વાત તો એ છે કે, અનેક લોકોને પોતાના રોજગાર કે ધંધામાં લેશમાત્ર રુચિ હોતી નથી અને તેમને અત્યંત સરળતાથી એ ધંધાથી અલગ કરી શકાય છે. એવા અનેક નવયુવકો છે, જેઓ પોતાના રોજગાર કે ધંધામાં યોગ્ય રીતે કામ કરતાં જોવા મળે છે, પરંતુ તેઓને ગમે ત્યારે બીજા રોજગાર કે ધંધામાં જોડાવા માટે ઉશ્કેરી કે રાજી કરી શકાય છે. તેનું કારણ એ જ છે કે, આખો સમય તેઓ તે દુવિધામાં રહે છે કે, તેઓ જે કામમાં જોતરાયેલા છે તે યોગ્ય છે કે કેમ અથવા તો તેમાં લાગીને તેઓ તેનો લાભ ઉઠાવી શકે છે? આવી વ્યક્તિઓ જ્યારે કોઈ અન્યને કોઈ બીજા

કામ-ધંધામાં લાગેલાં જુએ છે, ત્યારે બહુધા તેઓ વિચારે છે કે, શા માટે તેઓ પણ એ જ કામ કે ધંધામાં લાગીને પોતાના ભાગ્યને અજમાવે. આ રીતે વ્યક્તિ જેમના પોતાના કામ-ધંધા સાથેના સંબંધો શિથિલ હોય છે, તેઓ ખરેખર તો યોગ્ય ધંધામાં લાગેલા નથી હોતા, તો પછી તેઓ કેવી રીતે સફળતા પ્રાપ્ત કરી શકે?

જો પ્રકૃતિએ તમને કોઈ કાર્ય માટે બોલાવ્યા છે તથા તમારા માટે કોઈ કાર્યને સુનિશ્ચિત કર્યું છે, તો એ જ કામ તમારો જીવનોદ્દેશ્ય બની જવું જોઈએ અને એ પણ છે કે, તમે જીવનભર એ કાર્યને ત્યજી શકતા નથી અને માત્ર એ જ કાર્ય તમારા મસ્તિષ્કના પ્રત્યેક કોષમાં શોષાઈ જવું જોઈએ, તમારી કોશિકાઓ-વાહિનીઓના અણુએ અણુમાં વ્યાપ્ત થઈ જવું જોઈએ, તમારા રક્તના એક-એક ટીપામાં પ્રવાહિત થવું જોઈએ. જે કાર્યથી તમારા જીવનનું સ્વરૂપ વિશિષ્ટ અને શક્તિશાળી બને છે, સમજી લો એ જ તમારો જીવનોદ્દેશ્ય છે. ઉદ્દેશ્ય સુધી પહોંચવામાં ભલે ગમે તેટલો વિલંબ થાય, લેશમાત્ર પરવાહ કે ચિંતા કર્યા સિવાય તમારે એ જ કાર્યમાં મશગુલ રહેવું જોઈએ.

બહુધા વ્યક્તિઓનું ચરિત્ર એટલું સુદૃઢ નથી હોતું કે, તેઓ નિરંતર કોઈ કાર્યને કરતાં રહે. તેમની ધીરજ સમાપ્ત થઈ જાય છે અને તેઓ પોતાના ઉદ્દેશ્ય પ્રાપ્તિના માર્ગને છોડી દે છે. આવી વ્યક્તિ ક્યારેય કોઈપણ ઉદ્દેશ્યને પ્રાપ્ત કરવામાં સફળ બની શકતા નથી.

જો સંસારમાં કોઈ એવી વસ્તુ છે, જેના માટે વ્યક્તિને સંઘર્ષ કરવો પડે, તો માત્ર તે તેનો ઉદ્દેશ્ય છે અને તેની પ્રાપ્તિ માટે વ્યક્તિને પોતાના સંપૂર્ણ સ્વરૂપને પ્રગટ કરવાનો અવસર પ્રાપ્ત થાય છે. જો કોઈ મનુષ્ય પોતાના ઉદ્દેશ્યની પ્રાપ્તિ માટે પ્રયાસ નથી કરતો, આગળ વધીને તેના માટે પ્રયત્નો કરતો નથી, તો તેનું જીવન નિરર્થક છે. પછી ભલે તે ગમે તેટલું કર્તવ્યપાલન કરે અથવા ગમે તેટલો પરિશ્રમ કરે, તેના જીવનનું કોઈ જ મૂલ્ય નથી.

ઉદ્દેશ્ય પ્રાપ્તિમાં દૃઢ સંકલ્પ અત્યંત મદદરૂપ બને છે, કારણ કે દૃઢ સંકલ્પમાં મહાન શક્તિ સમાયેલી છે. તેની પ્રેરણાથી વ્યક્તિમાં ધગશ ઉત્પન્ન થાય છે અને એ વ્યક્તિને આગળ વધવા માટે પ્રેરિત કરે છે, પાછળ હટવા માટે નહીં. જો કોઈ વ્યક્તિ એકવાર સંકલ્પ કરીને આગળ વધે, તો પછી તેના માર્ગના દરેક અવરોધો દૂર થઈ જશે, પછી ભલે એ માર્ગ ગમે તેટલો લાંબો કેમ ના હોય, તેણે ગમે તેવા બલિદાન કેમ ના આપવા પડે, પરંતુ દૃઢ સંકલ્પશક્તિ તેને તેના ઉદ્દેશ્ય સુધી પહોંચાડી જ દે છે. જ્યારે કોઈ મહાન અને રચનાત્મક ઉદ્દેશ્ય માટે વ્યક્તિમાં પ્રેરણા જાગૃત થાય છે, ત્યારે તેનામાં અદ્ભુત શક્તિઓનો પણ ઉદય થાય છે. ત્યારે મનુષ્ય સર્વથા નવીન બની જાય છે અને પ્રત્યેક વસ્તુમાં એક દિવ્ય જ્યોતિના દર્શન કરવા લાગે છે. ત્યારે સંદેહ,

ભય અને ઉદાસીનતા વગેરે દૃષ્ટિ લાલસાઓ-જે તેનો માર્ગ અવરૂદ્ધ કરીને ઊભાં છે- બધું જ નષ્ટ થઈ જાય છે અને પ્રાણોમાં નવજીવન સંચારિત થવા લાગે છે. ત્યારે કુરૂપતાનું સ્થાન સુંદરતા લઈ લે છે. ત્યારે અસ્ત-વ્યસ્ત વ્યક્તિ પણ નિયમ અને ક્રમથી ચાલવા લાગે છે. ત્યારે વિચાર અને કર્મમાં સમન્વય સ્થાપિત થઈ જાય છે. ત્યારે વ્યક્તિ નિંદ્રામાંથી અચાનક જાગૃત થઈ જાય છે અને કર્મઠ બની જાય છે. રસાયણશાસ્ત્રીઓના વિશ્લેષણ અનુસાર જો પરમાણુના સંયોગને ભંગ કરી દેવામાં આવે અથવા તો કોઈ પરમાણુને તોડવામાં આવે અને અન્ય પરમાણુના આકર્ષણથી અલગ કરવામાં આવે, તો તે પરમાણુને અદ્‌ભુત શક્તિ પ્રાપ્ત થાય છે અને તત્કાળ તે અન્ય સ્વતંત્ર પરમાણુઓ સાથે મળવા માટે વેગથી ધસી જાય છે, પરંતુ જો તેને તે પરમાણુથી વધારે સમય સુધી દૂર રાખવામાં આવે, તો તેની શક્તિ સમાપ્ત થઈ જાય છે અને તે વ્યર્થ બની જાય છે. બરાબર એ જ પ્રમાણે મનુષ્યનો ઉદ્દેશ્ય હોય છે, જે સર્વશ્રેષ્ઠ, સાધન-સંપન્ન, સર્વોત્કૃષ્ટ અને સંપૂર્ણ શક્તિ સાથે જોડાઈને મહાન બની જાય છે.

જે વ્યક્તિ પોતાના ઉદ્દેશ્યને આવતીકાલ ઉપર ટાળે છે અથવા પોતાના વિચારોને કાર્યરૂપ કરવામાં વિલંબ કરે છે, તેઓ હંમેશાં દુર્બળ રહે છે. જ્યારે શક્તિશાળી, ઉત્સાહી અને પ્રભાવશાળી વ્યક્તિ પોતાના વિચારોને શીઘ્રાતિશીઘ્ર કાર્યરૂપમાં રૂપાંતરિત કરી દે છે. નિત-નવા રૂપમાં વિચાર અને સંકલ્પ તમારી સામે આવતા રહે છે. આ ઈશ્વરીય નિયમ છે, જે અવિરતપણે ચાલ્યા કરે છે. એ જ કારણે હું તમને આગ્રહપૂર્વક કહું છું કે, આજના વિચાર, આજની કલ્પના, આજના સમાચાર આજના માટે જ છે, આવતીકાલ માટે નથી. આવતીકાલે તમને નવા વિચારો મળશે, તમને નવીન પ્રેરણા પ્રાપ્ત થશે, નવીન કલ્પનાઓ મળશે, એ કારણે આજની પ્રેરણાને, આજના વિચારને, આજના સંકલ્પને આજે જ પૂર્ણ કરો. કોઈ ચિત્રકારની જેમ, જે એ દૃશ્યને, તેની ભાવનાઓને તુરંત જ કેનવાસ ઉપર ચિત્રિત કરી લે છે, જે તેના મનમાં, તેના આત્મામાં ચમકી ઊઠે છે. બરાબર એ જ પ્રમાણે લેખકોના મનમાં પણ જ્યારે ઉત્સાહપૂર્ણ વિચારોનો ઉદ્‌ભવ થાય છે, જેનાથી તેમનું મસ્તિષ્ક પ્રકાશથી ભરાઈ જાય છે અને જે લેખકને હાથમાં કલમ લઈ કાગળ ઉપર ઉતારી લેવા વિવશ બનાવી જાય છે. લેખક ત્યારે તેને કાગળ ઉપર ઉતારવા લાગે છે. જો લેખક તે વિચારોને કાગળ ઉપર ઉતારવાને બદલે કોઈ બીજા સમય માટે ટાળી દે છે અથવા તો તેને ત્યારે લખવાની સુવિધા ઉપલબ્ધ ના થાય કે તેને પ્રતીક્ષા કરવી પડે, ત્યારે તે વિચારોની કલ્પના ઝાંખી બની જઈને વિલુપ્ત બની જાય છે.

શું તમે એવું ક્યારેય વિચાર્યું છે કે, વિરાટ રચનાઓ અને ઉપલબ્ધિઓના આવા

દિવ્ય ચિત્રો તમારા મસ્તિષ્કમાં શા માટે અંકિત થયા કરે છે અથવા તો આ પ્રકારના પ્રબળ અને શક્તિશાળી સંવેગ તમારા મનમાં શા માટે ઉદ્ભવે છે? મન અને મસ્તિષ્કમાં આટલી બધી ઝડપથી આવા વિચારો શા માટે ઉદ્ભવે છે? તેનો ઉત્તર એક માત્ર છે કે, તમે તેનો પ્રયોગ એ જ સમયે કરી લો, જ્યારે તે નવીન હોય. જો તમે સંકલ્પોને, આ વિચારોને, આ સંવેગોને તાત્કાલિક કાર્યરૂપ નહીં આપો, તો તે નષ્ટ બની જશે તથા તેનો પ્રભાવ તમારા ચરિત્ર પર ખરાબ જ પડશે. યોજના પૂર્ણ કરી લેવાની વ્યક્તિની સહનશક્તિ અને સાહસમાં વૃદ્ધિ થાય છે, પરંતુ એ જ વ્યક્તિ તે કાર્યને પૂર્ણરૂપ આપી શકશે, જેનું ચરિત્ર દૃઢ હોય, જેનો નિશ્ચય મક્કમ હોય તથા જેના મનમાં કાર્ય પ્રત્યે આત્મવિશ્વાસ અને નિષ્ઠા હોય.

જો તમે તમારા ચિંતનની સર્વોત્તમ ક્ષણોને કાર્યરૂપમાં રૂપાંતરિત કરી શકો છો, તો તમારું જીવન એટલું બધું શ્રેષ્ઠ બની જશે કે, તમે ઉત્કૃષ્ટ વ્યક્તિઓની શ્રેણીમાં બિરાજમાન થશો, પરંતુ ઉત્સાહ મંદ પડતાં જ અને નિશ્ચય દૂર થતાં જ સંકલ્પ નષ્ટ થઈ જાય છે. આ તો સ્વયંને દગો આપવા જેવી વાત છે કે, તમે એમ વિચારો કે તમે મહાન સંકલ્પ કરો છો, આથી મહાનકર્તા પણ છો.

હું એક એવા વ્યક્તિને ઓળખું છું, જેને કોઈ એમ કહી દે કે, તે કઠોર પરિશ્રમી નથી, તો તે પોતાને અપમાનિત અનુભવ કરે છે, યોગ્ય વ્યક્તિ હોવા છતાં પણ આ જ સુધી તે સફળ થઈ શક્યો નથી. તેનું એક માત્ર કારણ એ જ છે કે, તેનું જીવન એકમાંથી બીજા અને બીજામાંથી ત્રીજા કાર્ય કરતાં-કરતાં વ્યતીત થઈ રહ્યું છે. ખૂબ ઝડપથી કામોને બદલતા રહેવાથી વ્યક્તિ ક્યારેય પણ સફળ થઈ શકે નહીં. તમારે તેની સાથે એ પણ સમજી લેવાની જરૂર છે કે, કામને અધવચ્ચે છોડી દેવાની ટેવ અત્યંત ઘાતક હોય છે અને જરૂર કરતાં વધારે સાવધાની રાખવી અને વિશ્વાસનો અભાવ આ બંને વાતો પણ તમારા પ્રબળ શત્રુ છે.

તમે બહુધા જોયું હશે કે, જ્યારે તમારા મનમાં કોઈ કાર્ય કરવાની પ્રેરણા જાગૃત થાય છે, ત્યારે તે કામને કરવું અત્યંત સરળ બની જાય છે. ત્યારે તમે ઉત્સાહિત બનીને દોડાદોડી કરતાં જણાશો, પરંતુ જ્યારે તમે તે કામ પ્રત્યે ઉત્સાહહીન કે ઉદાસીન બની જાઓ છો, ત્યારે તમે સતત એ કામને દૂર ઠેલ્યાં કરો છો, પરંતુ કામને પાછું કે દૂર ઠેલવું અથવા તો ઉત્સાહહીન બનીને કામ કરવું એ પણ ગુલામી છે, દાસત્વ છે, જ્યારે ઉત્સાહથી છલકાઈને પ્રસન્ન મનથી કાર્યને કરવું એ આનંદની વાત છે. નિરંતર પ્રયત્ન કરવાથી જ વ્યક્તિ શ્રેષ્ઠ અને મહાન બની શકે છે.

૯. દૃઢ ઈચ્છા-શક્તિ

એ બધાં જ મહાન વ્યક્તિ, જેઓ પોતાના અન્ય સાથીઓની અપેક્ષાએ વધારે ઊંચા ઊઠ્યાં, ફક્ત પોતાની ઈચ્છા-શક્તિ અને સામર્થ્યને કારણે. અન્ય વાતો તો એમનામાં પણ એવી જ હતી, જેવી એમના સાથીઓમાં હતી.

વિક્ટર હ્યૂગોએ કહ્યું છે -"આપણામાં શક્તિની ઉણપ નથી હોતી, પરંતુ ઈચ્છા-શક્તિની ખોટ હોય છે. કોઈપણ મહાન ઉદ્દેશ્યની પ્રાપ્તિ માટે દૃઢ નિશ્ચય અને મક્કમ સંકલ્પની અત્યંત જરૂર હોય છે. તેને કારણે જ મનુષ્ય આત્મશિક્ષણ તથા આત્મસંસ્કાર પ્રાપ્ત કરીને અનેક અવરોધોને પાર કરી જાય છે. ત્યારે તેને એમ લાગે છે કે, જાણે તેની અંદર પ્રબળ ઈચ્છા-શક્તિ કોઈ અગ્નિના ભડકાંની માફક ભડકી ઊઠી હોય. ત્યારે તે સ્વયંને પહેલાં કરતાં અધિકાધિક સુધારીને મુશ્કેલીઓને દૂર કરતાં-કરતાં જરૂરી સંસાધનોને એકત્ર કરીને તથા નિરાશાની જગ્યાએ આશા અને ઉત્સાહને જાગૃત કરતાં-કરતાં આગળ વધતો જાય છે."

એ બધાં જ મહાન વ્યક્તિ, જેઓ પોતાના અન્ય સાથીઓની અપેક્ષાએ વધારે ઊંચા ઊઠ્યાં, ફક્ત પોતાની ઈચ્છા-શક્તિ અને સામર્થ્યને કારણે. અન્ય

વાતો તો એમનામાં પણ એવી જ હતી, જેવી એમના સાથીઓમાં હતી.

જૂલિયસ સીજર અંગે એમ કહેવાય છે કે, તેનામાં જેટલી વિજયને પ્રાપ્ત કરવા માટેની એનામાં એટલી સૈનિક યોગ્યતા ન હતી, પરંતુ તેનામાં ક્રિયાશીલતા હતી તથા તેનામાં દૃઢ નિશ્ચય તથા પ્રબળ ઇચ્છા-શક્તિ હતી.

યાદ રાખો- 'કિન્તુ', 'પરન્તુ', 'શંકા' 'સંદેહ'નું તમારા જીવનમાં કોઈ જ સ્થાન નથી. જરૂર તો છે માત્ર દૃઢ નિશ્ચયની. એવા પ્રત્યેક શબ્દો માટે તમારે તમારા કાનને ખુલ્લાં રાખવા પડશે, જે તમારા લક્ષ્ય પ્રાપ્તિના માર્ગમાં સહાયક હોય, તમારા પોતાના હૃદયમાં એ પ્રત્યેક ભાવના તથા અનુભૂતિને ગ્રહણ કરવા માટે કાનને ખુલ્લાં રાખવાના છે, જે તમારા જીવનને પ્રેરણા પ્રદાન કરી શકે અને સફળ બનાવી શકે. આવી વ્યક્તિને દુનિયાની કોઈપણ તાકાત સફળ બનતાં રોકી શકતી નથી. પરિસ્થિતિઓનો પંજો દૃઢ ઇચ્છા-શક્તિવાળા મનુષ્યને પોતાની મુઠ્ઠીમાં જકડી શકે નહીં. આવા મનુષ્યો માટે સંસાર સ્વયં માર્ગ છોડી દે છે.

કન્ફ્યુશિયસે કહ્યું છે- "તમે કોઈપણ વ્યક્તિની દૃઢ ઇચ્છા-શક્તિને પરાસ્ત કરી ના શકો, ભલે તમે કોઈ વિશાળ સૈન્યને પરાસ્ત કરી લો."

દૃઢ ઇચ્છા-શક્તિના બળે જ કિટ્ટો બાઇબલનો એક મહાન પંડિત બની ગયો. એ જ કિટ્ટો કે જે ગરીબ, મૂંગો અને બહેરો હતો. તેણે પોતાની પત્રિકામાં લખ્યું છે - "'અસંભવ' શબ્દ ઉપર મને સહેજપણ વિશ્વાસ નથી. હું નથી માનતો કે, કોઈપણ કામ એવું પણ હોઈ શકે છે, જેને કરી ના શકાય. પ્રાકૃતિક યોગ્યતા અથવા જન્મજાત પ્રતિભા માત્ર વાર્તાઓ જ છે, પરંતુ જો ઇચ્છે, તો પ્રત્યેક વ્યક્તિ અવસરનો લાભ લઈ શકે છે તથા પરિશ્રમ કરીને, જે ઇચ્છે તે પ્રાપ્ત કરી શકે છે."

અબ્રાહમ લિંકનનું ઉદાહરણ કોઈપણ વ્યક્તિ માટે શ્રેષ્ઠ આદર્શ છે. તેઓ ગરીબાઈમાં જન્મ્યા, ગુંડાગર્દીના વાતાવરણમાં મોટાં થયાં અને દરેક પ્રકારે નિરુત્સાહિત થવા છતાં પણ ટોચ ઉપર પહોંચ્યા અને અમેરિકાના રાષ્ટ્રીય એકતા અને સ્વાધીનતાના સેનાની બની ગયા. તેમની દૃઢ ઇચ્છા-શક્તિએ તેમના માર્ગને પ્રશસ્ત કરી દીધો. તેમના મિત્રોએ તેમને ઉમેદવાર તરીકે પસંદ કર્યા, ત્યારે તેમના શત્રુઓએ તેમની ઠેકડી ઉડાવી. ચૂંટણી-પ્રચાર દરમિયાન તેઓ જે કોટ પહેરતા હતા, તે એટલો બધો ટૂંકો હતો કે, તેને પહેરીને બેસવામાં તેમને ઘણી અગવડતા પડતી હતી. તેમનું ટૂંકુ પાટલૂન ઘુંટણો સુધી પહોંચતું અને માથા ઉપર વાંસની પટ્ટીઓવાળી હેટ હતી, જે નાની હતી. પગમાં ફાટેલાં-તૂટેલાં બૂટ, પરંતુ તેમણે એ સમયે પણ પોતાના સાહસને છોડ્યું ન હતું

અને જ્યારે તેઓ વિધાનસભાના સદસ્ય તરીકે ચૂંટાયા, ત્યારે પોતાના સૂટ માટેનું કપડું પણ ઉધારમાં લીધું, જેથી વિધાનસભામાં સન્માનિત દેખાઈ શકે. વિધાનસભામાં પોતાના સ્થાનને ગ્રહણ કરવા માટે તેઓ સો માઈલ સુધી પગપાળાં ચાલતા ગયા હતા.

આવા અનેક વ્યક્તિઓ છે, જેમણે સૂકી રોટલી અને પાણી ઉપર નિર્વાહ કર્યો, જેઓએ લાકડાં સળગાવીને તેના પ્રકાશમાં પુસ્તકો વાંચ્યા અને જ્ઞાન પ્રાપ્ત કર્યું, જેઓએ ઘાસફૂસની ઝૂંપડીઓમાં પોતાની રાત્રિઓ વિતાવી, જેમણે પેટ ભરવા માટે બેરાં-વેઇટરનું કામ કર્યું, પરંતુ પોતાની દૃઢ ઇચ્છા-શક્તિના બળ ઉપર પોતાના જીવનને પરિવર્તિત કરી દીધું અને સંસારમાં ખ્યાતિ અર્જિત કરી. જેઓ વિજયનું મૂલ્ય ચૂકવવા માટે તૈયાર રહે છે અને જેમને પરાજયનો ભય નથી હોતો, તેઓ નિઃસંદેહ વિજયી બને છે. ઇતિહાસ આવા અનેક ઉદાહરણોથી ભરેલો છે.

ઉગ્ર ટોળાંએ પેરિસ ઉપર કબ્જો જમાવી દીધો હતો, અધિકારીઓની હિમ્મત પસ્ત થઈ ચુકી હતી. કોઈનામાં એટલું સાહસ ન હતું કે કંઈ કરી શકે, એટલામાં એક વ્યક્તિ અધિકારી પાસે આવ્યો અને બોલ્યો કે, હું એક એવી વ્યક્તિને જાણું છું કે જે આ ઉગ્ર ભીડને તત્કાળ શાંત કરીને પોતાના વશમાં કરી શકે છે. અફસરોએ કહ્યું- "તેને તાત્કાલિક બોલાવો." ત્યારે નેપોલિયનને બોલાવવામાં આવ્યો, જેવો તે આવ્યો ઉગ્ર બેકાબૂ ટોળાં ઉપર કાબૂ મેળવી લીધો અને શાંત કરી દીધું, સમસ્ત ફ્રાન્સ ઉપર તેણે પોતાનું શાસન જમાવી દીધું અને આખા યૂરોપને પરાજિત કરી દીધું.

આ બધાં ઉદાહરણો આપવાનો આશય માત્ર એટલો છે કે, સફળતા અને નિષ્ફળતા વ્યક્તિની ઇચ્છા-શક્તિ ઉપર નિર્ભર હોય છે. એ માટે તમારી ઇચ્છા-શક્તિને મક્કમ બનાવતાં શીખો, ત્યારે જ તમે તમારા જીવનમાં સ્થિર રહી શકો છો અને તમે આગળ વધી શકો છો. વ્યક્તિમાં યોગ્યતા અને પ્રતિભાની ઉણપ હોતી નથી, ઉણપ હોય છે એક નિશ્ચિત ઉદ્દેશ્યની અને તે ઉદ્દેશ્ય પ્રાપ્તિ માટે દૃઢ ઇચ્છા-શક્તિથી કાર્ય કરવું પડે છે.

જૉન લીડન એક ભરવાડનો પુત્ર હતો. તેનું બાળપણ ગરીબી અને ઉસ્તાહહીનતાના વાતાવરણમાં વીત્યું હતું, પરંતુ જ્ઞાન પ્રાપ્ત કરવાની તેની ઇચ્છા એટલી બધી પ્રબળ હતી કે, ભણવા માટે તેને છ માઈલ સુધી ઉઘાડાં પગે ચાલીને જવું પડતું હતું. સ્કૂલનું શિક્ષણ તેણે અહીં સુધી મેળવ્યું, પરંતુ વધારે શિક્ષણ પ્રાપ્ત કરવા માટેની દૃઢ ઇચ્છા-શક્તિ તેનામાં હતી, જેના માટે તેણે સમસ્ત અવરોધોનો સામનો કરીને અવરોધોને પાર કર્યા. છેવટે તેણે એક પુસ્તકની એવી દુકાન શોધી કાઢી, જયાં તેને અનેક અમૂલ્ય પુસ્તકો વાંચવાનો લ્હાવો પ્રાપ્ત થયો.

કલાકો સુધી બેસીને તે પેલાં બહુમૂલ્ય પુસ્તકોને વાંચતો રહેતો. ભૂખ-તરસનું પણ ભાન તેને રહેતું ન હતું. નિરંતર અભ્યાસ કરતાં-કરતાં ઓગણીસ વર્ષનો થાય એ પહેલાં તે કોઈપણ શાળામાં વિધિવત્ શિક્ષણ પ્રાપ્ત કર્યા વગર ઍડિનબરાના પ્રાધ્યાપકોને પણ પોતાના ગ્રીક અથવા લેટિન ભાષાના જ્ઞાન વડે ચકિત કરવા લાગ્યો. એટલું જ નહીં, જ્યારે તેને ખબર પડી કે સરકારી નોકરીમાં એક સર્જનના સહાયકનું પદ ખાલી છે, તેના માટે પણ તેને પોતાની અરજી મોકલી આપી. ખાલી જગ્યાને ભરવામાં હજુ છ માસનો સમયગાળો બાકી હતો અને જૉન લીડન તો ચિકિત્સાના વિષય અંગે જરા પણ જ્ઞાન ધરાવતો ન હતો, છતાં પણ તે નિરુત્સાહી બન્યો નહીં. માત્ર છ મહીનાનાં અધ્યયનથી તેણે સન્માન સહિત ચિકિત્સા વિષયમાં પણ ઉપાધિ પ્રાપ્ત કરી લીધી.

બેવ્સટર જે સમયે કૉલેજમાં પહોંચ્યો, ત્યારે તેના એક મિત્રએ તેની મશ્કરી કરવા માટે તેને એક બૂટ પૉલિશની ડબ્બી મોકલી આપી, જેથી તે બૂટ પૉલિશ કરીને પોતાનું ગુજરાન ચલાવી શકે, પરંતુ બેવ્સટરે તે મિત્રને પત્ર લખ્યો અને ધન્યવાદ આપ્યા. એ જ બેવ્સટરની ગણના આજે સંસારના સર્વાધિક મહાન વ્યક્તિઓમાં થાય છે.

સિડની સ્મિથનું કહેવું છે કે, આ ધરતી પર કોઈપણ મનુષ્ય એટલો મહાન બની શક્યો નથી, જેટલો બેવ્સટર. કાર્લાઇલ પણ બેવ્સટર વિશે લખતાં જણાવે છે-"તેને જોતાં જ મનમાં એવી ઇચ્છા થઈ આવે છે કે, ભલે આખા સંસારનો વિરોધ મારે સહન કરવો પડે, પરંતુ હું તેનું જ સમર્થન કરીશ." આથી કોઈપણ તકને જતી કરશો નહીં. યોજના બનાવો, સતર્કતાપૂર્વક વિસ્તૃત વિવરણ પ્રાપ્ત કરો, પ્રત્યેક સાધન, ઉદ્દેશ્ય અને ઉપાયનું નિરીક્ષણ-પરીક્ષણ કરો અને ચોક્કસાઈપૂર્વક તૈયાર કરવામાં આવેલી રૂપરેખાથી લેશમાત્ર આમ-તેમ થયા વગર કામ કરતાં રહો. જેના કારણે તમને એવા સમયે પણ લાભ મળશે, જ્યારે બીજાઓને નુકશાન થઈ રહ્યું હશે. સફળતાનો મૂળ આધાર સૂક્ષ્મ યથાર્થતા, કાર્ય કરવાની યોગ્ય પદ્ધત્તિ તથા શક્તિ- આ ત્રણેય વાતો પર આધારિત હોય છે. લોકો સફળતાને ભાગ્ય કે નસીબના નામે ઓળખે છે, જ્યારે સફળતાનો અર્થ છે- યોગ્ય નિર્ણય, અવસરનો સંપૂર્ણ લાભ લેવાની યોગ્યતા અને સતર્કતા. હંમેશાં લોકો બીજાને સફળ થતાં જોઈને કહેતા હોય છે કે, તે કેટલો બધો ભાગ્યશાળી છે, પરંતુ જો તે સફળ વ્યક્તિના જીવન-ચરિત્રનું સૂક્ષ્મ રીતે નિરીક્ષણ કરવામાં આવે, તો તેમની અત્યાધિક સફળતાના કારણ હશે-તેમનું સ્વસ્થ શરીર, કઠોર પરિશ્રમ કરવાનો સ્વભાવ, તેમની કાર્યશક્તિ, તેમનો દૃઢ નિર્ધાર, તેમનું સાહસ,

તેમનું આત્મવશીકરણ, તેમની ધગશ, તેમની નિષ્ઠા, તેમની પ્રામાણિકતા અને સૌથી ઉપર 'હા'ની વિજય અને 'ના' કહેવાની તાકાત.

જે વ્યક્તિ કમર કસીને, કઠોરથી કઠોર મહેનત કરવા માટે હંમેશાં પોતાના ખમીશની બાંયો ચઢાવેલી તૈયાર રાખે છે અને કાર્યને પૂરું કરવામાં ત્વરાથી પ્રવૃત્ત બની જાય છે, નીરસમાં નીરસ કામને રસપૂર્વક કરે અને ના તો ક્યારેય થાક અનુભવે છે અને જેઓને કામ કર્યા વગર નિરાંત વળતી નથી, જેઓ ધૂળ-માટીમાં અને કચરાંમાં પણ કામ કરતાં ક્યારેય ખચકાતાં નથી, તેમને કામ સાથે જ મતલબ હોય છે, હકીકતમાં તેઓ જ સૌભાગ્યશાળી વ્યક્તિ હોય છે.

નવયુવકોએ એ શીખવું જોઈએ કે, તેઓ મહાન છે અને તેમને પોતાના ભાગ્ય ઉપર ચોક્કસથી વિજય પ્રાપ્ત કરવાનો છે. ૧૦માંથી ૯ વખત ભાગ્ય માત્ર કલ્પના જ સિદ્ધ થયેલ છે, પરંતુ આળસુ વ્યક્તિ ભાગ્યના ભરોસે બેસી રહે છે. જેમનું કોઈ લક્ષ્ય હોતું નથી, જેમનો કોઈ ઉદ્દેશ્ય હોતો નથી, જેઓ પોતાના કાર્યથી પણ માહિતગાર હોતા નથી, જેઓ બેદરકાર છે, જેઓ પ્રત્યેક કામને ઉપેક્ષાની દૃષ્ટિથી જ નિહાળે છે, તેઓ જ ભાગ્ય અને નસીબ એવા બરાડાં પાડ્યાં કરે છે. અવસર ખૂબ ઝડપે ચાલે છે. તેના માથા ઉપર વાળ હોય છે, જેનું મુખ ઢંકાયેલું હોય છે અને પાછળથી ટાલ છે. સાહસિક અને કર્મઠ વ્યક્તિ તેને પકડી લે છે અને તેનો લાભ લઈ લે છે, જ્યારે આળસુ વ્યક્તિ તેને પકડવા જાય ત્યારે પાછળથી ટાલ હોવાથી તેના હાથમાંથી સરકી જાય છે અને તે વ્યક્તિ બસ એને જોતો જ રહી જાય છે.

કોઈએ ઠીક જ કહ્યું છે કે- મહેનતુ, સાહસિક, પરાક્રમી અને દૃઢ ઇચ્છા-શક્તિ ધરાવતી વ્યક્તિને કોઈ હરાવી શકતું નથી, પરંતુ તેના શત્રુઓ જ તેની સમક્ષ તેનો વિરોધ કરતાં પહેલાં જ તેની સમક્ષ નમી પડે છે, કારણ કે અન્ય વ્યક્તિઓ દ્વારા તેમની આલોચના થાય તે પહેલાં જ તેઓ પોતાનું કાર્ય પૂર્ણ કરી લે છે.

માનવજાતિના ઇતિહાસ આવા લોકોનાં પરાક્રમની ગાથાઓથી ભરેલો છે, જેમણે દુર્ભાગ્ય, નિર્ધનતા તથા અનાદરની પીઠ ઉપર લાત મારીને સૌભાગ્ય, ધન-સંપત્તિ અને માન-સન્માનને પોતાની મુઠ્ઠીમાં જકડી લીધાં છે. જે લોકોને બીજા લોકો નિમ્ન સમજતાં રહ્યાં, તેવા જ લોકો સફળ થઈ ગયા, પરંતુ એનું એકમાત્ર કારણ એમની ફોલાદ જેવી મજબૂત ઇચ્છા-શક્તિ જ હતી.

૧૦. ઉતાવળપણું છોડો, સંયમથી સંબંધ જોડો

કોઈ રાહ જોવા નથી ઇચ્છતું, કોઈ કામ-ધંધામાં લાગવાથી પહેલાં એની પૂરી તૈયારી કરવા નથી ઇચ્છતું અને ના તો જરૂરી જાણકારી પ્રાપ્ત કરવા ઇચ્છે છે, જેનું પરિણામ એ થાય છે કે, એવા લોકોના કામ હંમેશાં જ અડધાં-અધૂરાં અથવા અધકચરાં રહી જાય છે.

તમે બહુધા નયવયુવકોને આ પ્રમાણે કહેતાં સાંભળ્યા હશે- "હું હવે વધારે રાહ જોઈ શકતો નથી." અને તેઓ પોતાના આ ઉતાવળાપણાંને જ ગુણ સમજે છે, જે ખરેખર તો સૌથી મોટો દુર્ગુણ છે. વેપાર-વ્યવસાયમાં, સભા-સમાજમાં, ત્યાં સુધી કે મંદિર અને મસ્જિદ કે ધાર્મિક સ્થાનોમાં પણ તેમનું આ ઉતાવળપણું ચાલુ જ રહે છે. કોઈ રાહ જોવા નથી ઇચ્છતું, કોઈ કામ-ધંધામાં લાગવાથી પહેલાં એની પૂરી તૈયારી કરવા નથી ઇચ્છતું અને ના તો જરૂરી જાણકારી પ્રાપ્ત કરવા ઇચ્છે છે, જેનું પરિણામ એ થાય છે કે, એવા લોકોના કામ હંમેશાં જ અડધાં-અધૂરાં અથવા અધકચરાં રહી જાય છે અને મુશ્કેલી આવે ત્યારે આવા લોકો એક કામ છોડીને બીજા કામ તરફ દોટ મૂકે છે.

નિષ્ફળતા અથવા અપૂર્ણ સફળતાનું મુખ્ય કારણ આવું ઉતાવળપણું જ છે. અપૂર્ણ પરિશ્રમથી સંપૂર્ણ ફળની કામના અથવા કર્મની ઉપેક્ષા કરી ભાગ્યના ભરોસે બેસી રહેવું. અધીરાઈ અને ઉતાવળપણાંને ગુણ માનીને આજના નવયુવાનો અને નવયુવતીઓ પણ કામધંધે લાગવાને બદલે આરામ-પ્રિયતા વધારે પસંદ કરે છે. તેઓ કામ કરવા ઇચ્છતા નથી અને આશા રાખે છે કે, તેમની જરૂરિયાતો શીઘ્રાતિશીઘ્ર પૂર્ણ થઈ જાય.

કવિ પોપ લખે છે કે- "અડધું-અધૂરું શિક્ષણ કે અલ્પ શિક્ષણ અત્યંત જોખમી હોય છે. તે મનુષ્યને ક્યાંયનોય રહેવા દેતી નથી." સામાન્ય કહેવત પણ છે- 'નીમ-હકીમ ખતરા-એ-જાન, નીમ મુલ્લા ખતરા-એ-ઈમાન.' આથી ગહન અને ગંભીરતાપૂર્વક અભ્યાસ કરો, કારણ કે લોકો સંસારમાં થોડો ઘણો અભ્યાસ કરી અહંકારમાં ચૂર બની જાય છે. જો તેઓ ગહન અને ગંભીર અભ્યાસ કરે, તો શાંત અને વિનયી બની શકશે.

અજ્ઞાની વ્યક્તિ પોતાના રહસ્યોને છુપાવવા માટે કોણ જાણે કેવાં-કેવાં પ્રયાસો અને ભૂલો કરે છે. એવી ભૂલો, જેને માટે પાછળથી પસ્તાવા સિવાય કશું પણ બાકી રહેતું નથી. આજે પ્રત્યેક મનુષ્યને સરળ અને ટૂંકો માર્ગ (શૉર્ટકટ) શોધતો રહે છે. એવા કીમિયાઓ કે મંત્ર-તંત્રની શોધમાં રહે છે, જેનાથી સફળતા તેના ચરણોમાં આળોટવા લાગે. પછી ભલે તેઓએ આવા કીમિયાઓ કે મંત્ર-તંત્રને અજમાવવા માટે ગમે તેવો પરિશ્રમ કરવો પડે, ભલેને ગમે તેટલી શક્તિનો વ્યય કરવો પડે. એક આદર્શ કહેવત છે -"ધીર, સો ગંભીર". આમ તો પ્રકૃતિનું પણ આદર્શ વાક્ય છે 'ધીરજ'. કોઈ પુષ્પને વિકસિત થવા માટે જેટલાં સમયની આવશ્યકતા છે, તેટલો સમય તો લાગશે જ, આવું પ્રાકૃતિક વિધાન છે. જ્યાં સુધી સંપૂર્ણ પ્રયત્ન અને સંપૂર્ણ સમય મળતો નથી, તે પુષ્પ સંપૂર્ણ પણે વિકસિત થઈ શકતું નથી.

બિશપ હૉલએ પોતાના એક ગ્રંથને પૂરો કરવામાં ત્રણ વર્ષ વિતાવી દીધાં હતા.

ઑવેન્સએ પોતાનું પુસ્તક લખવામાં પૂરાં વીસ વર્ષનો સમયગાળો લીધો હતો.

સુપ્રસિદ્ધ સંગીતકાર મુરે પોતાની એક સંગીતની ધૂન-તર્જ બનાવવા માટે અનેક સપ્તાહ સુધી સતત પ્રયાસો કર્યા હતા અને જ્યારે લોકોએ તે તર્જ સાભળી ત્યારે તેઓ આનંદથી ઝૂમી ઊઠ્યા હતા અને તેઓના મુખમાંથી શબ્દો સરી પડ્યાં, તે આ હતા- "આ તો એક અજોડ પ્રતિભાનો ચમત્કાર છે."

આજે મોટાભાગના લોકોમાં આ પ્રવૃત્તિ જોવા મળે છે કે, જે કાર્યને શીખવા માટે જેટલો સમય ફાળવવો જરૂરી છે, તેઓ તેનો ચતુર્થાંશ ભાગ પણ ફાળવવા રાજી હોતા

નથી. કોઈપણ વ્યવસાયનો સંપૂર્ણ અભ્યાસ કરવા ઇચ્છતા નથી, તેના વિશેષજ્ઞ બનવા ઇચ્છતા નથી. જેનું પરિણામ હોય છે, નિષ્ફળતા.

કોઈ એક શ્રીમંત વ્યક્તિએ એક ચિત્રકારને કહ્યું- "મારા માટે એક સુંદર એવું ચિત્ર બનાવી આપો." ચિત્રકારે તેના કહ્યાં પ્રમાણે એક ચિત્ર બનાવી આપ્યું, ત્યારે તે શ્રીમંત વ્યક્તિએ એ ચિત્રનું મૂલ્ય તે ચિત્રકારને પૂછ્યું. ચિત્રકારે તે ચિત્રનું મૂલ્ય એક હજાર ફ્રાન્ક માગ્યું.

તે શ્રીમંત વ્યક્તિએ ચિત્રકારને કહ્યું- "માત્ર પાંચ મિનિટમાં તો તેં આ ચિત્ર બનાવી દીધું અને તેનું મૂલ્ય એક હજાર ફ્રાન્ક માગી રહ્યો છે?"

ચિત્રકારે તે શ્રીમંત વ્યક્તિને કહ્યું - "જી હા, તમારું કહેવું યોગ્ય છે. ચિત્ર તો મેં માત્ર પાંચ મિનિટમાં જ બનાવ્યું છે, પરંતુ ચિત્રકારી શીખવા માટે મેં ત્રીસ વર્ષ સુધી મારું તન, મન અને ધન લગાવ્યું છે."

સફળતાની પ્રાપ્તિ માટે નિરંતર પ્રયત્ન અને ધીરજની જરૂર હોય છે, ઉતાવળપણાંની નહીં. જ્યારે તમે તમારા વ્યવસાયના વિશેષજ્ઞ બની જાઓ, ત્યારે જ કાર્યક્ષેત્રમાં ઉતરો, ત્યારે જ લોકો તમારી વાહ-વાહ કરશે, પરંતુ અડધી-અધૂરી અને અધકચરી અધીરાઈમાં કરવામાં આવેલા પ્રયાસોથી સફળતાની અપેક્ષા રાખવી પોતાની મશ્કરી કરાવવા સમાન હોય છે. કોઈપણ વસ્તુના નિર્માણમાં ગંભીર અધ્યયન, કઠોર પરિશ્રમ અને ઊંડા પાયાની જરૂર હોય છે અને પાયો એટલો મજબૂત હોવો જોઈએ કે, લોકો તેને 'સજીવ ખડક'થી ઓળખે, ત્યારે જ તો તમારું ભવન ટકાઉ અને શાશ્વત બની શકશે. આ જ રીતે દરેક કાર્યમાં ધીરજ અને સહનશીલતાનું અત્યંત મહત્ત્વ હોય છે.

એક પ્રસિદ્ધ પિયાનોવાદક હંમેશાં પોતાની ધૂન કે તર્જને સાર્વજનિક પ્રદર્શન માટે ત્યાં સુધી રજૂ કરતાં ન હતા, જ્યાં સુધી એકાંતમાં સ્વયં પંદરસો વાર વગાડીને, સાંભળીને સંતુષ્ટ ના બની જાય. આવા કઠોર પરિશ્રમને કારણે તો તેમને આવી સફળતા અને કીર્તિની પ્રાપ્તિ થઈ હતી.

આ પ્રકારની ધીરજ, આ પ્રકારની ધગશ, આ જ પ્રકારની પરિશ્રમશીલતા, આ જ પ્રકારના દૃઢ નિશ્ચય અને આ જ પ્રકારનો આત્મવિશ્વાસ હંમેશાં વિજયી નીવડે છે, પરંતુ તેમના અભાવમાં પોતાના વિજયને પ્રતિભાશાળી સમજનારાં વ્યક્તિ લજ્જિત બનીને રહી જાય છે. સફળતા વૃક્ષ ઉપર ઊગતી નથી, જેને તમે તોડી લો અને સફળ બની જશો, એ તો નિરંતર કરવામાં આવતા કઠોર પરિશ્રમથી જ પ્રાપ્ત થાય છે.

એક શ્રીમંત વ્યક્તિએ ક્યાંક કહ્યું હતું -"હું કેટલાય વર્ષ સુધી સૂર્યોદયથી પહેલાં

મારા કાર્યાલયમાં પહોંચી જતો હતો અને એક પણ દિવસ અઢાર કલાક કામ કર્યા વગર મારા કાર્યાલયની બહાર આવ્યો નથી.''

શેતૂરના પાંદડા એક દિવસ રેશમી વસ્ત્ર બની જાય છે, પરંતુ અધીરાઈથી નહીં, ધીરજને કારણે.

વિશ્વના સર્વશ્રેષ્ઠ ચિત્ર મોનાલિસાના સ્મિતની કળાની રચના કરવામાં ચિત્રકાર લિયોનાર્ડો ધ વિન્ચીએ પૂરેપૂરાં ચાર વર્ષ લગાવ્યા હતા, એ જ કારણે તો આ જ સુધી તેમનું આ ચિત્ર સર્વશ્રેષ્ઠ ગણાય છે.

સંસારના અનેક વિશિષ્ટ અને મહાન વ્યક્તિઓ પ્રારંભમાં તો અત્યંત સાધારણ બાળક હતા, પરંતુ પ્રારંભથી જ પરિશ્રમ, ઉદ્યમ, સાહસ અને ધૈર્યના પાઠ તેઓ શીખ્યા હતા અને ત્યારપછી જ તેઓ મહાન બની શક્યા.

ઍડિસને લખ્યું છે કે, ફોનોગ્રામના નિર્માણમાં તેમને અદમ્ય ધીરજ રાખવી પડી હતી અને અથાગ મહેનત કરવી પડી હતી. તેમણે લખ્યું છે કે, સાત મહીના સુધી, અઢારથી વીસ કલાક પ્રતિ દિવસ તેઓ એક જ શબ્દ ઉપર સતત કામ કરતાં રહ્યાં હતા, ત્યારે તેમની અખંડ ધગશ અને ધીરજને કારણે તેમને તેમના પ્રયાસોમાં સફળતા મળી હતી.

પ્રતિષ્ઠા અને માન-સન્માન પ્રાપ્ત કરવાનો એક જ ઉપાય છે, ધીરજ રાખવી, મનને ઉદ્દેશ્યો ઉપર એકાગ્ર રાખવું અને નિરંતર પરિશ્રમ કરતાં રહેવું.

કોઈપણ જ્ઞાન કેટલું પણ મહત્ત્વહીન કેમ ના લાગે, છતાં પણ તેને પોતાના મનમાં એકત્ર કરવાથી, દરેક પ્રકારની માહિતી પ્રાપ્ત કરવાથી કોઈપણ પુસ્તક, પત્રિકા, લેખ અને ભાષણ વગેરેથી અને અવસરનો લાભ લઈ લેવાથી તથા એ પ્રત્યેક પ્રયત્નો ઉપર ચિંતન અને મનન કરવાથી જે સારરૂપે નવનીત પ્રાપ્ત થાય છે, તેને જ અનુભવ કહે છે અને આ અનુભવને ગમે ત્યારે, ગમે તે કાર્યમાં પ્રયોગમાં લાવી શકાય છે.

એક વાર કોઈએ બેવ્સટરને આગ્રહ કર્યો કે, તેઓ કોઈ એક મહત્ત્વપૂર્ણ વિષય ઉપર સભામાં ભાષણ આપે. બેવ્સટરે ઉત્તર આપ્યો- ''એ વિષય ઉપર તૈયારી કરવાનો મારી પાસે અત્યારે સમય નથી અને હું અત્યંત વ્યસ્ત છું.'' આગ્રહ કરનાર મિત્રએ કહ્યું- ''કોઈ વાંધો નહીં, તમે થોડું ઘણું જ બોલી દેજો, એ શબ્દોથી લોકોનું ધ્યાન એ વિષય તરફ આકર્ષિત થઈ જશે.'' બેવ્સટરે ઉત્તર આપ્યો- ''જો તમને મારા શબ્દોમાં એટલી શક્તિ જણાય છે, તો તેનું એક માત્ર કારણ એ છે કે, હું જ્યાં સુધી તે વિષય ઉપર પૂરેપૂરું અધ્યયન ના કરી લઉં, હું તે વિષય ઉપર કશું પણ બોલતો નથી.'' આથી ઉતાવળાપણાં-અધીરાઈથી નહીં, સંયમથી કામ લો.

૧૧. આત્મવિશ્વાસ, મન તેમજ મુખ મુદ્રા

જેને પોતાની યોગ્યતા ઉપર વિશ્વાસ નથી, જેને પોતાની શક્તિઓ ઉપર સંદેહ છે, તે સફળ વેપારી કેવી રીતે બની શકે છે? આ પ્રકારની મનોવૃત્તિવાળા વ્યક્તિ કોઈપણ મહાન કાર્ય કરી શકતા નથી.

જ્યાં સુધી વ્યક્તિને એ વિશ્વાસ ના હોય કે, જે વસ્તુને તે પ્રાપ્ત કરવા ઈચ્છે છે; તે અવશ્ય પ્રાપ્ત કરી લેશે, ત્યાં સુધી તેના મનમાં આ અખંડ નિષ્ઠા ઉદ્ભવતી નથી, જેની તે વસ્તુની પ્રાપ્તિ માટે જરૂર હોય છે. પરંતુ એક વાર જ્યારે તે નિશ્ચિત થઈ જાય છે કે, તેનામાં સામર્થ્ય છે અને તે કાર્ય કરવાની અધિક શક્તિ તે વ્યક્તિમાં છે, તો તે વસ્તુની પ્રાપ્તિ માટે તેને તરત જ સફળતા મળી જશે. જે વેપારી "કરું કે ના કરું?"નાં અવઢવ તેમજ દુવિધામાં ગૂંચવાયેલો રહે છે, જેને પોતાની યોગ્યતા ઉપર વિશ્વાસ નથી, જેને પોતાની શક્તિઓ ઉપર સંદેહ છે, તે સફળ વેપારી કેવી રીતે બની શકે છે? આ પ્રકારની મનોવૃત્તિવાળા વ્યક્તિ કોઈપણ મહાન કાર્ય કરી શકતા નથી.

શરીર અને ઈન્દ્રિયો મનનું જ અનુસરણ કરે છે. મનને જ નેતા બનવું પડશે,

भारत के अमर क्रांतिकारी

वीर सावरकर

संपादक

डॉ. ज्योति सिंह

डायमंड बुक्स

www.diamondbook.in

प्रकाशक : डायमंड पॉकेट बुक्स (प्रा.) लि.
X-30 ओखला इंडस्ट्रियल एरिया, फेज-II
नई दिल्ली- 110020
फोन : 011-40712200
ई-मेल : sales@dpb.in
वेबसाइट : www.diamondbook.in
मुद्रक : रेप्रो (इंडिया)

भारत के अमर क्रांतिकारी : **वीर सावरकर**
संपादक : *डॉ. ज्योति सिंह*

विषय सूची

भाग - 1

[क्रांति (येवतीकर) कनाटे]

भाग - 2

[डॉ. ज्योति सिंह]

भाग - 1

परिचय

नाम : क्रांति (येवतीकर) कनाटे

जन्म : 05/11/1954 सनावद (म.प्र.)।

शिक्षा : एम.ए.(अँग्रेजी साहित्य) विक्रम विश्वविद्यालय, उज्जैन।
मध्य प्रदेश के शासकीय महाविद्यालय में कुछ वर्ष व्याख्याता के रूप में कार्यरत रहकर स्वेछा से त्यागपत्र देकर स्वतंत्र लेखन।

भाषा ज्ञान: मराठी, हिंदी, अँग्रेजी, उर्दू तथा गुजराती।

प्रकाशन : 1996 में 'अपनी-अपनी धूप' (काव्य संग्रह) तथा 'पक्षी उड़ आयेंगे' (महेंद्रसिंह जडेजा के गुजराती काव्य संग्रह का हिंदी अनुवाद), 2000 में 'जेता' (कर्ण के अंतिम समय पर आधारित काव्य नाटक) तथा 'एमिली डिकिंसन की कविताएँ (अनुवाद संग्रह), हिंदी की लगभग सभी प्रतिष्ठित पत्रिकाओं में लेख, समीक्षाएँ, कविताएँ व अनुवाद प्रकाशित।

संपादन : 'साहित्य संवर्धन यात्रा', 'राष्ट्रीय अस्मिता और भारतीय साहित्य', 'संतों का साहित्यिक अवदान', 'गुजराती कथा वैभव' (गुजराती की 18 अनूदित कहानियों का संपादन)।

संकलन : 'ऐतिहासिक उपन्यासों से समाज जाग्रति', 'बांग्ला साहित्य का भारतीय साहित्य पर प्रभाव', 'नवलेखन की चुनौतियाँ'।

आगामी प्रकाशन: 'गुजराती काव्य संपदा' (अनुवाद संग्रह)

पुरस्कार : 'अपनी-अपनी धूप', 'जेता' तथा 'एमिली डिकिंसन की कविताएँ' हिंदी साहित्य अकादमी, गुजरात द्वारा पुरस्कृत।
पूर्व संपादक, 'साहित्य परिक्रमा' (जनवरी 2013-मार्च 2019)
पूर्व सदस्य, हिंदी सलाहकार समिति, इस्पात मंत्रालय एवं रेलवे मंत्रालय।

संपर्क : 203, टॉवर-3, सांईनाथ स्क्वेयर,
मदर्स स्कूल के पीछे, जलाराम चौकड़ी
वडोदरा-390021 (गुजरात)
मो. 09904236430

ई मेल : krantibrd@rediffmail.com

भारत के अमर क्रांतिकारी
वीर सावरकर

डॉ. भवानसिंह राणा लिखित समीक्ष्य पुस्तक 'भारत के अमर क्रांतिकारी वीर सावरकर' युवा पीढ़ी की दृष्टि से एक अत्यंत महत्त्वपूर्ण पुस्तक है क्योंकि आज की युवा पीढ़ी अपनी जीवन शैली, अपने आचार-विचार, व्यवहार और केरियर के प्रति तो बहुत सजग है परंतु उसमें हमारी संस्कृति, हमारे इतिहास, साहित्य और मान्यताओं के प्रति बहुतायत से एक उदासीनता दिखाई देती है इसीलिए जब विनायक दामोदर सावरकर का क्रांतिकारी जीवन, उनका त्याग, राष्ट्र के प्रति उनका समर्पण और भक्ति इस पुस्तक के माध्यम से पाठ्यक्रम में आती है तो एक आश्वस्ति होती है कि हमारे क्रांतिकारियों के अनुपम उदाहरणों की यह धरोहर हम अपने अग्रजों को सौंप दे रहे हैं। भारत दीर्घ-काल तक पराधीन रहा। एक लंबे संघर्ष के बाद 15 अगस्त, 1947 को हमने स्वतंत्रता प्राप्त की। इसे पाने में दो तरह के संघर्षों की प्रमुख भूमिका रही है। एक ओर तो तात्या टोपे और लक्ष्मीबाई ने छेड़े प्रथम स्वतंत्रता संग्राम की मशाल को हमारे अगणित क्रांतिकारियों ने देशभर में अपनी तरह से जलाए रखा तो दूसरी ओर 1915 में महात्मा गांधी के दक्षिण अफ्रिका से भारत आगमन पर अंग्रेजों के विरुद्ध एक अलग तरह का आंदोलन आरंभ हुआ। इतिहास कभी भी पूर्ण रूप से हमारे सामने नहीं आता अत: जाने कितने क्रांतिकारी अनाम रह गए और विनायक सावरकर की कथा भी हम तक जब, जैसी और जितनी पहुँचनी चाहिए थी, नहीं पहुँच सकी अत: कहना होगा कि डॉ. भवानसिंह राणा ने इस पुस्तक के माध्यम से एक महनीय कार्य किया है।

लेखक ने सावरकर की जीवनी को दो खंडों में विभक्त किया है। प्रथम खंड सावरकर के जीवन पर आधारित है तो दूसरा खंड उनके जीवन दर्शन पर। प्रथम खंड में कुल सात अध्याय हैं जिनमें सावरकर के जन्म से अवसान तक की यात्रा को सरल-सीधी भाषा में संक्षिप्त रूप में कहा गया है। प्रथम खंड के प्रथम अध्याय की यह विशेषता है कि उसमें सावरकर की वंश-परंपरा का भी उल्लेख किया गया है। ज्ञातव्य है कि सावरकर महाराष्ट्र के चितपावन ब्राह्मणों के वंशज थे जिनमें महापुरुषों और क्रांतिकारियों की एक लंबी

श्रृंखला रही है। इनमें पेशवा बालाजी विश्वनाथ, वासुदेव बलवंत फडके, चाफेकर बंधु, गोविंद महादेव रानडे, गोपाल कृष्ण गोखले, लोकमान्य तिलक के नाम प्रमुख हैं। इस अध्याय में सावरकर के प्रारंभिक जीवन का वर्णन है जिसमें उनके जन्म, बाल्यकाल एवं विद्यार्थी जीवन के साथ राष्ट्रीय भावना से ओतप्रोत उन कविताओं का भी उल्लेख है जिसमें सावरकर ने महाराणा प्रताप, छत्रपति शिवाजी और गुरु गोविंदसिंह जैसे शूर-वीर देशभक्तों की वीरता को दर्शाती ओजस्वी गीत-गाथाएँ लिखी थी जिसे मराठी में 'पोवाड़ा' कहा जाता है। इसी काल में उन्होंने 'अभिनव भारत' नामक एक गुप्त संस्था की स्थापना की जिसने आगे चलकर एक वृहत रूप धारण किया। द्वितीय अध्याय में सावरकर के कानून की शिक्षा हेतु लंदन जाने का विवरण है। उनके जीवन का यह एक अत्यंत महत्त्वपूर्ण काल-खंड है जिसमें उन्होंने वहाँ के प्रसिद्ध 'ग्रेज़ इन' महाविद्यालय से बेरिस्टर की शिक्षा तो ली परंतु क्रांतिकारी श्यामजी वर्मा के 'इंडिया हाउस' में रहते हुए एक क्रांतिकारी संगठन भी खड़ा किया, '1857 का स्वातंत्र्य समर' जैसी ऐतिहासिक मूल्य की पुस्तक लिखी, इस ऐतिहासिक घटना की 1907 में अर्धशताब्दी मनाई, भारतीय सैनिकों में क्रांति का प्रचार किया। इसी कालावधि में मदनलाल धींगरा को कर्ज़न वायली की हत्या के आरोप में फाँसी की सज़ा हुई, सावरकर को मुख्यत: ब्रिटिश शासन के विरुद्ध षडयंत्र के आरोप में बंदी बनाकर भारत भेजा गया। इसी समुद्री यात्रा में फ्रांस के मार्सेल्स के करीब सावरकर ने जहाज से कूदकर, समुद्र के भीतर ही भीतर तैरकर किनारा तो पा लिया परंतु दुर्भाग्यवश वे फिर अंग्रेज़ों के हाथ लगे, भारत लाए गए, मुकदमा चला और 25-25 वर्ष के दो आजीवन कारावास को भुगतने अंडमान भेज दिए गए। तृतीय अध्याय में सावरकर के पोर्ट ब्लेयर की सेल्युलर जेल में लगभग दस वर्ष के कारावास की दारुण पर साहस और धैर्य के चरम सीमा की कथा है, जिसमें उन्होंने नारियल के छिलके भी निकाले, रस्सी भी बाँटी, कोल्हू में बैल की तरह जुतकर तेल भी निकाला पर साथ ही साथ वहाँ के अशिक्षित कैदियों को शिक्षित भी किया, उनमें देशप्रेम की ज्वाला को धधकता भी रखा, बलात धर्मांतरण को भी रोका और 'सर्व वर्ण समान' की भावना का संचार भी किया। चतुर्थ अध्याय सावरकर के रत्नागिरि में स्थानबद्धता पर केंद्रित है। अंडमान से सावरकर को तीन वर्षों तक कलकत्ते के अलीराजपुर जेल में रखकर फिर रत्नागिरि में स्थानबद्ध (नज़रबंद) रखा गया। उनके सामाजिक जीवन का यह अत्यंत महत्त्वपूर्ण समय है क्योंकि पूरे तेरह वर्ष बाद वे खुली हवा में साँस ले सके, नज़रबंद होने के कारण उन पर कुछ प्रतिबंध अवश्य थे पर अब वे लोगों से मिल-जुल सकते थे। उनके राजनैतिक कार्यों पर भले ही रोक लगी हो परंतु सावरकर का व्यक्तित्व इतना बहुआयामी और विकसित था कि उन्होंने अपनी सामाजिक निष्ठा का

उपयोग अनेक प्रकार से करके कई कीर्तिमान इस समय स्थापित किए। गोवा में हजारों की संख्या में धर्मांतरित हुए हिंदुओं के शुद्धि कार्य में स्वामी मसूरकर की आर्थिक सहायता की, नाशिक में विधर्मी हुए धीवरों को आंदोलन चलाकर पुन: हिंदू बनाया। अस्पृश्यता निवारण का शुभारंभ सावरकर ने रत्नागिरि में देश के पहले 'पतित पावन मंदिर' के निर्माण से किया। रत्नागिरि में रहते हुए सावरकर की भेंट जगदगुरु शंकराचार्य से हुई, यहाँ उनसे मिलने डॉक्टर हेडगेवार, कस्तूरबा संग गांधी जी, मौलाना मोहम्मद अली, क्रांतिकारी सुखदेव, डॉक्टर बाबासाहब अंबेडकर जैसे बहुतेरे प्रतिष्ठित व्यक्ति स्वयं आए थे। एक और दृष्टि से रत्नागिरि का यह समय सावरकर के जीवन का बहुत महत्त्वपूर्ण समय है और वह है लेखन की दृष्टि से। यहाँ उन्होंने 'हिंदुत्व', हिंदूपद पादशाही' और 'उत्तर क्रिया' जैसी वैचारिक-प्रबोधपूर्ण पुस्तकें लिखीं और हिंदी भाषा की शुद्धि में अपना योगदान देते हुए 'नागरी लिपि सुधार' नामक एक पुस्तक लिखी। बहुत कम लोग इस तथ्य से परिचित हैं कि सावरकर ने ही सर्वप्रथम 'अ' की बारह खड़ी का प्रचलन किया जिसे राष्ट्रभाषा प्रचार समिति, वर्धा ने भी अपना लिया।

प्रथम खंड का पाँचवाँ अध्याय सावरकर के जीवन में एक सुखद मोड़ लेकर आता है। अब उन्हें स्थानबद्धता से मुक्ति मिल जाती है और पूरे देश में प्रसन्नता की मात्र एक लहर ही नहीं दौड़ती अपितु पूरा देश जहाँ-तहाँ सावरकर का स्वागत करने, उनकी ओजस्वी वाणी सुनने के लिए आतुर हो उठता है। क्या दिल्ली, क्या कानपुर, क्या फैजाबाद और क्या लखनऊ, क्या सोलापुर और क्या कलकत्ता, क्या मदुराई और क्या शिलांग भारत माता का यह राष्ट्रभक्त जहाँ भी गया उसे देखने-सुनने जन मेदिनी उमड़ पड़ी। यही वह समय था जब सितंबर 1939 में द्वितीय महायुद्ध आरंभ हो गया था और तत्कालीन वाइसराय लॉर्ड लिनलिथगो ने स्वयं आगे होकर सावरकर को ससम्मान भेंट के लिए आमंत्रित किया। '40 में नेताजी सुभाषचंद्र बोस का सावरकर से मुंबई में उनके निवासस्थान 'सावरकर सदन' में मिलने आना भी एक ऐतिहासिक महत्त्व की घटना है। जापान में रहकर भारत की स्वतंत्रता के लिए प्रयास कर रहे क्रांतिकारी रासबिहारी बोस का एक बौद्ध भिक्षु के हाथों सावरकर को उनके कार्य में सहयोग का अनुरोध करना भी एक रेखांकित करने योग्य घटना है। इसके अतिरिक्त वह हैदराबाद का सत्याग्रह हो या भागलपुर का संघर्ष, स्वामी दयानंद प्रणीत 'सत्यार्थप्रकाश' पर लगा प्रतिबंध हो या पाकिस्तान योजना का विरोध देश हित हर कार्य में सावरकर की भूमिका सक्रिय रही। यह अलग बात है कि कालांतर में उसे स्वीकार करने में यह देश कृपण हो गया। अब आता है षष्ठ अध्याय 'स्वतंत्र भारत में' उसके लिए क्या कहा जाए? भारत के स्वतंत्र होने पर आनदोत्सव मनाया जाए या विभाजन की असहनीय

पीड़ा को व्यक्त किया जाए? विभाजन ने लाखों हिंदुओं और मुसलमानों को बेघर कर दिया, शिशुओं को अनाथ किया। स्त्रियों पर हुए बर्बर अत्याचार और पूर्वी तथा पश्चिमी पाकिस्तान में हिंदुओं और सिखों के हुए कत्ले-आम की आग अभी पूरी तरह से ठंडी भी न हुई थी कि 30 जनवरी '48 नाथूराम गोडसे ने गांधीजी की हत्या कर दी जिसके परिणाम स्वरूप 5 फरवरी को गोडसे को प्रेरणा देने के झूठे आरोप में सावरकर को बंदी बना लिया गया। आज भी 'स्वतंत्र भारत में सावरकर को बंदी बनाया जाना' हमारे समय की सबसे शर्मनाक और राजनैतिक बदले की आग से की गई घटना है। उनके निवास पर हुए हमले में उनके भाई नारायण राव पर हुए कातिलाना हमले से वे उबर न सके और कुछ दिन पश्चात उनकी मृत्यु हो गई। सावरकर एक के बाद एक आघात सहते चले गए, उन पर लगाए आरोप सिद्ध न हो सके, वे निर्दोष छूट गए परंतु उन्हें फिर '50 में पाकिस्तान के प्रधान मंत्री लियाकत अली के भारत आगमन पर सुरक्षा का झूठा हवाला देकर बंदी बनाकर बेलगाँव में रखा गया। इन सब मानसिक अत्याचारों के बावजूद उन्होंने 'गोवा 'मुक्ति आंदोलन' को प्रेरित किया और '56 में 'तिलक जन्म शताब्दी समारोह' में भाग लिया। 10 मई, 1957 को जब दिल्ली में आर्य समाज की ओर से 1857 के प्रथम संग्राम की शताब्दी मनाई गई तो उसमें सावरकर का अभिनंदन किया गया। '60 और 61 में सावरकर के अंदमान कारावास के 50 वर्ष पूरे होने के उपलक्ष्य में 'वीर सावरकर मृत्युंजय सामारोह' का आयोजन देश भर में किया गया।

सप्तम अध्याय अत्यंत छोटा है क्योंकि यह 'चिर-निद्रा' का समय है। एक-एक कर सावरकर के निकटस्थ परिवार जन काल कवलित हो चुके थे, माता-पिता का देहांत तो उनके बचपन में ही हो गया था, फिर उनका पुत्र प्रभाकर, उनकी भाभी येसू वाहिनी, बड़े भाई गणेश राव, छोटे भाई नारायण, सावरकर की जीवन संगिनी यमुना सब मानो स्वर्ग में उनकी प्रतीक्षा कर रहे थे। अंडमान की शारीरिक यातनाओं और जीवन भर मिली मानसिक पीड़ा से देह दुर्बल हो गई थी, अंतत: 26 फरवरी, 1963 को सावरकर 'अपनी अनंत यात्रा के लिए महाप्रयाण कर गए, चिर निद्रा में सो गए।' चंदनवाड़ी के श्मशान गृह में बिजली की चिता पर रखा उनका पार्थिव शरीर पंच महाभूतों में विलीन हो गया लेखक के अनुसार 'इस प्रकार एक युगपुरुष का, एक युग का अथवा एक इतिहास निर्माता का भौतिक शरीर पंचभूतों में मिल गया।' इसके पूर्व निकली शव यात्रा का दृश्य भी अनुपम था जहाँ ट्रक पर राखी तोपों के बीच रखे सावरकर के नश्वर देह को पूरे रास्ते भर लोगों ने अश्रुपूरित बिदाई देते हुए 'वीर सावरकर अमर रहे' 'स्वातंत्र्य लक्ष्मी की जय' के नारों से आकाश गुंजा दिया था।

द्वितीय खंड में मात्र तीन ही अध्याय हैं जो सावरकर के जीवन दर्शन पर आधारित हैं। इस खंड का प्रथम अध्याय 'हिंदू, हिंदू राष्ट्र तथा हिंदुत्व' शीर्षक से है जिसके अंतर्गत आरंभ में ही डॉ. भवानसिंह राणा लिखते हैं कि "धर्म, राजनीति, राष्ट्र, सभ्यता, संस्कृति, समाज के विषय में उनका (सावरकर का) एक विशेष चिंतन था। किसी भी विषय पर किसी व्यक्ति का चिंतन अथवा दृष्टिकोण ही उस व्यक्ति का तत्संबंधी जीवन दर्शन कहा जाता है...। (पृष्ठ99) इसी के साथ लेखक यह भी स्पष्ट करते हैं कि " 'उनके जीवन को उनके जीवन दर्शन से पृथक कर पाना असंभव जैसा लगता है।' सावरकर के अनुसार सैकड़ों वर्षों की पराधीनता के फलत: हिंदुस्तान में कई रूढ़ियाँ व्याप्त हो गई जिसके कारण हम में अपने धर्म, राष्ट्र आदि के प्रति एक उदासीनता आ गई है। उनके अनुसार हिंदुत्व की व्याख्या द्रव्य प्राप्ति के केवल एक साधन मात्र के दृष्टि से जो लोग करते हैं उनका यथा शीघ्र अहिंदू हो जाना ही उचित है। हिंदुत्व असल में एक उदार जीवन पद्धति है। हिंदुत्व के लक्षण किसी पुस्तक विशेष में नहीं लिखे मिलते जैसे कि मुसलमान, ईसाई आदि धर्मों के नियम उनकी धार्मिक पुस्तकों में मिलते हैं। सावरकर के हिंदू राष्ट्र की परिकल्पना तथा व्याख्या 'सावरकर का जीवन दर्शन' में व्यापक रूप से की गई है। सावरकर के अनुसार ' एक देश, एक भाषा, एक लिपि, एक इतिहास, एक भूतकाल, एक भवितव्य, एक संस्कृति, एक पितृभूमि, एक पुण्यभूमि इतने आत्मीय संबंधों से तीस कोटी (तत्कालीन भारत की जनसंख्या, अब तो यह एक सौ तीस करोड़ हो गई है) संख्या बल का यह हिंदू राष्ट्र संसार के महनीय राष्ट्रों में भ्री एक महत्तम राष्ट्र है। (पृष्ठ 105) सावरकर का विश्व इतिहास का ज्ञान अत्यंत गहन था वे अन्य राष्ट्रों की तुलना में हमें श्रेष्ठ बताते हुए कहते हैं कि हम सांस्कृतिक रूप से सबसे भिन्न है और यही हमारी राष्ट्रीयता भी है। 'हम हिंदू एक राष्ट्र है' में वे हमें हमारा गौरव और शौर्य का स्मरण कराते हुए बताते हैं कि किस तरह हम शताब्दियों तक आक्रांताओं से लड़कर भी जीवित रहे हैं और अपनी अस्मिता को बचाकर रखने में सफल हुए हैं क्योंकि 'क्षत्रियों ने रणाग्नि में और ब्राह्मणों ने शुद्धिकरण यज्ञाग्नि में यवन, हूण, शकों को जलाकर ऐसा भस्म किया, उदरस्थ कर लिया कि इस समस्त भारत वर्ष में ग्रीक, हूण और शक कोई नाम मात्र को शेष न रह पाए।' (106) सावरकर राष्ट्र भक्ति और राष्ट्र प्रेम का जाज्वल्यमान उदाहरण हैं। वे अंत तक अखंड भारत के पक्ष में थे, भारत के विभाजन का उन्होंने जितना संभव था उतना विरोध किया। उनके 'मतानुसार पराकोटि की अहिंसा एक भीषण अपराध है। वह व्यवहार में नहीं आ सकती।' (110) इसी तरह सावरकर धर्मांतरण के भी विरोधी थे क्योंकि उनके अनुसार धर्म बदलने से व्यक्ति की राष्ट्रीयता में भी अंतर आ जाता है। आज के संदर्भ में हम पाते हैं कि उनकी यह अवधारणा सत्य साबित

हुई है। सावरकर अपने समय से बहुत आगे की सोचते थे। भारत की स्वतंत्रता के साथ ही हमारे पड़ौसी देशों ने जो हम पर आक्रमण किए उसका कहीं पूर्वानुमान उन्हें अवश्य था जो कालांतर में सही निकाला। वे भारत के लिए निरंतर प्रचंड एवं आक्रामक सैन्य शक्ति की आवश्यकता पर बल देते रहे। देश का दुर्भाग्य है कि स्वतंत्र भारत में भी उनकी दूरदर्शिता को हमारे स्वार्थी राजनेताओं ने गंभीरता से नहीं लिया।

द्वितीय खंड के द्वितीय अध्याय में सावरकर के छ: महत्त्वपूर्ण भाषणों को समाहित किया गया है। जैसा कि पूर्व में उल्लिखित है रत्नागिरि के स्थानप्रतिबद्धता से जब उन्हें मुक्ति मिली तब भारत के प्रमुख नगरों का उन्होंने दौरा किया और जन-जागरण का अभूतपूर्व कार्य किया। इस श्रृंखला में सबसे पहले अहमदाबाद अधिवेशन में 1937 में दिया वह भाषण है जिसमें सावरकर ने हिंदू शब्द की व्याख्या करते हुए अपना श्लोक 'आसिंधु सिंधुपर्यन्ता...का उदघोष किया था तथा हिंदुस्तान के अविभाज्य रहने पर बल दिया था। यह श्लोक अपने पूरे विस्तार के साथ उनके जीवन दर्शन वाले लेख में दिया गया है अत: उसकी यहाँ पुनरावृत्ति नहीं की जा रही हैं। इस भाषण में उन्होंने स्वाधीनता और स्वराज्य का अर्थ भी स्पष्ट किया है। दूसरा भाषण नागपुर अधिवेशन, 1938 में दिया वह भाषण है जिसमें सावरकर ने भारतीय इतिहास का सिंहावलोकन किया है, इसमें उन्होंने राष्ट्र हित के लिए हिंदू संगठनों को चेतावनी देते हुए सतर्क किया था कि वे सबसे पहले यह जान लें कि 'हम हिंदुओं के लिए भारत और हिंदुस्तान एक ही देश है। हम हिंदू होने के नाते भारतीय भी हैं और भारतीय होने के कारण हिंदू हैं।' (125) इस अध्याय का तीसरा भाषण 1939 में कलकत्ता अधिवेशन में दिया गया था जो मुख्यत: सिंध, सक्खर, संयुक्त प्रांत, बंगाल, बिहार आदि स्थानों पर मुसलमानों द्वारा हिंदुओं पर हुए हमलों पर आधारित था। इसमें उन्होंने हिंदी के राष्ट्रभाषा होने पर तथा देवनागरी लिपि का स्वीकार क्यों किया जाए इस पर भी प्रकाश डाला।' 1940 में मदुराई में दिया उनका भाषण सैन्य और उद्योगीकरण पर केंद्रित था। भागलपुर में हिंदू महासभा का अधिवेशन 1941 में हुआ परंतु तब सावरकर बंदी बना लिए गए थे अत: उनके द्वारा लिखा यह भाषण किसी और द्वारा पढ़ा गया था। इसमें सावरकर ने नेपाल नरेश को मुसलमानों की धर्म विरोधी गतिविधियों से सावधान रहने को कहा था। कानपुर के 1942 में हुए अधिवेशन में पाकिस्तान की योजना को विफल करने के लिए उन्होंने हिंदुओं को जो परामर्श दिया था उसमें मुख्यत: सैनिकीकरण और संगठन पर बल देने को कहा था। इस तरह हम पाते हैं कि उनके जीवन दर्शन का यह अध्याय भी अत्यंत महत्त्वपूर्ण है जिसमें वे एक ओजस्वी वक्ता तथा दूरदृष्टा के रूप में हमारे सामने आते हैं। द्वितीय खंड के तृतीय अध्याय से सावरकर की यह जीवनी अपने चरम पर

पंहुचती है। इसमें लेखक ने अत्यंत प्रामाणिकता से 'वीर सावरकर पर विवाद' की चर्चा करते हुए कहा है, 'जिन देशों को दुनिया में अपना झंडा बुलंद करना होता है, वे भविष्य की बातें करते हैं और विकास की योजनाएँ बनाते हैं। हम लोग अतीत के पन्नें पलटते हैं और इतिहास के विवाद में उलझे रहते हैं। आज की राजनीति इतिहास के महानायकों को भुनवाने का भी कोई मौका नहीं छोड़ना चाहती।' (140) यहाँ लेखक ने सावरकर के नाम पर कांग्रेस और गैरकांग्रेसियों के बीच सावरकर को चले आरोप-प्रत्यारोप की संक्षिप्त चर्चा की है जिसे जानना बहुत आवश्यक है क्योंकि स्वयं लेखक भवानसिंह राणा के अनुसार, 'इतिहास, जिसे भूतकाल के घटित का लेखा-जोखा माना जाता है, जिसे सामान्य रूप में विद्यार्थी वास्तविक मानकर उसका अध्ययन करते हैं, क्या वास्तव में सत्य लिखा जाता है? कम-से-कम भारतीय स्वाधीनता आंदोलन के इतिहास का अध्ययन करने पर तो इस तथ्य पर प्रश्नचिह्न लग ही जाता है। इस आंदोलन के इतिहास लेखकों ने भारतमाता की स्वाधीनता के लिए अपना सर्वस्व समर्पित कर देने वाले क्रांतिकारियों को तो प्राय: विस्मृत ही कर दिया है। वैचारिक मतभिन्नता होना एक अलग प्रश्न है, किंतु इसके कारण सत्य पर पर्दा डाल देना इतिहास के साथ अन्याय तथा एक नैतिक अपराध है।' (143) लेखक की इस उक्ति के प्रकाश में सावरकर की जीवनी को पढ़ा जाना चाहिए व उसे समझना चाहिए।

सावरकर का जीवन दर्शन

सावरकर के नाम भर से एक बिजली कौंधती है दिमाग में और एक चित्र सामने आता है- पोर्ट ब्लेयर की सेल्युलर जेल में कोल्हू पर तेल निकालते हुए सावरकर। हम में से बहुत कम हैं जिन्हें उस जेल को प्रत्यक्ष देखने का अवसर मिला होगा और उस माध्यम से वहाँ रहे क्रांतिकारियों की पीड़ा को समझने का एक और आयाम खुला होगा। सावरकर के जीवन की जो अन्य घटना हमारी स्मृति में सदा के लिए अंकित है, वह है 'मारिया' जहाज से अंग्रेजों को चकमा देकर समुद्र में अंदर ही अंदर तैरते हुए फ्रांस के मार्सेल्स बन्दरगाह पर पहुँचना। वे फिर अंग्रेजों के हाथ लगे यह अलग बात है परंतु इतिहास में यह घटना आगरे के किले से औरंगजेब के चाक-चौबंद पहरे से शिवाजी के भागने-सी महत्त्वपूर्ण है। हमें सावरकर का प्रथम परिचय एक क्रांतिकारी के नाते ही मिलता है और वह भी मात्र एक क्रांतिकारी के नाते नहीं अपितु एक ऐसी तेजस्वी धुरी के नाते जिससे तत्कालीन संपूर्ण भारत की क्रांति के तार जुड़ते हैं। उनका दूसरा उल्लेखनीय परिचय एक लेखक के नाते है। सावरकर पहले व्यक्ति हैं जिन्होंने 1857 के सैनिक आंदोलन को अंग्रेजों द्वारा प्रदत्त 'म्युटिनी', 'गदर', 'विद्रोह', 'लूट' जैसे शब्दों की कैद से निकालकर उसे 'स्वतंत्रता का प्रथम संग्राम' की एक गौरवशाली संज्ञा से विभूषित किया। उनके मात्र लेखन की ही बात करें तो वह इतना विपुल और विविध है कि उसकी संपूर्ण चर्चा एक लेख में संभव नहीं है। एक लिपि सुधारक के नाते तथा भाषा को समृद्ध करने के नाते भी उनका योगदान सदैव स्मरणीय रहेगा जिन्होंने 'निदेशक', 'नभोवाणी', 'महापौर', 'चित्रपट', दूरध्वनि जैसे असंख्य शब्द हमें दिए। बहुत कम लोग इस तथ्य से अवगत हैं कि रत्नागिरि में स्थानबद्धता की कालावधि में सावरकर ने शुद्ध हिंदी तथा देवनागरी लिपि के प्रचार के लिए अनवरत कार्य किया। बाद में उन्होंने 'नागरी लिपि सुधार' नामक एक पुस्तक लिखी। 'अ' की बारह खड़ी (अ, आ, इ, ई) के प्रथम उपयोग का श्रेय भी उन्हें ही जाता है जिसे 'राष्ट्रभाषा प्रचार समिति', वर्धा ने भी स्वीकार किया।

दुर्भाग्यवश सावरकर के व्यक्तित्व का जो पक्ष सायास हमारे सामने नहीं रखा गया वह है उनका समाज-सुधारक पक्ष और इसी में समाहित है सावरकर का जीवन दर्शन भी। मनुष्य यद्यपि समष्टि की न्यूनतम इकाई है परंतु है वह सबसे महत्त्वपूर्ण। एक मनुष्य की

सोच परिवार, समाज, गाँव, शहर, प्रदेश से होती हुई समग्र देश को प्रभावित करने की क्षमता रखती है और इसीलिए हम जिसे 'जीवन दर्शन' कहते हैं वह भी मात्र एक व्यक्ति विशेष तक सीमित नहीं रह जाता है। यह जीवन दर्शन जब सामाजिक सरोकार बनता है तब प्रकारांतर से वह राष्ट्रप्रेम और राष्ट्रहित में परिवर्तित हो जाता है। इस संदर्भ में 'भारत के अमर क्रांतिकारी वीर सावरकर' के लेखक डॉ. भवानीसिंह राणा का यह कथन शब्दश: सत्य है कि, "धर्म, राजनीति, राष्ट्र, सभ्यता, संस्कृति, समाज के विषय में उनका (सावरकर का) एक विशेष चिंतन था। किसी भी विषय पर किसी व्यक्ति का चिंतन अथवा उसका दृष्टिकोण ही उस व्यक्ति का तत्संबंधी जीवन दर्शन कहा जाता है।" (पृष्ठ99)

अंग्रेजों के विरुद्ध लड़ाई में सावरकर जितने क्रांतिकारी रहे हैं, उतने ही क्रांतिकारी वे एक समाज सुधारक के नाते भी रहे हैं। उनके जीवन का यह पक्ष आरंभ होता है रत्नागिरि से। अंडमान में लगभग ग्यारह वर्ष के कारावास (1911-'21) के पश्चात येरवड़ा में कुछ समय रह कर सावरकर को रत्नागिरि के कारावास में रखा गया और फिर यहीं पर उन्हें नजरबंद (1924-'37) रखा गया। सावरकर के होने में उनकी मौलिक और निडर विचारधारा का बहुत बड़ा योगदान है। प्रखर तो वे अपने बाल्यकाल से ही थे परंतु वे समान रूप से निर्भीक तथा दृढ़ भी थे। 1906 से 1910 तक वे लंदन में थे, बैरिस्टरी की पढ़ाई हेतु। इसी समय उन्होंने '1857 का स्वातंत्र्य समर' लिखा था। मराठी में लिखी यह पुस्तक प्रकाशित होने से पहले ही अंग्रेजों के द्वारा ज़ब्त कर ली गई थी, यह पुस्तक मात्र ऐतिहासिक ही नहीं है अपितु इसका अपना भी एक इतिहास है जिस पर अलग से एक पुस्तक लिखी जा सकती है क्योंकि इसका अंग्रेजी अनुवाद सर्वप्रथम हॉलैंड में प्रकाशित हुआ तथा ब्रिटिश सरकार द्वारा इसे अवैध घोषित करने पर इसकी हज़ारों प्रतियाँ फ्रांस तथा कुछ प्रतियाँ भारत व अन्य देशों में भेजी गईं। प्रतिबंधित होने के बावजूद यह पुस्तक इतनी लोकप्रिय हुई कि इसका दूसरा संस्करण प्रकाशित करना पड़ा। क्रांतिकारियों की 'गीता' बनी इस पुस्तक को भगतसिंह ने भी प्रकाशित किया। सौ वर्ष पूर्व इसकी एक-एक प्रति तीन-तीन सौ रुपए में बिका करती थी, जिससे स्वाधीनता संग्राम में इस पुस्तक की भूमिका का सहज अनुमान लगाया जा सकता है।

इंग्लैंड में अध्ययन के दौरान ही सावरकर ने 'हिंदू' की व्याख्या पर विचार करना आरंभ किया परंतु उसे मूर्त रूप देने का समय तो बहुत बाद में आया। लंदन में रहते हुए उन्होंने 'फ्री इंडिया सोसायटी' की स्थापना की; भाई परमानंद, मदनलाल धींगरा, लाला हरदयाल, कोरगाँवकर जैसे प्रखर क्रांतिकारी इस संस्था के सदस्य थे। मैडम कामा तथा 'इंडिया हाउस' के श्यामजी वर्मा जैसे राष्ट्रभक्तों का पूरा-पूरा सहयोग तो उन्हें प्राप्त था

ही। सावरकर लंदन के अपने कार्य को चरम पर पहुँचाते इससे पहले ही दुर्भाग्यवश उन पर भारत में ब्रिटिश शासन के विरुद्ध तथा लंदन में शस्त्र-संग्रह व उसका भारत में निर्यात आदि आरोपों के अंतर्गत मुकदमे चलाए गए। परिणामत: उन्हें 25-25 वर्षों के लिए दो आजन्म कारावास का दंड मिला और वे अंडमान की सेल्युलर जेल भेज दिए गए। पोर्ट ब्लेयर की यह जेल 'काला पानी' के नाम से कुख्यात थी जहाँ से जीवित वापिस आना लगभग असंभव माना जाता था। परंतु नियति ने सावरकर के खाते में अभी बहुत कुछ लिखा था, जिसका किसी को भी तब लेशमात्र अनुमान नहीं था। अंडमान के कारावास में सावरकर को कागज़-कलम की सुविधा उपलब्ध नहीं थी परंतु उस एकाकी जीवन में उनके अंतस का एक संवेदनशील कवि तथा प्रबुद्ध लेखक सदा जीवित रहा और यहीं पर तैयार हुई 'हिंदुत्व' की पृष्ठभूमि। सेल्युलर जेल में लगभग 11 वर्ष भयावह शारीरिक-मानसिक यंत्रणाओं से गुजरकर भी सावरकर का प्रबोध, उनकी राष्ट्रभक्ति, उनकी जिजीविषा ज्यों की त्यों बनी रही परिणामत: रत्नागिरि का कारावास जब नजरकैद में बदला और जब उन्हें लेखन की स्वतंत्रता प्राप्त हुई तब मात्र भारतीय साहित्य ही समृद्ध नहीं हुआ अपितु उसके माध्यम से हमें संपूर्ण भारत का कल्याण करने वाला एक 'जीवन दर्शन' प्राप्त हुआ। सावरकर से पहले भी विद्वत्जनों ने हिंदू धर्म की व्याख्या की है परंतु सावरकर ने पहली बार एक नया शब्द गढ़ा और वह था 'हिंदुत्व।' उन्होंने हिंदू शब्द की एक व्यापक व्याख्या की जिसे मात्र हिंदू धर्म तक सीमित नहीं रखा। हमारा दुर्भाग्य है कि देश का विभाजन हुआ, भारत अखंड नहीं रहा परिणामत: हम सदा के लिए सिंधु नदी के दर्शन से भी वंचित हो गए परंतु हिन्दू की सावरकर की परिभाषा आज भी उसकी प्रतीक्षा कर रही है जिसमें उन्होंने कहा था –

> आसिंधु सिंधुपर्यंता यस्य भारतभूमिका।
> पितृभू: पुण्यभूश्चैव सवै हिंदूरिति स्मृत:॥

पितृभू शब्द की व्याख्या कराते हुए सावरकर कहते हैं, "पितृभू याने इतना ही नहीं कि उस भूमि में हमारे माता-पिता पैदा हुए। उसका अर्थ है वह भूमि जिसमें परंपरा से हमारे जातीय और राष्ट्रीय पूर्वज निवास करते आए हैं। पुण्यभू की व्याख्या करते हुए वे कहते हैं कि "जिस भूमि में किसी धर्म के संस्थापक, ऋषि, अवतार या प्रेषित प्रगट हुआ, जहाँ उसने उस धर्म का उपदेश दिया और जिसके निवास के कारण उस भूमि को धर्मक्षेत्र का पुण्यत्व प्राप्त हुआ वही उस धर्म की पुण्यभू होगी।...इसी अर्थ में पुण्यभू शब्द का प्रयोग किया गया है, केवल पवित्र भूमि के अर्थ में नहीं। (समग्र सावरकर वाङ्मय, खंड-3, पृष्ठ 5-6)

किसी भी धर्म, संप्रदाय, पंथ से परे कितनी व्यापक एवं उदार है यह परिभाषा जिसमें वे कहते हैं कि सिंधु नदी से सिंधु सागर तक प्रसरित इस भारत भूमि को जो अपनी पितृभूमि तथा पुण्यभूमि मानता हो वह हिंदू है। इसे न तब किसी ने समझा न अब। समझा होता तो यह देश बहुत-सी विपदाओं और विडंबनाओं का शिकार न हुआ होता। आज भी यदि हम सब यह स्वीकार कर लें कि इस देश को सर्वोपरि अपनी मातृभूमि मानने वाला हर व्यक्ति भारतीय है तो हम धर्मगत व जातिगत असहमतियों से उठकर एक स्वस्थ भारत का निर्माण कर सकेंगे जिसका सपना कभी सावरकर ने देखा था। सावरकर के अनुसार हिन्दुत्व एक उदार जीवन पद्धति है। हमारे धर्म के नियम किसी पुस्तक विशेष में नहीं लिखे गए हैं और इसीलिए राष्ट्रहित के लिए हमें नए सिरे से अपनी सोच और व्यवहार में एक मूलभूत परिवर्तन लाना होगा। आज निश्चित रूप से स्थितियाँ बहुत बदल गई हैं परंतु लगभग सौ वर्ष पूर्व के उस पराधीन भारत का विचार कीजिए जिसमें सावरकर ने हिंदुओं को आह्वान किया था कि वे शताब्दियों से जकड़ी 'सप्त श्रंखलाओं से स्वयं को मुक्त करें। क्या थीं वे सात बेड़ियाँ जिन्हें तोड़े बिना एक समाज या कि एक राष्ट्र के नाते हमारा विकास, हमारा उद्धार न तब संभव था, न आज संभव है और न कभी किसी भविष्य में संभव होगा। ये सात बेड़ियाँ थीं- वेदोक्तबंदी, व्यवसायबन्दी, स्पर्शबंदी, सिंधुबंदी, शुद्धिबंदी, रोटीबंदी और बेटीबंदी। भारतीय समाज ने स्वयं को इन बेड़ियों में न जकड़ा होता तो हम कितने ही अनर्थों से बच जाते। सुदूर अतीत की बात क्यों करें, इन बेड़ियों के चलते ही बाबासाहेब आंबेडकर की प्रतिभा से न्याय न हुआ, हुआ होता तो उनका जीवन असंख्य कटु-अपमानास्पद अनुभवों से भरा न होता। अपने लाखों अनुयायियों के साथ बाबाराव ने किया धर्मांतरण क्या हमारी अनुदारता का परिचायक नहीं है? ये बेड़ियाँ आज भी पूरी तरह से टूटी नहीं हैं। अब भी प्रतिदिन 'ऑनर किलिंग' के नाम पर हो रही बेटियों की हत्या दर्शाती है कि जातिप्रथा का कलंक पूरी तरह गया नहीं है।

सावरकर के दर्शन का सबसे महत्त्वपूर्ण पक्ष यह है कि उनका दर्शन मात्र 'ऑन पेपर' नहीं था उन्होंने उसे अपने जीवन में क्रियान्वित भी किया था। जब सावरकर अंडमान की सेल्युलर जेल में थे तब भी उनके प्रयासों से हिंदू कैदियों का बलात धर्मांतरण न केवल समाप्त हुआ था अपितु बलात मुसलमान बनाए गए निरीह कैदी उनके प्रयासों से मात्र मंत्रोच्चार से ही पुन: हिंदू बना लिए गए थे। सावरकर स्वयं को शिवाजी के वंशज यूँ ही नहीं कहते थे। स्मरण रहे कि शिवाजी के समय औरंगजेब द्वारा बलात मोहम्मद कुलीखान बनाए गए नेताजी पालकर को जब पुन: हिंदू बनाया गया तब कोई उनके बेटे जानोजी को

अपनी बेटी देने को तैयार न था तो शिवाजी ने अपनी बेटी का विवाह जानोजी से करवा कर समाज के समक्ष एक अनुपम उदाहरण रखा था। सेल्युलर जेल में भी जब सावरकर ने एक जमादार को पुन: हिंदू बनाया तो कोई उसे अपनी पंगत में बिठाने को तैयार न हुआ। सावरकर ने जब उसके साथ बैठकर खाना खाया तब उसे सबने स्वीकारा। जिसे आज हम 'घर-वापसी' कहते हैं उसकी नींव तो बहुत पहले सावरकर रख चुके थे। सावरकर मानते थे कि 'धर्म परिवर्तन का अर्थ राष्ट्रीयता का परिवर्तन है' हमें भी इसे इस व्यापक संदर्भ में देखना होगा। सावरकर के हिंदुत्व में राष्ट्र सर्वोपरि है। उनका हिंदुत्व धर्ममुक्त है। अपने दर्शन में सावरकर इतने प्रखर और भिन्न रहे हैं कि वास्तव में उनकी विचारधारा को उनका समय तो क्या आने वाला समय भी धारण न कर सका। सचमुच सावरकर का दर्शन उनकी विचारधारा अपने समय से इतनी आगे की है कि सर्व-सामान्य का उससे सहमत होना, उसे पचा पाना तब भी कठिन था, अब भी सरल नहीं है। इस संदर्भ में सावरकर के साहित्य के गंभीर अध्येता श्री भा. कृ. केलकर का यह कथन सत्य प्रतीत होता है, "स्वातंत्र्यवीर सावरकर हिन्दुत्व के ब्राह्म और क्षात्र तेज के मूर्तिमंत प्रतीक थे। पूरे 83 वर्षों तक यह तेजोवलय मानव रूप में मौजूद रहा। तथापि सावरकर के व्यक्तित्व, सोच और कार्य को जाँचने-परखने की सम्यक दृष्टि हमें प्राप्त नहीं हो सकी।....न तेजाब को हथेली पर रखा जा सकता है, न ही सूर्य बिम्ब की थाह पाना संभव है। ठीक उसी तरह से सावरकर की थाह पाने के प्रयास में जुटे यथार्थ और ढोंगी टोही- दोनों विफल रहे। एक अद्भुत, अद्वितीय, अलौकिक, अथाह व्यक्तित्व से साक्षात्कार करने का एहसास ही बचा रहता है, बस।" ('सावरकर स्मारक ग्रंथ' 1989, पृष्ठ 42)।

भारत कृषिप्रधान देश है तो गाय एक उपयोगी प्राणी है सावरकर गो-पालन को महत्त्व देते हैं परंतु गाय में 33 कोटि देवताओं के निवास को वे स्वीकार नहीं करते। सावरकर का दर्शन पूर्णत: वैज्ञानिक है, समाज हित में है, अपनी मान्यताओं में वे इस कदर पक्के और दृढ़ रहे कि उनकी अंतिम इच्छा के अनुरूप उनके पार्थिव शरीर को विद्युतवाहिनी को सौंप दिया गया, न किसी नदी में उनकी अस्थियाँ विसर्जित की गईं, न ही कोई उत्तरक्रिया संपन्न हुई। सावरकर ने जो सोचा, वह लिखा, जो लिखा, वह जिया। सावरकर ने रत्नागिरि में 1931 में देश का पहला 'पतित पावन मंदिर' बनाया। इतना ही नहीं रत्नागिरि में नज़रबंदी की कालावधि में उन्होंने लगभग 500 मंदिर अवर्ण समाज के लिए खोलने का महत सामाजिक कार्य किया। अपने इस कार्य के लिए उन्हें ब्राह्मण वर्ग का कोप-भाजन भी होना पड़ा। उन जैसे पाखंड और आडंबरमुक्त व्यक्ति को उसी भाव से स्वीकार करना, ग्रहण करना न तब किसी के लिए पूर्णत: संभव था न अब है।

भाउराव देवरस के शब्दों में, "सावरकरजी मौलिक विचारक थे, ओजस्वी वक्ता थे, सहृदय कवि थे, उत्कृष्ट लेखक थे, समाज सुधारक थे, ज्वलंत क्रांतिकारी थे, हिन्दुत्व के पुजारी थे, सत्य संशोधक थे, रूढ़िवादिता के कट्टर विरोधी थे।" (सावरकर स्मारक ग्रंथ पृ.136)। यह एक कालातीत सत्य है कि सावरकर का व्यक्तित्व इतना विविध-आयामी रहा है कि उनके समग्र चरित्र का मूल्यांकन करना तो असंभव है ही परंतु उनके किसी एक पक्ष को भी समग्र रूप से चित्रित करना संभव नहीं है। उनके किसी एक आयाम की हल्की-सी झलक भी हम दे सके, ले सके तो हमारा वह प्रयास भी सार्थक कहलाएगा। अस्तु।

एक जीवनीकार के रूप में
डॉ. भवान सिंह

सावरकर पर कुछ लिखने के लिए भी एक नैतिक साहस व बल की आवश्यकता है इसलिए लेखक को साधुवाद दिया जाना चाहिए कि उन्होंने इस कार्य का जिम्मा उठाया और उसका निष्ठापूर्वक प्रामाणिकता के साथ निर्वाह किया। सावरकर के जीवन तथा दर्शन को उन्होंने सुनियोजित रूप से वर्गीकृत किया है तब भी सावरकर के जीवन व सृजन के कुछ पक्ष यहाँ छूट गए हैं जिनका समावेश होना चाहिए था जैसे सेल्युलर जेल में उनके परिवार का उनसे मिलना, एक एककर उनके प्रिय परिवारजनों तथा साथियों का बिछड़ना, अंतिम समय का एकाकीपन, इसी तरह से उनके अध्ययन व लेखन के कुछ गंभीर तथ्य जैसे 'सप्त शृंखला' (वेदोक्तबंदी, व्यावसायबंदी, सिंधुबंदी, स्पर्शबंदी, शुद्धिबंदी, रोटीबंदी, और बेटीबंदी) तोड़ने की बात भी रह गई है जो कि सावरकर चिंतन का एक प्रमुख भाग है। यह निर्विवाद है कि सावरकर का जीवन इतना विविध रंगी रहा है व सृजन इतना विपुल रहा है कि उसके अंशभर को ही हम अपनी सीमा में समेट सकते हैं। छपाई की दृष्टि से पुस्तक त्रुटिहीन है। मुखपृष्ठ के बारे में मुझे अवश्य लगा कि वह इससे बेहतर होना चाहिए था। तब भी कहना होगा कि एक जीवनीकार के रूप में डॉ. भावसिंह राणा को निश्चित ही सफलता मिली है। देश के क्रांतिकारियों के त्याग, बलिदान और राष्ट्रप्रेम तथा भक्ति को वे सर्वस्व मानते हैं। स्वतंत्र भारत के लेखकों की कतार में डॉ. भवनसिंह राणा उन गिने-चुने लेखकों में से हैं, जिनकी लेखनी इन क्रांतिकारियों को समर्पित है। इस श्रृंखला में उन्होंने शहीद भगत सिंह, चंद्रशेखर आज़ाद तथा गोपाल कृष्ण गोखले की भी जीवनी लिखी है। जिसके लिए वे निश्चित ही अभिनंदन के पात्र हैं। यूँ भी साहित्य की सभी विधाओं में 'जीवनी' का स्थान अलग है पर है बहुत महत्त्वपूर्ण क्योंकि यहाँ जो लिखना है वह लेखक की कल्पना से कहीं अधिक तथ्यों पर आधारित होता है। इस विषयक सामग्री जुटाना भी एक श्रमसाध्य कार्य है। जीवनीकार को पारे की तरह रहना होता है, वह तथ्यों को जनता है परंतु उसे भावनाओं के दर्पण से नहीं देख सकता। लेखक को स्वयं को हर प्रकार के पूर्वाग्रह/दुराग्रह से दूर रखना पड़ता है। जीवनी लेखक की भूमिका बहुत दुष्कर होती है, वह जिस व्यक्ति की चर्चा

कर रहा है वह इतिहास का एक सिद्ध पुरुष है, वह लेखक का मनचाहा व्यक्ति है, कोई काल्पनिक व्यक्ति नहीं है अत: लेखक को अत्यंत सजग और सावधानीपूर्वक इस कार्य को संपन्न करना होता है। इस विषयक कहना होगा कि जीवनी लेखन हेतु विनायक सावरकर का चुनाव करके डॉ.भवानसिंह राणा ने सचमुच एक बहुत बड़ा काम किया है। इस क्रम में उनसे आगे भी इसी तरह अन्य क्रांतिकारियों के जीवनी लेखन की अपेक्षा है, जिससे मात्र साहित्य ही समृद्ध नहीं होगा अपितु हमारे देश की युवा पीढ़ी को अपना सच्चा इतिहास भी मालूम होगा और आगे बढ़ने की प्रेरणा भी मिलेगी और नैतिक बल भी मिलेगा।

भाग - 2

परिचय

नाम : डॉ. ज्योति सिंह

साहित्यकार, सम्पादक, कवयित्री, समाजसेविका।

शैक्षिक योग्यता : एम ए, बी एड, पीएच डी (हिंदी पत्रकारिता), डिप्लोमा इन ट्रांसलेशन।

प्रकाशित पुस्तकें : स्वाधीनता-आन्दोलन और स्त्री मुक्ति संघर्ष में चाँद का योगदान, भक्ति-आन्दोलन और भारतीयता, आधुनिक हिन्दी साहित्य की प्रासंगिकता, भारतीय साहित्य व समाज के विविध स्वरुप, सांस्कृतिक और राष्ट्रीय आन्दोलन के विविध आयाम, स्वदेशी-आन्दोलन और सांस्कृतिक राष्ट्रवाद, जागृत संस्कार (काव्य संग्रह), प्रकृति : जीवन और मृत्यु {#कोरोना} (काव्य संग्रह और कहानी संग्रह) इत्यादि।

सम्प्रति : सहायक आचार्या

संस्थान : वीर नर्मद दक्षिण गुजरात विश्वविद्यालय सूरत, गुजरात।

स्थाई पता : B-404 Luxuria,

ग्राम- बाबेन, तहसील बारडोली, सूरत, गुजरात।

मो. : 7206536258, 9518091988

ई मेल : jyotisinghnik195@gmail.com

भवान सिंह राणा का परिचय

भवान सिंह राना का जन्म उत्तर प्रदेश (वर्तमान उत्तराखंड) में हुआ इसके साथ ही उन्होंने काशीपुर में एक हिंदी के अध्यापक के रूप में अध्यापन किया। भवान सिंह राणा हमारे देश में साहित्य व लेखन जगत के जाने माने चेहरे हैं, जिन्होंने महाराणा प्रताप से लेकर छत्तरपति शिवाजी व झाँसी की रानी से लेकर वीर सावरकर जैसे महान वीर योद्धाओ की जीवनी को बेहद ही सुंदर व सरल ढंग से साहित्य जगत मे प्रकाशित किया है।

वेदांत के विख्यात और आध्यात्मिक गुरु स्वामी विवेकानंद की जीवनी पर लेखक भवान सिंह राना ने प्रकाश डाला और उनकी गथाओं को पुस्तक में उकेरा है। उनकी यह पुस्तक काफी चर्चित और सभी को उनके जीवन के बारे मे जानने के लिए आकर्षित करती है। महान चरित्रों का गहन अध्यन करके उनकी जीवनी को जनमानस तक पहुँचाना भवान सिंह के जीवन का उद्देश्य था।

उन्होंने 1857 के स्वतंत्रता संग्राम से लेकर स्वतंत्रता संग्राम में शामिल श्रेष्ट व्यक्तियों का जीवन चरित्र सरल भाषा में लिखकर साहित्य में अपनी बेजोड़ पहचान बनाई है। लगभग अट्ठारह से ज्यादा पुस्तकें लिख चुके भवान सिंह राना ने अपनी सभी पुस्तकों द्वारा लोगों का स्नेह व दिल जीता. और ऐसे ही लोगों का दिल जीत कर उन्होंने सफलता प्राप्त की।

'भारत के अमर क्रान्तिकारी वीर सावरकर' एक सफल जीवनी है

डॉ० भवान सिंह राणा के द्वारा लिखित 'भारत के अमर क्रान्तिकारी वीर सावरकर' नामक पुस्तक एक सफल जीवनी है- ऐसा इसलिए कहा जा सकता है क्योंकि डॉ० भवान सिंह राणा ने वीर सावरकर जी के जीवन में घटित महत्त्वपूर्ण घटनाओं को बिना किसी मिलावट के संग्रहित किया है। इसके साथ ही जीवनी लिपिबद्ध करने हेतु जितने भी माप दण्ड निर्धारित किए गए हैं, उतने सभी को 'भारत के अमर क्रान्तिकारी वीर सावरकर' नामक पुस्तक में डॉ० भवानी सिंह राणा ने सम्मलित किया है। चरित्र के चुनाव के साथ भाषशैली तक का ध्यान रखा गया है। अब भावपक्ष व कलपक्ष के निम्नलिखित बिन्दुओं को केन्द्र में रखकर इस जीवनी की समीक्षा की जाएगी :-

शाब्दिक अर्थ

सर्वप्रथम जीवनी शब्द की व्याख्या करना यथेष्ठ होगा। जीवनी शब्द का अर्थ है किसी विशिष्ट व्यक्तित्व का सम्पूर्ण चित्रण। जीवनी को जीवन चरित्र, जीवन की यात्रा, जीवन का मानस इत्यादि शब्दों से भी सम्बोधित किया जा सकता है। यद्यपि जीवन चरित्र, यात्रा, मानस में सूक्ष्म भेद है, परन्तु बाह्य रुप से एकरुपता दिखाई देती है।

जीवनी का प्रारुप

जीवनी में जीवनीकार किसी एक व्यक्ति के जन्म से लेकर मृत्यु तक तथा उसके बाद के प्रभावों को किसी एक ग्रंथ में लिपिबद्ध करता है।

विशेष व्यक्तित्व का चयन

जीवनी लिखने के लिए सर्वप्रथम लेखक ऐतिहासिक तथा जीवन्त व्यक्तित्व का चयन करता है। सफल जीवनी के प्रथम पटल पर डॉ० भवान सिंह राणा एकदम खरे उतरते दिखते हैं। उन्होंने भारत के अमर क्रान्तिकारियों की जीवनी श्रृंखला में वीर सावकर जी के क्रान्तिकारी जीवन प्रसंग को प्रस्तुत किया है।

ऐतिहासिक साक्ष्यों का प्रयोग

प्रामाणिक इतिहास के पन्नों से तथा अन्य ऐतिहासिक साक्ष्यों को आधार बनाकर ही लिखा जाना चाहिए। यदि जीवनी लिखने के लिए राष्ट्र नायकों का चयन करना हो तो राष्ट्रहितों को ध्यान में रखना चाहिए। अतः लेखक वीर सावरकर जी के जीवन चरित्र को चुनकर वर्तमान पीढ़ी को सनातनी संस्कृति से जोड़ने का कार्य करता है। लेखक ने वीर सावरकर द्वारा रचित मूल पुस्तक तथा तत्कालीन समालोचकों के द्वारा रचित ऐतिहासिक मूल पुस्तक को केन्द्र में रखकर लिखा है।

राष्ट्रहितों का ध्यान देना

जीवनी को इतिहास से अलग करने के लिए लेखक रोचक शैली प्रयोग में लाता है। इसके साथ ही तत्कालीन समस्याओं के समाधान के रुप में प्रस्तुत करके जीवनीकार न सिर्फ उस ऐतिहासिक व्यक्तित्व को जीवन्त बनाता है, अपितु वर्तमान पीढ़ी के समक्ष प्रेरणादायी भूमिका भी निर्धारित करता है। अतः जीवनी का सम्बन्ध इतिहास, वर्तमान व भविष्य से होता है। इसीलिए इसे न तो इतिहास से मुक्त किया जा सकता है और न ही सिर्फ काल्पनिक उड़ान ही दिया जा सकता है। यही कारण है कि इतिहास की बारिकियों को समझने के लिए जीवनी तथा चारित्रिक उपन्यासों की मदद ली जाती है।

क्रमशः वर्गीकृत करना

चूँकि जीवनी औपनिवेशिक विधा से एकदम भिन्न विधा है, इसलिए इसे पठ्नीय बनाने के लिए लेखक को विषय वस्तु को क्रमशः वर्गीकृत कर देना चाहिए। ऐसा ही डॉ० भवान सिंह राणा ने किया है। वीर सावरकर जी के सम्पूर्ण जीवन तथा दर्शन को दो खंड़ों में प्रस्तुत किया है :-

प्रथम खंड - जीवन चरित

द्वितीय खंड - जीवन दर्शन

इन्हें भी क्रमशः जीवन लीला अनुसार अध्यायों में विभक्त कर दिए हैं। उदाहरण स्वरुप :-

प्रथम खंड :-

प्रथम अध्याय

द्वितीय अध्याय

तृतीय अध्याय

चतुर्थ अध्याय
पंचम अध्याय
षष्ठम अध्याय
सप्तम अध्याय

द्वितीय खंड :-
प्रथम अध्याय
द्वितीय अध्याय
तृतीय अध्याय

निष्पक्ष होना

जीवनीकार को निष्पक्ष होकर ही जीवनी लिखना चाहिए। किसी एक विचारधारा से जुड़कर उस चरित्र की व्याख्या नहीं करनी चाहिए। वैसे जीवनी लिखने में लेखक के निजी मतों की आवश्यकता नहीं होती है। फिर भी राष्ट्रीय भाव बोध को ध्यान में रखकर लिखना चाहिए।

सहज भाषा शिल्प का प्रयोग

जीवनी को इतिहास से अलग करने के लिए लेखक रोचक शैली प्रयोग में लाता है। इसके साथ ही तत्कालीन समस्याओं के समाधान के रुप में प्रस्तुत करके जीवनीकार न सिर्फ उस ऐतिहासिक व्यक्तित्व को जीवन्त बनाता है, अपितु वर्तमान पीढ़ी के समक्ष प्रेरणादायी भूमिका भी निर्धारित करता है।। अतः जीवनी का सम्बन्ध इतिहास, वर्तमान व भविष्य से होता है। इसीलिए इसे न तो इतिहास से मुक्त किया जा सकता है और न ही सिर्फ काल्पनिक उड़ान ही दिया जा सकता है। यही कारण है कि इतिहास की बारिकियों को समझने के लिए जीवनी तथा चारित्रिक उपन्यासों की मदद ली जाती है। अतः जीवनीकार को निष्पक्ष होकर ही जीवनी लिखना चाहिए। किसी एक विचारधारा से जुड़कर उस चरित्र की व्याख्या नहीं करनी चाहिए। वैसे जीवनी लिखने में लेखक के निजी मतों की आवश्यकता नहीं होती है। फिर भी राष्ट्रीय भाव बोध को ध्यान में रखकर लिखना चाहिए।

भाषा शिल्प

वीर सावरकर नामक पुस्तक की रचना डॉ० भवान सिंह राणा ने की है। भारत के अमर क्रान्तिकारियों की जीवनी की श्रृंखला के क्रम में ही वीर सावरकर जी की जीवनी लिखी

गई है। उनके जीवन की अहम् कड़ियों को जोड़कर लेखक ने जीवनी के रुप में इस पुस्तक की रचना की है। इस पुस्तक में जन सामान्य में प्रचलित भाषा का ही प्रयोग हुआ है।

वैसे भी मन के भावों की अभिव्यक्ति भाषा के माध्यम से ही होती है। रचनाकार अपने विचारों को वाणी देने के लिए तथा उन्हें सामाजिकों के हृदय तक सीधे-सीधे पहुँचाने के लिए जन प्रचलित भाषा को ही माध्यम बनाता है। कभी-कभी रचनाकार अपनी बौद्धिक प्रतिष्ठा स्थापित करने के लिए कठिन व दुरुह शब्दों का प्रयोग अपनी रचना में करता है। इसका दुष्परिणाम यह होता है कि लेखक के विचार व्यापक जन समुदाय में प्रचलिचत न होकर संकुचित जन समाज तक सीमित हो जाता है। इसका साक्षात् प्रमाण केशव दास की रचना है, जिसे आचार्य रामचन्द्र शुक्ल कठिन काव्य का प्रेत भी कहते हैं। यही कारण है कि जितना लोग बिहारी, रसखान या तुलसी दास को जानते व पढ़ते हैं उतना केशव दास को नहीं पढ़ते हैं।

भाषा को जन सामान्य तक सहजता से पहुँचाने की प्रक्रिया यथेष्ठ व उचित शब्दों के चयन पर भी निर्भर करता है। इसके अभाव में विचार निस्तेज हो जाता है। भाषा का प्रभाव शब्द शक्ति पर केन्द्रित होता है। अतः सर्वप्रथम शब्द शक्ति को समझना यथेष्ठ होगा।

शब्द शक्ति

शब्द 'त्रट ' धातु से बना हुआ है, जिसका अर्थ पहुँचना, मिलना, उत्तेजित करना, रोपना होता है। ऋग्वेद में शब्द को ब्रह्म कहा गया है :- 'वाग्वै ब्रह्म।'

आचार्य विश्वनाथ ने शब्द स्वरुप की निम्नलिखित व्याख्या की है -

"आकांक्षा, योग्यता से युक्त तात्पर्य एवं आसक्ति आदि से समन्वित शब्दजन्य ज्ञान को जो बोध कराता है वह शब्द कहलाता है। "

सर्वविदित है कि शब्द शक्ति तीन तथ्यों पर आधारित है :-

1. अभिधा
2. लक्षणा
3. व्यंजना।

प्रत्येक उत्कृष्ठ कोटि की रचना में अभिधा, लक्षणा तथा व्यंजना की अहम् भूमिका रहती ही है। इन्हीं शब्द- शक्ति से रचनाकार अपने मन के उद्बोधनों को जन हृदय तक पहुँचाता है और कभी न समाप्त होने वाला अमिट प्रभाव छोड़ देता है। किन्तु, प्रत्येक साहित्यिक विधा की भाषा की अपनी-अपनी मर्यादा होती है। इसके साथ ही भाषाशैली की योजना साहित्यिक विधा के स्वरुप व काल समय पर भी आधारित होता है। उदाहरण-स्वरुप कविता, कहानी, नाटक, उपन्यास, निबन्ध, जीवनी इत्यादि की भाषा शैली व

शब्द - शक्ति अपने विविध रुपों में चित्रित होती है। यही नहीं यदि कविता, कहानी, नाटक या उपन्यास ऐतिहासिक होगा तो उसकी भाषाशैली तत्कालीक देश - काल, वातावरण के ऊपर निर्भर करेगा। परन्तु, जीवनी की भाषा आलोच्य साहित्यिक विधाओं से सर्वथा भिन्न होता है। इसमें इतिहास, भूगोल, राजनीति का अनायस ही मेल हो जाता है और ऐतिहासिक व राजनीतिक व्यक्तित्व को साधारण जनता व विद्यार्थियों तक पहुँचाना भी होता है, इसलिए भी भाषा के स्वरुप को सहज रखा जाता है।यदि इस पुस्तक की भाषाशैली की बात की जाय तो कहा जा सकता है कि लेखक ने अत्यंत ही सहज व बोधगम्य शब्दों का चयन किया है। निम्नलिखित बिन्दुओं को केन्द्र में रखकर ' वीर सावरकर ' की जीवनी की भाषा का परीक्षण करेंगे :-

1. संस्कृत भाषा का प्रभाव -
2. तत्सम शब्दावली का प्रयोग -
3. विवरणात्मक शैली का प्रयोग -
4. तथ्यात्मक शैली का प्रयोग -
5. सहजात्मक शैली का प्रयोग -

1. संस्कृत भाषा का प्रभाव

चूँकि डॉ० भवान सिंह राणा के द्वारा लिखी गई पुस्तक 'भारत के अमर क्रांतिकारी वीर सावरकर ' का नायक महाराष्ट्र प्रांत का है, इसलिए उनकी जीवनी लिखते समय संस्कृत का प्रभाव पड़ना अति स्वाभाविक है। वैसे भी संस्कृत सभी भारतीय भाषाओं की जननी है, इसलिए प्रत्येक भारतीय भाषाओं पर संस्कृत की परिछाई पड़ती ही है, किन्तु मराठी, तमिल, तेलगु पर संस्कृत की छाया अन्य की तुलना में अधिक पड़ती है। इस पुस्तक की भूमिका से एक उदाहरण देखा जा सकता है जिसमें संस्कृतनिष्ठ हिन्दी का प्रयोग हुआ है --

"वीर सावरकर का पूरा नाम वीर विनायाक दामोदर सावरकर था। वे भारतीय स्वाधीनता आन्दोलन के एक अद्वितीय विभूति थे। मातृभूमि की स्वाधीनता, अखण्डता, सम्पन्नता के लिए उनका त्याग, संघर्ष एवं अदम्य उत्साह सर्वथा अनुपम, अनुकरणीय एवं प्रशंसनीय रहा है।" (भूमिका से)

2. तत्सम् शब्दावली का प्रयोग

इस पुस्तक को सामान्य पाठकों के मध्य पठनीय बनाने में तत्सम् शब्दावली का

अधिक योगदान रहा है। इसलिए संस्कृतनिष्ठ वाक्य विन्यास होने के बावजूद पढ़ने में अत्यंत सहजता व सौम्यता का बोध होता है। कहने का अर्थ यह है कि किसी प्रकार की दुरूहता या बोझिल का आभास नहीं होता है।

एक उदाहरण देखा जा सकता है- "अपने आरम्भिक छात्र जीवन से ही विनायक सावरकर राष्ट्रप्रेम से ओत-प्रोत कविताएँ लिखने लगे। उनकी ये कविताएँ (पोवाड़ो) स्वतन्त्रता प्रेमी ऐतिहासिक वीरों- महाराणा प्रताप, छत्रपति शिवाजी, गुरु गोविन्द सिंह आदि से सम्बद्ध होती थीं।"

3. विवरणात्मक शैली का प्रयोग

चूँकि इस पुस्तक की साहित्यिक विधा जीवनी है, इसलिए भवान सिंह राणा जी इस पुस्तक में विवरणात्मक शैली का प्रयोग करते हैं। वीर सावरकर जी की पूरी जीवनी को दो खण्डों में विभक्त कर दिए हैं। प्रथम खण्ड में जीवन चरित है और द्वितीय खंड में जीवन दर्शन दिया गया है। प्रथम खण्ड को सात अध्यायों में तथा द्वितीय खंड को तीन अध्यायों में विभक्त किया गया है।उनके जीवन की महत्त्वपूर्ण घटनाओं को रेखांकित करने के लिए प्रत्येक अध्याय में भाग व उपभाग के रुप में शीर्षक देकर सुक्ष्मातिसूक्ष्म विवरण दिया गया है।

4. तथ्यात्मक शैली का प्रयोग

इस जीवनी पुस्तक को लिखने के लिए भवान सिंह राणा ने तथ्यात्मक शैली का प्रयोग किया है। वैसे भी ऐतिहासिक पुरुष की जीवनी को अत्यंत ही सावधानी पूर्वक ऐतिहासिक साक्ष्य के प्रकाश में लिखा जाना होता है। ऐसा ही भवान सिंह राणा ने किया भी है। उन्होंने अपनी भूमिका में श्री शिवकुमार गोयल, श्री बापूराव धारपुरे, श्री मन्मनाथ गुप्त आदि विद्वान लेखकों को धन्यवाद ज्ञापित करते हुए अपनी पुस्तक की प्रमाणिकता देते हैं।

5. सहजात्मक शैली का प्रयोग

ऐतिहासिक तथा राजनीतिक जीवनी होने के बावजूद लेखक ने इसकी प्रस्तुति को अत्यंत ही सहज रखा है। सहजात्मक व सरलात्मक शैली का प्रयोग होने के कारण ही भारतीय हिन्दीतर प्रदेशों में इस पुस्तक की प्रसिद्धि भी बहुत है। इस पुस्तक को पढ़ने के पश्चात यह कहा जा सकता है कि लेखक ने गागर में सागर भरने का पूर्ण व सफल प्रयास किया है।

निष्कर्षत: कहा जा सकता है कि डॉ० भवान सिंह राणा ने 'भारत के अमर क्रान्तिकारी वीर सावरकर ' नामक जीवनी की भाषाशैली को देश, काल, वातावरण व विषय वस्तु के अनुरुप रखा है। एक चर्चित ऐतिहासिक व राजनीतिक जीवनी की भाषाशैली के मानदण्डों पर यह पुस्तक एकदम खरी उतरती है।

अतः कहा जा सकता है कि डॉ० भवान सिंह राणा द्वारा लिखित 'भारत के अमर क्रान्तिकारी वीर सावरकर ' नामक जीवनी एक सफल जीवनी है।

'वीर सावरकर ' नामक पुस्तक की भाषाशैली (शिल्प विधान योजना)

'वीर सावरकर' नामक पुस्तक की रचना डॉ० भवान सिंह राणा ने की है। भारत के अमर क्रान्तिकारियों की जीवनी की श्रृंखला के क्रम में ही वीर सावरकर जी की जीवनी लिखी गई है। उनके जीवन की अहम् कड़ियों को जोड़कर लेखक ने जीवनी के रुप में इस पुस्तक की रचना की है। इस पुस्तक में जन सामान्य में प्रचलित भाषा का ही प्रयोग हुआ है।

वैसे भी मन के भावों की अभिव्यक्ति भाषा के माध्यम से ही होती है। रचनाकार अपने विचारों को वाणी देने के लिए तथा उन्हें सामाजिकों के हृदय तक सीधे-सीधे पहुँचाने के लिए जन प्रचलित भाषा को ही माध्यम बनाता है। कभी-कभी रचनाकार अपनी बौद्धिक प्रतिष्ठा स्थापित करने के लिए कठिन व दुरुह शब्दों का प्रयोग अपनी रचना में करता है। इसका दुष्परिणाम यह होता है कि लेखक के विचार व्यापक जन समुदाय में प्रचलिचत न होकर संकुचित जन समाज तक सीमित हो जाता है। इसका साक्षात् प्रमाण केशव दास की रचना है, जिसे आचार्य रामचन्द्र शुक्ल कठिन काव्य का प्रेत भी कहते हैं। यही कारण है कि जितना लोग बिहारी, रसखान या तुलसी दास को जानते व पढ़ते हैं उतना केशव दास को नहीं पढ़ते हैं।

भाषा को जन सामान्य तक सहजता से पहुँचाने की प्रक्रिया यथेष्ठ व उचित शब्दों के चयन पर भी निर्भर करता है। इसके अभाव में विचार निस्तेज हो जाता है। भाषा का प्रभाव शब्द शक्ति पर केन्द्रित होता है। अतः सर्वप्रथम शब्द शक्ति को समझना यथेष्ठ होगा।

शब्द शक्ति

शब्द 'त्रट' धातु से बना हुआ है, जिसका अर्थ पहुँचना, मिलना, उत्तेजित करना, रोपना होता है। ऋग्वेद में शब्द को ब्रह्म कहा गया है :- **'वाग्वै ब्रह्म'**।

आचार्य विश्वनाथ ने शब्द स्वरुप की निम्नलिखित व्याख्या की है :-

"आकांक्षा, योग्यता से युक्त तात्पर्य एवं आसक्ति आदि से समन्वित शब्दजन्य ज्ञान को जो बोध कराता है वह शब्द कहलाता है।"

सर्वविदित है कि शब्द शक्ति तीन तथ्यों पर आधारित है : --

1. अभिधा
2. लक्षणा
3. व्यंजना।

प्रत्येक उत्कृष्ठ कोटि की रचना में अभिधा, लक्षणा तथा व्यंजना की अहम् भूमिका रहती ही है। इन्हीं शब्द- शक्ति से रचनाकार अपने मन के उद्बोधनों को जनहृदय तक पहुँचाता है और कभी न समाप्त होने वाला अमिट प्रभाव छोड़ देता है। किन्तु, प्रत्येक साहित्यिक विधा की भाषा की अपनी-अपनी मर्यादा होती है। इसके साथ ही भाषाशैली की योजना साहित्यिक विधा के स्वरुप व काल समय पर भी आधारित होता है। उदाहरण-स्वरुप कविता, कहानी, नाटक, उपन्यास, निबन्ध, जीवनी इत्यादि की भाषाशैली व शब्द-शक्ति अपने विविध रुपों में चित्रित होती है। यही नहीं यदि कविता, कहानी, नाटक या उपन्यास ऐतिहासिक होगा तो उसकी भाषाशैली तत्कालीक देश काल, वातावरण के ऊपर निर्भर करेगा। परन्तु, जीवनी की भाषा आलोच्य साहित्यिक विधाओं से सर्वथा भिन्न होता है। इसमें इतिहास, भूगोल, राजनीति का अनायस ही मेल हो जाता है और ऐतिहासिक व राजनीतिक व्यक्तित्व को साधारण जनता व विद्यार्थियों तक पहुँचाना भी होता है, इसलिए भी भाषा के स्वरुप को सहज रखा जाता है।यदि इस पुस्तक की भाषाशैली की बात की जाय तो कहा जा सकता है कि लेखक ने अत्यंत ही सहज व बोधगम्य शब्दों का चयन किया है। निम्नलिखित बिन्दुओं को केन्द्र में रखकर ' वीर सावरकर ' की जीवनी की भाषा का परीक्षण करेंगे ---

1 संस्कृत भाषा का प्रभाव --
2 तत्सम शब्दावली का प्रयोग --
3 विवरणात्मक शैली का प्रयोग --
4 तथ्यात्मक शैली का प्रयोग --
5 सहजात्मक शैली का प्रयोग --

1. संस्कृत भाषा का प्रभाव

चूँकि डॉ० भवान सिंह राणा के द्वारा लिखी गई पुस्तक 'भारत के अमर क्रांतिकारी वीर सावरकर ' का नायक महाराष्ट्र प्रांत का है, इसलिए उनकी जीवनी लिखते समय संस्कृत का प्रभाव पड़ना अति स्वाभाविक है। वैसे भी संस्कृत सभी भारतीय भाषाओं की जननी

है, इसलिए प्रत्येक भारतीय भाषाओं पर संस्कृत की परिछाई पड़ती ही है, किन्तु मराठी, तमिल, तेलगु पर संस्कृत की छाया अन्य की तुलना में अधिक पड़ती है। इस पुस्तक की भूमिका से एक उदाहरण देखा जा सकता है जिसमें संस्कृतनिष्ठ हिन्दी का प्रयोग हुआ है :-

"वीर सावरकर का पूरा नाम वीर विनायाक दामोदर सावरकर था। वे भारतीय स्वाधीनता आन्दोलन के एक अद्वितीय विभूति थे। मातृभूमि की स्वाधीनता, अखण्डता, सम्पन्नता के लिए उनका त्याग, संघर्ष एवं अदम्य उत्साह सर्वथा अनुपम, अनुकरणीय एवं प्रशंसनीय रहा है। " (भूमिका से)

2. तत्सम् शब्दावली का प्रयोग

इस पुस्तक को सामान्य पाठकों के मध्य पठनीय बनाने में तत्सम् शब्दावली का अधिक योगदान रहा है। इसलिए संस्कृतनिष्ठ वाक्य - विन्यास होने के बावजूद पढ़ने में अत्यंत सहजता व सौम्यता का बोध होता है। कहने का अर्थ यह है कि किसी प्रकार की दुरूहता या बोझिल का आभास नहीं होता है।

एक उदाहरण देखा जा सकता है- "अपने आरम्भिक छात्र जीवन से ही विनायक सावरकर राष्ट्रप्रेम से ओत-प्रोत कविताएँ लिखने लगे। उनकी ये कविताएँ (पोवाड़ो) स्वतन्त्रता प्रेमी ऐतिहासिक वीरों- महाराणा प्रताप, छत्रपति शिवाजी, गुरु गोविन्द सिंह आदि से सम्बद्ध होती थीं। "

3. विवरणात्मक शैली का प्रयोग

चूँकि इस पुस्तक की साहित्यिक विधा जीवनी है, इसलिए भवान सिंह राणा जी इस पुस्तक में विवरणात्मक शैली का प्रयोग करते हैं। वीर सावरकर जी की पूरी जीवनी को दो खण्डों में विभक्त कर दिए हैं। प्रथम खण्ड में जीवन चरित है और द्वितीय खंड में जीवन दर्शन दिया गया है। प्रथम खण्ड को सात अध्यायों में तथा द्वितीय खंड को तीन अध्यायों में विभक्त किया गया है। उनके जीवन की महत्त्वपूर्ण घटनाओं को रेखांकित करने के लिए प्रत्येक अध्याय में भाग व उपभाग के रुप में शीर्षक देकर सुक्ष्मातिसूक्ष्म विवरण दिया गया है।

4. तथ्यात्मक शैली का प्रयोग

इस जीवनी पुस्तक को लिखने के लिए भवान सिंह राणा ने तथ्यात्मक शैली का प्रयोग किया है। वैसे भी

ऐतिहासिक पुरुष की जीवनी को अत्यंत ही सावधानी पूर्वक ऐतिहासिक साक्ष्य के

प्रकाश में लिखा जाना होता है। ऐसा ही भवान सिंह राणा ने किया भी है। उन्होंने अपनी भूमिका में श्री शिवकुमार गोयल, श्री बापूराव धारपुरे, श्री मन्मनाथ गुप्त आदि विद्वान लेखकों को धन्यवाद ज्ञापित करते हुए अपनी पुस्तक की प्रमाणिकता देते हैं।

5. सहजात्मक शैली का प्रयोग

ऐतिहासिक तथा राजनीतिक जीवनी होने के बावजूद लेखक ने इसकी प्रस्तुति को अत्यंत ही सहज रखा है। सहजात्मक व सरलात्मक शैली का प्रयोग होने के कारण ही भारतीय हिन्दीतर प्रदेशों में इस पुस्तक की प्रसिद्धि भी बहुत है। इस पुस्तक को पढ़ने के पश्चात यह कहा जा सकता है कि लेखक ने गागर में सागर भरने का पूर्ण व सफल प्रयास किया है।

निष्कर्षत: कहा जा सकता है कि डॉ० भवान सिंह राणा ने 'भारत के अमर क्रान्तिकारी वीर सावरकर' नामक जीवनी की भाषाशैली को देश, काल, वातावरण व विषय-वस्तु के अनुरुप रखा है। एक चर्चित ऐतिहासिक व राजनीतिक जीवनी की भाषाशैली के मानदण्डों पर यह पुस्तक एकदम खरी उतरती है।

'1857 का स्वातंत्र्य समर' के लेखक वीर सावरकर जी का विद्यार्थी जीवन में महत्त्व

'1857 का स्वातंत्र्य समर' के लेखक वीर सावरकर जी का जीवन- चरित विद्यार्थी जीवन के लिए प्रेरणा का स्रोत है।

उपर्युक्त कथन सत् प्रतिशत सत्य है। वीर सावरकर जी अपने छात्रावस्था से ही संगठन के महत्त्व को अपने सहपाठियों के मध्य स्थापित करते रहे। राष्ट्र निर्माण में विद्यार्थियों की भूमिका को बढ़ाने के लिए ही वे 'मित्र-मेला' नामक संस्था को स्थापित किया था। इसके माध्यम से उन्होंने शिवाजी सहित सभी महान विभूतियों के जन्मोत्सव को मनाना प्रारम्भ किया। वे प्रेरणादायक मराठी में कविताएँ लिखते थे। इसके साथ ही राष्ट्रभक्ति परक उद्बोधन देकर कई क्रान्तिकारी हुतात्माओं को अपनी ओर सहज ही आकृष्ट कर लेते थे। यहीं नहीं इनके सहपाठी भी इनके धारा प्रवाह भाषण को सुनकर मित्र मेला के सदस्य बन जाते थे।वीर सावरकर जी अपने विद्यार्थी जीवन काल में ही इतिहास में घटित उपेक्षित घटनाओं को राष्ट्रवादी दृष्टि से पुनः मूल्यांकन कर रहे थे। ब्रिटिश सरकार के द्वारा पोषित इतिहासकारों की दृष्टि पर विश्वास न करके सन् 1907 में उन्होंने लन्दन में सन् 1857 की महान क्रान्ति का अर्द्ध शताब्दी वर्ष मनाया। युवकों ने '1857 के शहीदों की जय' लिखे बैज लगाए। इससे पूर्व और आज भी कुछ पुस्तकों में इसे कुछ असंतुष्ट सैनिकों का विद्रोह ही कहा जाता है। आज के विद्यार्थियों को वीर सावरकर जी से यह प्रेरणा लेनी चाहिए कि हमें अपने विरासत पर गर्व करना चाहिए और परतंत्रताकालीन लिखे हुए ऐतिहासिक परिभाषाओं पर आँख मूँदकर विश्वास नहीं करना चाहिए। हमेशा अपने पूर्वजों के बलिदानों के प्रति न्यायपूर्ण दृष्टि रखनी चहिए।

एक आदर्श विद्यार्थी जीवन को चरितार्थ करने के लिए '1857 का स्वातंत्र्य समर' के लेखक वीर सावरकर जी के सम्पूर्ण क्रान्तिकारी जीवनी को निम्नलिखित बिन्दुओं में देखा जा सकता है :-

जन्म व बाल्यकाल

वीर सावरकर जी का जन्म जिस भूमि पर हुआ था, उस भूमि का क्रान्तिकारी महत्त्व है। महाराष्ट्र के चित्तपावन ब्राह्मण वंश में अनेकों राष्ट्र-भक्तों का जन्म हो चुका था। उदाहरणस्वरुप- प्रथम पेशवा बालाजी विश्वनाथ, नाना फड़नवीस, प्रथम भारतीय स्वतन्त्रता संग्राम के अग्रणी सेनापति नाना साहब, प्रसिद्ध क्रान्तिकारी वासुदेव बलवंत फड़के, चापेकर बन्धु, गोविन्द महादेव रानाडे, गोपाल कृष्ण गोखले, लोकमान्य बालगंगाधर तिलक इत्यादि। इसी वंश परम्परा में विनायक दीक्षित के छोटे बेटे व बहू- दामोदर विनायक व राधाबाई के घर पर वीर सावकर नामक नवजात शिशु का जन्म हुआ। उनका बाल्यकाल नासिक जिले के भगूर नामक गाँव में व्यतीत हुआ। क्रान्तिकारियों के गढ़ में जन्में बालक का रहन-सहन भी उन्हीं जैसा था। कहते हैं ना कि

'होनहार बिरवान के होत है चीकने पात।' इसी प्रकार वीर सावरकर जी अपने बाल्यावस्था में थे। इनके माता-पिता दोनों ही महापुरुषों जैसे मर्यादा पुरुषोत्तम श्रीराम, गीता उपदेशक व परिस्थितियों अनुकूल व्यवहार करने वाले सुदर्शन चक्रधारी श्रीकृष्ण तथा ऐतिहासिक महानायकों जैसे महाराणा प्रताप, छत्रपति शिवाजी, महारानी अहिल्या बाई होल्कर, झाँसी की रानी लक्ष्मी बाई इत्यादि की क्रान्तिकारी कीर्तियों को बचपन में कहानी के रुप में सुनाते थे। ये कहानियाँ इनके जीवन के प्रारम्भिक अवस्था से लेकर अन्तिम श्वास तक प्रेरणादायी सिद्ध होती दिखी। बाल्यावस्था से ही राष्ट्रीयता के भावबोध उनके रग-रग में रचा बसा था।

छात्र जीवन

वीर सावरकर जी अपने छात्र जीवन में ही क्रांति की बिगुल फूँक दी थी। नेतृत्व की क्षमता उनके दोनों भाईयों में थी। जिस प्रकार रणनीतिकार चाणक्य के शिष्य चन्द्रगुप्त मौर्य में खेल-खेल में कुशल व प्रजा वात्सल्य शासक के गुणों का विकास हो गया था, उसी प्रकार वीर सावरकर में भी क्रान्तिकारियों के सानिद्धय में रहते हुए नेतृत्व की क्षमता स्वतः आ गई थी।

मित्र मेला के आयोजक के रुप में

किसी भी क्रान्ति को सफल बनाने में संगठन की बहुत ही आवश्यकता पड़ती है। इस तथ्य को भाँपते हुए वीर सावरकर जी नेअपने विद्यालयी जीवन में मित्र-मेला नामक छात्र संगठन की स्थापना किया था। इसके माध्यम से वीर सावरकर जी क्रान्ति वीर योद्धाओं के जीवन चरित्र को नाटक के रुप में खेलते थे। भाषण कला को प्रोत्साहित करने के लिए भाषण प्रतियोगिता करवाते थे।

मित्र मेला के सभी कार्यक्रम चाफेकर बन्धुओं की हिन्दू-धर्म संरक्षिणी सभा के कार्यक्रमों के समान ही शिवाजी श्लोक तौर गणपति श्लोक के गायन से प्रारम्भ होते थे। इन श्लोकों में मातृभूमि की स्वाधीनता के लिए शिवाजी के समान प्राणार्पण करने की शिक्षा दी जाती थी। उदाहरणस्वरुप- "मित्रों हम संकल्प करते हैं कि राष्ट्रीय रणभूमि में अपना जीवन बलिदान कर देंगे। हम शत्रुओं को मृत्युलोक पहुँचाकर ही मृत्यु को प्राप्त होंगे।"[1]

राष्ट्र बोध की भावना से ओत-प्रोत होकर ही महारानी विक्टोरिया के मरणोपरान्त हो रही शोक सभाओं का वहिष्कार करते हुए कहा कि, " इंग्लैण्ड की महारानी हमारे शत्रु देश की रानी है, अतः हम शोक क्यों मनाएँ? हमें दासता के बन्धनों में जकड़ने वाली रानी की मृत्यु पर शोक मनाना हमारी दासतापूर्ण मनोवृत्ति का ही परिचायक होगा।"[2]

अभिनव भारत संगठन कर्त्ता के रुप में

'मित्र मेला' के क्रांतिकारी क्रिया-कलापों के कारण वीर सावरकर जी की छवि घोर राष्ट्रवादी के रुप अंकित हो गई थी। अतः अपने स्नातक परीक्षा उत्तीर्ण करने के बाद एक गुप्त सभा का आयोजन करके वीर सावरकर जी ने 'अभिनव भारत ' नामक क्रान्तिकारी संस्था की स्थापना किया। चूँकि बचपन से ही छत्रपति वीर शिवाजी की वीरगाथाएँ सुनने के कारण वीर सावरकर जी के आदर्श वीर शिवाजी ही थे। अतः इस संस्था के सदस्यों को सशस्त्र क्रांतिकारी बनाने हेतु ही इसकी सदस्यता प्राप्त करने से पूर्व प्रत्येक युवक को निम्नलिखित शपथ दिलाया जाता था- "छत्रपति शिवाजी के नाम पर, अपने पावन धर्म के नाम पर तथा अपने प्रिय देश के नाम पर तथा अपने प्रिय देश के नाम पर अपने पूर्वजों की शपथ लेते हुए मैं यह प्रतिज्ञा करता हूँ कि अपने राष्ट्र की पूर्ण स्वतंत्रता के लिए अंतिम सांस तक संघर्ष करता रहूँगा। मैं न तो आलस्य करुँगा और न अपने लक्ष्य से पीछे हटूँगा । मैं 'अभिनव भारत' के नियमों का पूर्ण पालन करुँगा तथा संस्था के कार्यक्रमों को पूर्णतया गुप्त रखूँगा।"[3]

इससे विद्यार्थियों को यह प्रेरणा मिलती है कि समाज व राष्ट्र के लिए संगठनात्मक कार्य करते रहना चाहिए।

विदेशी वस्त्रों की होलिका जलाने वाला प्रथम व्यक्ति के रुप में

कुटीर उद्योग को बढ़ावा देने के लिए विदेशी वस्त्रों की होलिका जलाने वाले प्रथम व्यक्ति वीर सावरकर ही थे। यद्यपि तत्कालीन नरम दल के काँग्रेसी नेताओं का मानना था कि विदेशी वस्त्रों को जलाने के स्थान पर गरीबों में दान कर देना चाहिए। परन्तु वीर सावरकर जी का मानना था कि जब तक होलिका दहन नहीं होगा तब तक वातावरण शुद्ध

और क्रांतिकारी नहीं होगा। अतः 22 अगस्त, 1906 को तिलक जी के नेतृत्व में उन्होंने पूना में पहली बार सार्वजनिक रुप में विदेशी वस्त्रों की होली जलाई। वीर सावरकर जी का यह साहसिक कार्य विश्वपटल पर छा गया। किसी भी आन्दोलन को सफल बनाने में प्रचार-प्रसार का अत्यंत ही महत्वपूर्ण हाथ रहता है। अब आज के विद्यार्थियों को वीर सावरकर जी के इस कार्य से यह प्रेरणा लेनी चाहिए कि जब भी कोई राष्ट्र के लिए कार्य करें तो उसके दूरगामी परिणाम को ध्यान में रखना चाहिए।

इतिहास को संजोना

वीर सावरकर जी ने सिर्फ ऐतिहासिक घटनाओं की मौखिक समीक्षा ही नहीं किये, अपितु इतिहास की पुस्तक के रुप में उन घटनाओं को लिपिबद्ध भी किया। बैरिस्टर की पढ़ाई करने लदंन गए एक विद्यार्थी के रुप में वीर सावरकर ने जब वहाँ की स्थिति का निरीक्षण किया तो उन्हें लगा कि वकालत में वे तभी सफल हो सकते हैं, जब उनके अन्दर अपने राष्ट्र के प्रति गौरव बोध होगा। अतः उन्होंने ब्रिटिश पुस्तकालय में बैठकर इतिहास का अध्ययन किया और उन्होंने न सिर्फ भारतीय इतिहास को 'सिखों का स्फूर्तिदायक इतिहास' तथा '1857 का स्वातन्त्र्य समर' के रुप में संजोया अपितु इटली के चर्चित नेता मैजिनी की जीवनी भी लिखा।

लंदन में क्रान्ति की मशाल जलाना

वीर सावरकर जी ने इण्डिया हाउस के माध्यम से लंदन में रह रहे प्रवासी भारतीयों के हृदय में क्रान्ति की मशाल जला दिया और कुछ दिन के पश्चात एक क्रान्तिकारी संस्था 'फ्री इण्डिया सोसाइटी' की स्थापना की। इसके माध्यम से भारत से अंग्रेजी साम्राज्य हटाने के लिए सशस्त्र क्रान्ति के लिए प्रेरित करते थे।

दो आजीवन कारावास का दण्ड शेर की तरह भुगतना

वीर सावरकर जी दो आजीवन कारावास को शेर की तरह व्यतीत किए। सेल्यूलर जेल में काले पानी की सजा को भुगतते हुए उन्होंने राजनीतिक बन्दियों के प्रति हो रहे अन्याय के लिए संघर्ष किए। नारियल के छिल्के को निकालकर रस्सी बनाना,कोल्हू में जुतकर नारियल का तेल निकालना इत्यादि जैसे कठिन व दुसाध्य कार्य राजनैतिक बंदी जनों से करवाना नीतिगत अपराध की श्रेणी में आता है। चूँकि वीर सावरकर जी वकील थे तो उनको कानूनी दॉव पेंच का ज्ञान था, इसलिए अपनी चतुराई से विश्व की मीडिया के नजर में अँग्रेजों की कुनीतियों का भंडा-फोड़ कर दिए। इस प्रकार अपने साथ कई राजनीतिक बंदी जनों को मुक्त करवाएँ।

इससे विद्यार्थियों को यह प्रेरणा मिलती है कि किसी भी स्थिति में रहे, लेकिन नीति के अनुरुप न्याय के लिए संघर्ष करते रहना चाहिए।

साहित्य सृजन करना

वीर सावरकर जी विद्यार्थी जीवन काल से ही साहित्य सर्जक थे। विद्यालयी जीवन में ही मराठी भाषा में देश भक्ति पूर्ण कविता का सृजन किया था। इतिहास की पुस्तक तो लिखे ही, साथ ही विपरीत परिस्थितियों में श्रृंगार परक महाकाव्य 'कमला' की रचना भी किए। इसके साथ ही गोमांतक, विरहोच्छवास काव्यों का सृजन किया। यही नहीं संस्कृतनिष्ठ हिन्दी को राष्ट्र भाषा बनाने के लिए हिन्दी में बारह खड़ी जैसे अ, आ, इ,ई...का स्वरुप गढ़े। अनेकों मौलिक कार्य किए। अतः विद्यार्थियों के लिए यह बात सीखने की है कि विद्यार्थी जीवन में छोटे-छोटे कदम उठाकर ही भविष्य में राष्ट्र को एक दिशा दिया जा सकता है।

धर्मांतरण रोकना व राष्ट्र के प्रति जागरण करना

तलवार व लालच के दम पर धर्मांतरण करवा रहे शासकों को प्रत्युत्तर देने के लिए ही वीर सावरकर जी राष्ट्र के प्रति जागृति करके शुद्धि आन्दोलन चला रहे थे और छुआछूत के इस कलंक को मिटाने का प्रयास कर रहे थे। जब अंग्रेजों की तरफ से इस अभियान को बन्द करने के आदेश आते थे तब उनका कहना होता था- "जब आपके राज्य में धर्म परिवर्तन की स्वतन्त्रता है, तो हिन्दुओं पर शुद्धि कार्य के लिए प्रतिबंध नहीं लगाया जा सकता। पहले हिन्दुओं को ईसाई बनाना बन्द करो, तत्पश्चात् शुद्धिकार्य बंद करने पर विचार किया जाएगा।"

यही कारण था कि कुछ मिशनरियों तथा ब्रिटिश शासकों ने वीर सावरकर जी का जी जान लगाकर विरोध किया। जिसका परिणाम यह हुआ कि आजादी के 74-75 वर्ष बीतने के बाद तक नकारात्मक छवि के रुप में ही वीर सावरकर जी को याद किया जाता रहा है।

समाज में व्याप्त भेद-भाव को समाप्त करवाना

शुद्धि आन्दोलन को वीर सावरकर जी सेल्यूलर जेल में तथा नजरबंदी के रुप में रत्नागिरी में भी समाज में व्याप्त भेद-भाव को समाप्त करने के लिए चलाते रहे। रत्नागिरि में तथाकथित असवर्णों को समाज में सम्मान जनक स्थान देकर मंदिर का निर्माण करवाएँ। वीर सावरकर जी का मानना था कि अस्पृश्यता को हिन्दू समाज से दूर करने में हिन्दू धर्म के आचार्य, महात्मा आदि भी अपना योगदान दें। इस आह्वान से प्रेरित होकर शंकराचार्य ने भंगी तथा महार जाति के लोगों से पुष्पमालाएँ ग्रहण की।

महान क्रान्तिकारियों का सानिन्ध्द्य प्राप्त करना

रत्नागिरि में स्थानबद्धता के समय वीर सावरकर से कई राष्ट्रीय स्तर के नेता, समाज सुधारक- तिलक जी, लाला हरदयाल जी, मैडम कामा जी, नेता जी सुभाष चन्द्र बोस, डॉ० केशवराव बलिराम हेडगवार, गाँधी जी इत्यादि मिलने आते थे और उनसे तत्कालीन भारतीय राजनीति, धर्म, संस्कृति आदि विषयों पर चर्चा करते थे।

अखण्ड भारतवर्ष का सपना देखना

सप्त सिन्धु को जम्बू द्वीप के रुप में भारतवर्ष में सम्मलित करवाना। यह संकल्प दिलाए कि मेरे अस्थियों को अखण्ड भारत के सिन्धु नदी में विसर्जित करना है। जब तक अखण्ड भारत का पुनः सृजन नहीं होता तब तक वैसे ही रखा जाय। इससे बड़ा कौन क्रान्तिकारी हो सकता है जो अपने जीवन पर्यन्त राष्ट्र के लिए प्राण न्यौछावर करता ही रहा अपने प्राणोत्सर्ग करने के बाद भी अखण्ड भारत का मंत्र देकर गया।

निष्कर्ष

कहा जा सकता है कि क्रान्तिकारियों की गीता समझे जाने वाली पुस्तक '1857 का स्वातंत्र्य समर' का महत्त्व इसी से समझा जा सकता है कि ब्रिटिश शासकों और इतिकासकारों के द्वारा सन्1857 की महान क्रान्ति को कुछ असंतुष्ट सैनिकों का छोटा विद्रोह घोषित किया जा चुका था, लेकिन इस पुस्तक ने स्वतंत्रता संग्राम में प्रथम क्रान्ति के रुप में इसे प्रसिद्धि दिलाई। यद्यपि इससे पूर्व उड़ीसा में घटित पाइका आन्दोलन में सैनिकों द्वारा लोहा लिया जा चुका था, फिर भी यह प्रसिद्धि इस आन्दोलन को नहीं मिली। लेकिन जिस प्रकार 'आनन्द मठ' के द्वारा बंकिमचन्द्र चटर्जी ने संन्यासी आन्दोलन, सुभद्राकुमारी चौहान ने झाँसी की रानी को, पं० श्यामनारायण पाण्डेय जी ने हल्दीघाटी के युद्ध और चेतक को स्मरणीय बना दिया; ठीक उसी प्रकार वीर सावरकर ने स्वतंत्रता संग्राम में सन् 1857 की क्रान्ति की महत्त्वपूर्ण भूमिका को प्रतिस्थापित किया। अतः '1857 का स्वातंत्र्य समर' के लेखक वीर सावरकर जी के जीवन चरित को देखकर यही कहा जा सकता है कि एक विद्यार्थी का जीवन सिर्फ पुस्तकीय ज्ञान के लिए नहीं होता है; अपितु सम्पूर्ण जीवन राष्ट्र के निर्माण के लिए समर्पित होता है। विद्यार्थी जीवन की परीक्षा सिर्फ परीक्षा भवन में ही नहीं होती है, अपितु अण्डमान निकोबार के सेल्यूलर जेल में काले पानी की सजा भुगतते हुए देनी पड़ती है। एक विद्यार्थी का जीवन, जीवन पर्यन्त विद्यार्थी का जीवन ही होता है। सदैव अध्ययनरत रहना ही आदर्श विद्यार्थी का जीवन होता है। यही सीख

वीर सावरकर जी के जीवन चरित से हमें प्राप्त होता है। अतः कहा जा सकता है कि वीर सावरकर जी का जीवन चरित विद्यार्थियों के लिए प्रेरणा स्रोत है।

अस्तु।

संदर्भ ग्रंथ सूची

1. संपा. भवान सिंह राणा, भारत के अमर क्रांतिकारी वीर सावरकर
   प्रकाशक - डायमंड पब्लिकेशन (पृ०सं० 13)
2. संपा. भवान सिंह राणा, भारत के अमर क्रांतिकारी वीर सावरकर
   प्रकाशक - डायमंड पब्लिकेशन (पृ०सं० 16)
3. संपा. भवान सिंह राणा, भारत के अमर क्रांतिकारी वीर सावरकर
   प्रकाशक - डायमंड पब्लिकेशन (पृ०सं० 20)
4. वीर सावरकर, 1857 का स्वातंत्र्य समर, प्रभात प्रकाशन।

स्वतंत्रता संग्राम में सावरकर बन्धुओं का योगदान

"रत्नाकराधौतपदां हिमालयकिरीटि नीम्।
ब्रह्म-राजर्षिरत्नाढ्यां वन्दे भारतमातरम्।।"[1]

(सुभाषितम्, ज्ञान गंगा प्रकाशन, सप्तम् संस्करण, महाशिवरात्रि सं० 2072, पृ० सं० 2)

अर्थात् 'रत्नाकर समुद्र जिसका पादप्रक्षालन करते हैं हिमालय पर्वत जिसका किरीट है, ब्रह्मर्षियों रुपी रत्नों से जो समृद्ध है, ऐसी भारत माता को मैं प्रणाम करता हूँ।'

ऐसे प्राकृतिक और सांस्कृतिक सम्पदाओं से सुसज्जित भारत माता को पराधीनता की बेड़ियों में जकड़ा जाना किसी भी संतान के लिए असहनीय होगा। यही कारण है कि जब से भारत माता को सोने की चिड़िया समझकर बाहरी आक्रांताओं ने उसके पंखों को नोंचना - खसोटना प्रारम्भ किया है, तब से ही भारत माता की अनगिनत संतानों ने प्रतिकार व संघर्ष करते हुए अपने प्राणों का उत्सर्ग करना प्रारम्भ कर दिया था। वे ऐसा करते भी क्यों नहीं, बाल्यावस्था से ही हमारे पूर्वजों ने एक ही मंत्र हमारे कानों में फूँका है, वह यह है कि,

"भारतभूमि पर जन्म लिया है ध्येय सुनिश्चित स्मरण करें।
रुण शक्ति तुम राष्ट्रभक्ति का जनमन में चैतन्य भरो।।"[2] (संगठन गीत)

इसी अमृत मंत्र का पान करते हुए अनेक माताओं ने अपनी कोख, मांग और अपनी राखी को सुनी करती रहीं। जीजाबाई जैसी क्रान्तिकारी माताओं के कारण ही अनगिनत राजा - महाराजा वह चाहे छत्रपति शिवाजी हों या फिर महाराणा प्रताप, महाराजा रणजीत सिंह या महाराजा गुरुगोविन्द के अनगिनत सन्तान हों या फिर उनसे पूर्व महाराणा पृथ्वी राज चौहान इत्यादि हों, जिन्होंने हँसते-हँसते अपने प्राणों को स्वतंत्रता की बलि बेदी पर न्यौछावर कर दिया।

ऐसी अनगिनत माताएँ भारतवर्ष की धरा पर हैं; उदाहरण स्वरुप चापेकर बन्धुओं की माता श्री को भारतीय माताओं की भावनाओं की प्रतिनिधि के रुप में देखा जा सकता है; जब अपने दोनों भाईयों को दामोदर हरि चापेकर व बालकृष्ण हरि चापेकर के गिरफ्तार हो जाने के बाद वासुदेव हरि चापेकर अपनी माता जी से भारतमाता के चरणों में तीसरे पुष्प

यानि स्वयं को अर्पित करने के लिए आग्रह करते हुए कहते हैं "माँ! दो फूल तो रामाँ के काम आ गए, अब मैं भी उन्हीं के चरणों तक पहुँचने की आज्ञा लेने आया हूँ!" उस समय माँ के मुख से एक शब्द भी न निकला। उसने बालक के मस्तक पर हाथ फेरते हुए उसका मुख चूम लिया।[3] (चाँद का फाँसी अंक सन् 1928 पृष्ठ संख्या - 246)

तो ऐसी होती हैं हमारी वीर माताएँ।

यहीं नहीं मुगलों के साथ ईस्ट इंडिया कम्पनी के बढ़ते हुए साम्राज्यवादी अत्याचार जब असह्य हो गए, तब अनेकों क्रान्तिकारियों ने कई प्रकार की क्रान्तियाँ समय-समय पर कीं; उदाहरणस्वरूप निम्नलिखित घटनाक्रम को देखा जा सकता है:-

प्लासी का युद्ध (सन् 1757), बंगाल का प्रथम सैनिक आन्दोलन (सन् 1764), बक्सर का युद्ध (सन् 1764), बंगाल का महाल आन्दोलन (सन् 1767), संन्यासी एवं फकीर आन्दोलन (सन् 1763-1803 तक), बंगाल का द्वितीय सैनिक आन्दोलन (सन् 1795), वेल्लौर का सैनिक आन्दोलन (सन् 1803), चुआड़ आन्दोलन (सन् 1798 से 1820 तक), नायक आन्दोलन (सन् 1821), वैरकपुर का प्रथम सैनिक आन्दोलन (सन् 1824), गुजरात का महीकांत आन्दोलन (सन् 1836) धरराव आन्दोलन (सन् 1841), कोल्हापुर आन्दोलन (सन् 1844), संथाल आन्दोलन (सन् 1854-1855 तक), नील आन्दोलन (सन् 1850-1860 तक), सन् 1855 का सैनिक आन्दोलन, प्रथम स्वतंत्रता संग्राम (सन् 1857), कूका आन्दोलन(सन् 1872) इत्यादि।

इसके साथ ही वासुदेव बलवंत फड़के का मुक्ति अभियान (सन् 1875-1879) भी स्व के तंत्र की स्थापना करने में महत्त्वपूर्ण अभियान छेड़ रखा था। यही नहीं विदेशी भूमि अर्थात् अमेरिका, कनाड़ा, जापान, जर्मनी इत्यादि से क्रान्ति का शंखनाद भी किया गया।

इतनी सारी क्रान्तिकारी घटनाओं के कालचक्र की चर्चा करने के पीछे का मेरा मन्तव्य मात्र इतना ही बताना है कि भारतीय संतानों की धमनियों में इन्हीं क्रान्तिकारी पूर्वजों का रक्त प्रवाहित हो रहा है; अतः एक ही परिवार से झुंड के झुंड बालक अपनी भारत माता की राजनीतिक व सामाजिक बेड़ियाँ काँटने के लिए तत्पर थे। परन्तु, स्वाधीनता के मद् में हमारे कुछ राजनेता उन सभी पवित्र आत्मों को स्मरण कर श्रद्धान्जली देने व स्वर्णिम इतिहास के पन्नों में सम्मानीय स्थान देना उचित नहीं समझा। उदाहरण स्वरुप- चापेकर बन्धु (दामोदर चापेकर, बालकृष्ण चापेकर, वासुदेव हरि चापेकर), मिश्र बन्धु (गणेश बिहारी, श्याम बिहारी, शुकदेव बिहारी), साहिबजादे बन्धु गुरु गोविन्द सिंह के चारों पुत्र (अजित सिंह, बाबा जुझार सिंह, बाबा जोरावर सिंह, फतेह सिंह) जिनके स्मरण में 26 दिसम्बर, 2021को वीर बाल दिवस मनाने की घोषणा हमारे प्रधान मंत्री नरेन्द्र मोदी

जी ने की। कोठारी बन्धु (राम कुमार, शरद कुमार) कारसेवा के दौरान पुलिस की गोली से मारे गए , जिनके नाम पर अयोध्या में सड़क का नाम रखने की घोषणा की गई। सावरकर बन्धु (गणेश दामोदर सावरकर- बाबा राव, विनायक दामोदर सावरकर, नारायण दामोदर सावरकर) काले पानी की कठोर सजा भुगतने वाले भाई इत्यादि। और भी कई ऐसे अज्ञात बन्धु होगें, परन्तु हमारा समाज सिर्फ प्लेन उड़ाने वाले राइटर्स ब्रदर्स (आरविल, विल्बर) को ही जानता है।

पर कोई बात नहीं अब हम सब स्वाधीनता से स्वतंत्रता की ओर उन्मुख हो रहे हैं। साधारणतः तत्कालीन राजनीतिक संघर्ष को गरम दल और नरम दल में बाँटा गया था। परन्तु, वास्तव में वह स्व की अधीनता और स्व के तंत्र की बात थी। एक पक्ष सिर्फ सत्ता परिवर्तित करना चाहता था और दूसरा पक्ष स्व अर्थात् देशी या अपना तंत्र स्थापित करना चाहता था। सामाजिक एवं सांस्कृतिक उत्थान चाहता था। उल्लेखित बन्धुओं ने इसी उत्कृष्ट समाज का सपना देखा था और इसे धरातल पर उतारने के लिए स्वतंत्रता की मशाल भी जलाई थी; भले ही इस मशाल को प्रज्वलित करने में इन बन्धुओं को कठोर संघर्ष का सामना करना पड़ा था, लेकिन कुछ राजनेताओं के सिद्धान्तों के प्रतिकूल होने के कारण उन्हें और उनकी कृतियों को रहस्यमयी कन्दराओं में छिपा दिया गया।

सावरकर बन्धुओं का जन्म जिस भूमि पर हुआ था, उस भूमि का क्रान्तिकारी महत्त्व है। महाराष्ट्र के चित्तपावन ब्राह्मण वंश में अनेकों राष्ट्रभक्तों अवतरित हो चुके थे। जिसका उल्लेख गत अध्याय में किया जा चुका है।

बाल्यावस्था से ही राष्ट्रीयता के भावबोध उनके रग-रग में रचा बसा था। तभी तो प्रतिकूल परिस्थिति होने के बाद भी सर्वदा राष्ट्र ही सर्वोपरि रहा।

वैसे भी सावरकर बन्धुओं के परिवार में चापेकर बन्धुओं तथा अन्य क्रांतिकारियों के व्यक्तित्व व कृतित्व का प्रभाव रहा है। तभी तो गणेश, दामोदर नाम चापेकर - बंधुओं के परिवार में था। चित्तपावन वंश परम्परा में लगभग सभी महानुभावों के घर में विनायक और दामोदर नामक नामकरण होता ही था।

सबसे बड़े भाई गणेश दामोदर सावरकर को आदर से बापू राव कहा जाता था। मझले भाई विनायक दामोदर सावकर, जिन्हें बचपन में तात्या तथा किशोरावस्था में साहसिक कार्यों के करने के कारण वीर सावरकर कहा जाता था, छोटे भाई डॉ० नारायण दामोदर सावरकर को बाल के रुप में जाना जाता था। छोटी बहन का नाम मैना देवी था।

माता-पिता के देहांत के पश्चात बड़े भाई व भाभी अपने अनुजों का लालन-पालन पुत्रवत किये, साथ ही उनका विवाह संस्कार भी सम्पन्न करवाएँ। संगठित होकर न सिर्फ

अपने गृहस्थी को वे लोग संभाले, अपितु राष्ट्रहित में सावरकर दाम्पत्य अपने जीवन को खपा दिये। न सिर्फ गणेश दामोदर सावरकर अपनी धर्मपत्नी को राष्ट्रहित में समर्पित होने का उपदेश देते हैं, अपितु अपने बड़े भाई की गिरफ्तारी के बाद वीर सावरकर भी अपनी भाभी को सांत्वना देते हुए कई पत्र लिखते हैं; उदाहरणस्वरुप एक पत्र को देखा जा सकता है- "गजेंद्र की सूंड से भगवान के चरणों में समर्पित कमल जड़ से उखड़ जाने पर भी अमर हो जाता है। इसी प्रकार हम तीनों भाई भी जन्मभूमि के चरणों में समर्पित होकर मोक्ष को प्राप्त हो जाएंगे।"[4] (संपा. भवान सिंह राणा, भारत के अमर क्रांतिकारी वीर सावरकर प्रकाशक : डायमंड पब्लिकेशन पृ० सं०26)

यही नहीं ब्रिस्टन जेल से भी उन्होंने अपनी अन्तिम मृत्यु पत्र के रुप में अपनी भाभी श्री को संबोधित करते हुए लिखा था- "मातृभूमि! तेरे चरणों में मैं अपना मन अर्पित कर चुका हूँ। मेरा वक्तृत्व, वाग्वैभव, मेरी नई कविता सभी कुछ तेरे चरणों में समर्पित है।... वंश चाहे अखंड हो या न हो, परंतु मातृभूमि हमारे उद्देश्य पूर्ण हों। माता के बंधन तोड़ने के लिए हम प्रज्वलित अग्नि में अपना सर्वस्व जलाकर कृतार्थ हो गए। पूज्या भाभी! समझ लो इसी में हमारे वंश की सफलता है। पार्वती ने हिमालय की चोटियों पर तप किया है तथा कई राजपूत रमणियों ने हँसते-हँसते प्राणों की आहुति दे दी है। भारतीय ललनाओं में वह तेज-बल आज भी नष्ट नहीं हुआ है...।"[5]

(संपा. भवान सिंह राणा, भारत के अमर क्रांतिकारी वीर सावरकर प्रकाशक - डायमंड पब्लिकेशन पृ० सं०26)

इसके साथ ही उनके उस पत्र पर भी दृष्टि डाल लेनी चाहिए, जिसे उन्होंने अपनी पत्नी को डोंगरी जेल से अंडमान जाने से पूर्व लिखा था- "चिंता न करो। यदि ईश्वर की कृपा हुई तो पुनः अवश्य भेंट होगी तब तक यदि सामान्य संसार का भय सताने लगे, तो ऐसा विचार करो कि बेटे-बेटियों की संख्या बढ़ाना तथा चार तिनके जमा करके घर बांधना ही यदि संसार कहलाता है, तो ऐसा संसार तो कौए, चिड़ियाँ भी बसाती रहती हैं। परंतु, यदि परिवार का उदार अर्थ मानव परिवार लेना हो, तो उसे सजाने में तो हम पूर्ण सफल हुए हैं। माना कि अपना सुखी जीवन हमने अपने ही हाथों ध्वस्त कर डाला। परंतु, भविष्य में सहस्त्रों घरों में सुख की वर्षा होगी। क्या तब हमें अपना बलिदान सार्थक न लगेगा? सुखी संसार की कल्पना करने वाले अनेक लोग प्लेग के शिकार बन जाते हैं, उनका घर दीपक विहीन हो जाता है। विवाह मंडप तक से पति-पत्नी को कॉल दबोच कर ले जाता है। अतः संकटों का सामना करना सीखो और धैर्य रखो।"[6] (संपा. भवान सिंह राणा, भारत के अमर क्रांतिकारी वीर सावरकर प्रकाशक - डायमंड पब्लिकेशन पृ० सं०30)

प्रत्युत्तर देते हुए उनकी धर्म पत्नी ने कहा "आप चिंता न करें। मेरे लिए क्या यही कम सुख की बात है कि मेरा वीर पति मातृभूमि की सेवा के लिए कठोर साधना कर रहा है।"[7] (संपा. भवान सिंह राणा, भारत के अमर क्रांतिकारी वीर सावरकर प्रकाशक - डायमंड पब्लिकेशन पृ० सं०30)

ऐसी साक्षात क्रान्ति स्वरुपा अर्धांगिनी के कारण सावरकर बन्धु अपना सर्वस्व बलिदान कर सके।

ऐसी सहधर्मिणी, पिता तुल्य भाई व ममतामयी भाभी, लक्ष्मण तुल्य अनुज के सानिध्य में ही वीर सावरकर जी देशी व विदेशी भूमि पर भारत माता की बेड़ियों से मुक्ति का अभियान चला सके।

इसी क्रम में उनके वे सभी मित्र भी हाथ देते थे, जो तरुण भारत, मित्र मेला, अभिनव भारत इत्यादि संस्थाओं में राष्ट्र हित में शपथ ले चुके थे। हिन्दू स्वराज का जो स्वप्न प्रताप व शिवाजी ने देखा था, उसी स्वप्न को पूर्ण करने के लिए चापेकर बन्धुओं, बाल गंगाधर तिलक,भीकाजी कामा, मदनलाल धींगरा, श्यामजीकृष्ण वर्मा इत्यादि के साथ उनके मित्र गण भी बढ़-चढ़कर भागीदारी करते थे। अंग्रेजी सरकार वीर सावरकर की कई पुस्तकों के साथ अप्रकाशित पुस्तक "सन् 1857 का स्वातंत्र्य महासमर" को प्रतिबंधित कर दी थी। ऐसे कठिन समय में इंग्लैण्ड से इस पाण्डुलिपि को सुरक्षित भारतवर्ष तक लाना और प्रकाशित करना अपने आप में अत्यंत चुनौतीपूर्ण कार्य था। परन्तु, गणेश सावरकर जी अंग्रेजों के नाक के नीचे ही इस पाण्डुलिपि को प्रकाशित करने की व्यवस्था किये। लेकिन, अंग्रेजी जासूसों की घ्रांण शक्ति भी कुछ कम तेज नहीं थी, कहीं न कहीं से सूँघ ही लेते थे। फिर भी सावरकर बन्धुओं ने भी यह सिद्ध कर दिया कि तुम डाल-डाल तो हम पात-पात।

चापेकर बन्धुओं को आदर्श मानने वाले सावरकर

बन्धुओं ने सांस्कृतिक व राष्ट्रवाद को सुदृढ़ करके न सिर्फ सनातनी जातीय चेतना को जागृत किया, अपितु तंत्रात्मक व्यवस्था को प्रतिस्थापित करने का अनुक्रम भी किया। क्रान्तिकारियों के लिए प्लेग कमिश्नर मि० रेण्ड की हत्या एक प्रेरक घटना बन गई थी। यही कारण था गणेश सावरकर 'तरुण भारत' नामक संस्था के माध्यम से सशक्त क्रान्ति करने के लिए युवकों को प्रेरित करते थे। इसके साथ ही क्रान्तिकारी व उद्बोधनात्मक साहित्य भी रचा करते थे, जिसे अपराधात्मक श्रेणी में डालकर मुकदमा चलाया गया और पूर्व निर्धारित सजा 'काला पानी' दे दिया गया। 'काला पानी' जैसे भयंकर सजा क्या उद्बोधनात्मक साहित्य रचने के लिए दिया गया?

जी नहीं! वीर सावरकर की शक्ति को क्षीण करने के लिए ही गणेश सावरकर और नारायण सावरकर को काल कोठरी में बन्द कर दिया गया। किसी भी अपराध में लिप्त न होने के बावजूद वीर सावरकर को उनके राष्ट्रवादी नीतियों के कारण दो जन्मों अर्थात् पचास वर्षों की काले पानी की सजा दी गई। इस प्रकार का कठोर दण्ड देकर इनके संगठन को, इनके हौसलें को, इनकी कार्य पद्धति को तोड़ने का षड़यंत्र किया गया।

कुछ कांग्रेसी नेताओं के समान सावरकर बन्धुओं ने अँग्रेजों के स्वर में स्वर नहीं मिलाया, और तो और गाँधीजी के ढुल-मुल राजनीति को पूर्ण रुप से नकार दिया। इन बन्धुओं ने न सिर्फ स्व अर्थात् अपनी सामाजिक तंत्रात्मक व्यवस्था की सुगमता के लिए डॉ० केशव बलिराव हेडगवार जी के साथ मिलकर राष्ट्रीय स्वयं सेवक संघ की स्थापना किये, अपितु अखण्ड भारतवर्ष को स्थापित करने का संकल्प भी लिए। यही नहीं अग्रज बन्धु समाज सेवी तथा दोनों अनुज बन्धु क्रमशः वकील और डॉक्टर के रुप में भारत माता के सहस्र संतानों में सामाजिक समरसता लाने के लिए एड़ी-चोटी का जोर लगा दिये। अपने जीवन के अन्तिम चरण में रत्नागिरी से भारतवर्ष के कोने-कोने में सनातन धर्म व कर्त्तव्यों की वास्तविक परिभाषा की व्याख्या देते थे। इस कार्य हेतु उन्होंने न सिर्फ अछूतों के लिए मन्दिर की स्थापना किये, अपितु अन्तःजातीय व अन्तःप्रान्तीय विवाह के लिए समाज को प्रेरित भी किये। उनके निःस्वार्थ और निश्छल भाव को निम्नलिखित पत्र में देख सकते हैं, जिसे उन्होंने (वीर सावरकर) अपने अनुज डॉ० नारायण दामोदर सावरकर तथा उनकी धर्म पत्नी शान्ता को उनके परिणय सूत्र में बन्धने पर लिखा था। इस पत्र से डॉ० नारायण के चरित्र का दो स्वरुप दिखता है; एक में उनके कठोर पौरुष व क्रान्तिकारी तथा दूसरे में निर्मल व समाज सेवी भाव के दर्शन होते हैं। पत्र थोड़ा लम्बा है, लेकिन संदर्भ के लिए देना अत्यंत आवश्यक है।- "प्रिय बाल तथा सौ. शान्ता, तुम्हारे जीवन की दूसरी अवस्था अर्थात् दाम्पत्य जीवन में प्रवेश करने के उपलक्ष्य में मैं तथा बड़े भाई तुम दोनों को हार्दिक बधाई देते हैं। तुमने अपनी प्रथम अवस्था के कर्त्तव्यों तथा उत्तरदायित्वों का पूर्णतया निर्वाह किया है। जब हमारी मातृभूमि पर तूफान उमड़ रहा था, तब तुम अपने निश्चित स्थान पर निश्चल और निर्विकार डटे रहे। तूफान आया, किन्तु तुम निर्भय और सच्चे रहे। कई द्रोहियों के बीच में रहकर भी तुम सत्यपरायण बने रहे। जिसे अपने नव युवकों में जागृत करने के लिए यूरोप में आयरन क्रॉस और विक्टोरिया क्रॉस आदि सम्मानों का प्रलोभन रखा था, उस उत्साह और विश्वास का तुमने परिचय दिया। तुमने जनता द्वारा मिलने वाली प्रशंसा के पुरस्कार को त्याग दिया, अतः मैं कहता हूँ कि तुमने जीवन की प्रथम अवस्था पूर्ण एवं श्रेष्ठ प्रकार से व्यतीत की। प्रिय बाल! और शान्ता! अब तुम जीवन की सुखमय

और श्रेष्ठ अवस्था दाम्पत्य जीवन में पदार्पण कर रहे हो! प्रिय बाल! तुम्हारा पथ गुलाबों से आच्छादित रहे और प्रिय शान्ता तेरा यौवन अमर स्वर्ण में विकसित हो।"[8] (संपा. भवान सिंह राणा, भारत के अमर क्रांतिकारी वीर सावरकर प्रकाशक - डायमंड पब्लिकेशन पृ० सं० 49)

शुभकामनाओं से भरे इस पत्र में वीर सावरकर जी तत्कालीन समाज में फैली कुप्रथाओं का उल्लेख करना नहीं भूलते हैं कि किस प्रकार बाल विवाह और स्व जाति में बन्धकर अपने यशस्वी समाज को नष्ट किया जा रहा है। उनके शब्दों में देखना प्रभावकारी होगा-" मैं वह समय देखने का अभिलाषी हूँ, जब हिन्दुओं में अन्तः प्रान्तीय विवाह होने लगेंगे तथा पन्थों और जातियों की दीवार टूट जाएगी। हमारे हिन्दू जीवन की विशाल सरिता समस्त दलदलों एवं मरूस्थलों को पार करके सदा शक्तिमान एवं पवित्र प्रवाह से प्रवाहित होगी।...इस सम्बन्ध में सर्वप्रथम जो कुछ करना है, वह है प्रेम को विवाह सम्बन्ध में सर्वोपरि विशेष स्थान और अधिकार देना। इस तथ्य से हमें आँखें नहीं मूंदनी नहीं चाहिए कि इस समय हम लोग पशुओं और पक्षियों की नस्ल सुधारने के लिए तो विशेष ध्यान देते हैं, किन्तु मनुष्य की सुप्रजा जनन की ओर नहीं।...।"[9] (संपा. भवान सिंह राणा, भारत के अमर क्रांतिकारी वीर सावरकर प्रकाशक- डायमंड पब्लिकेशन पृ० सं० 49)

अब जरा गणेश दामोदर सावरकर के भाव को भी देख लेना चाहिए, जब दोनों भाईयों का मूक मिलन होता है। लंडन में बैरिस्टरी पढ़ रहे पुत्रवत अनुज को पितातुल्य भ्राता अण्डमान के सेलूलर जेल में देखकर विचलित हो जाते हैं, कई प्रकार से प्रयास करने के पश्चात् अपनी भावनाओं को गुप्तरुप से पत्राचार के माध्यम से उनके पास पहुँचाते हैं, जिसके मुख्य अंश को अवश्य ही देख लेना चाहिए --

"प्रिय तात्या! तुम बाहर रहकर मातृभूमि की स्वाधीनता के लिए कार्य करोगे मुझे ऐसी आशा थी। उस आशा के बल पर मैं अपने कालापानी के दंड को प्रसन्नता से भोग रहा था। मन उन कष्टों को तुच्छ मानता था। हम दोनों भाई तो जेलों में बंद कर दिए गए और केवल तुम ही बाहर रहकर मातृभूमि की आराधना में लीन हो, यही कल्पना मुझे धीरज देती थी। कष्ट की सफलता साकार करती थी। किन्तु तुम पेरिस में कार्य करते-करते इनके हाथों न जाने कैसे पड़ गये। अब उस क्रान्ति ज्योति को कौन जलाएगा? और 'बाल' अपना बाल' और किसका मुँह ताकेगा? मैंने तुम्हें प्रत्यक्ष देखा है, फिर भी विश्वास नहीं होता- हाय! ओह! तुम यहाँ कैसे आये?"[10] (संपा. भवान सिंह राणा, भारत के अमर क्रांतिकारी वीर सावरकर प्रकाशक - डायमंड पब्लिकेशन पृ० सं० 41)

इसके प्रत्युत्तर में वीर सावरकर जी लिखते हैं:-

"लौकिक तथा भाग्योदय की राख शरीर में मलकर जूझते रह जाना, यही तो अलौकिक भाग्य है। तो फिर दुःख क्यो? ...मैं समझता हूँ कि उसी कसौटी पर हम सब खरे उतरे हैं। संकटों का सामना करना, कारागृह में सड़ते रहना, जिसके लिए इतने कष्ट सहन किये, उनके शाप से मरते रहना, यही सब अपने जीवन का ध्येय है। यह उतना ही महान है, जितना कि बाहर रहकर कीर्ति तथा दुन्दुभियों के ताल पर जूझते रहना तथा दुन्दुभियों की ध्वनि का निनादित होना जितना आवश्यक माना जाता है, उतना ही कन्दराओं में बन्दीगृह में कराहते रहना तथा अज्ञात स्वरुप में प्राणोत्क्रमण करना आवश्यक माना जाता है।"[11] (संपा. भवान सिंह राणा, भारत के अमर क्रांतिकारी वीर सावरकर प्रकाशक - डायमंड पब्लिकेशन पृ० सं० 41-42)

इस प्रकार के पत्राचार को देखकर यही कहा जा सकता है कि सावरकर बन्धुओं के जीवन का लक्ष्य स्वयं को जलाकर दूसरों को ज्ञानरुपी प्रकाश देना था। कथनी व करनी में कोई भेद नहीं था। ऐसा प्रतीत हो रहा है कि राष्ट्रवादी कवि दिनकर जी की 'रोटी और स्वाधीनता' काव्य की प्रत्येक पंक्तियाँ सावरकर बन्धुओं के लिए ही समर्पित की गई है।

सावरकर बन्धुओं के जीवन के एक और पन्ने को पत्र के रुप में देखना अत्यंत आवश्यक है, जिसे उन्होंने अग्रज की भूमिका निभाते हुए लिखा था जब डोंगरी जेल में उनके छोटे भाई डॉ. नारायण सावरकर को लॉर्ड मिंटो पर बम फैंकने के आरोप में बंदी बनाया गया। पत्र कुछ इस प्रकार है:-

"तुम मेरे विषय में बिल्कुल चिंता न करना, और न मन को खिन्न करना। वाष्प यंत्र को प्रेरणा देने के लिए अपने देह का ईंधन बनाकर यदि किसी को जलते रहना है, तो वह स्थान हमें ही क्यों न प्राप्त हो। जलते रहना भी तो एक कर्म है। इतना ही नहीं एक महान कर्म है।"[12] (संपा. भवान सिंह राणा, भारत के अमर क्रांतिकारी वीर सावरकर प्रकाशक - डायमंड पब्लिकेशन पृ०सं० 31)

ऐसे असंख्य पत्र भरे पड़े हैं जिसे उन्होंने अपने परिवार के अन्य सदस्यों को तथा क्रान्तिकारी बन्धुओं को लिखा था। शब्द सीमा होने के कारण कुछ ही पत्रों को विषय साक्ष्य के रुप में दिया गया।

उपुर्यक्त पत्राचार से यह तो सिद्ध हो ही जाता है कि न सिर्फ सावरकर बन्धु अपितु पूरा परिवार ही स्वतंत्रता की बलिवेदी पर अपने प्राणों को आहुत करने के लिए तत्पर हैं। ऐसे परिवार को, ऐसे बन्धुओं के क्रिया कलापों को जनमानस तक पहुँचाना क्या हमारा कर्त्तव्य नहीं है?

निष्कर्षत: कहा जा सकता है कि स्वतंत्रा संग्राम में सावरकर बन्धुओं की भूमिका किसी इतिहास की पुस्तक में नहीं मिलेगी और यदि किसी पुस्तक में कुछ मिल भी जाए तो यही कहा जाएगा कि किसी संघी ने लिखा है। इसीलिए इस शोधालेख को लिखने के लिए मैंने इन बन्धुओं के व्यक्तिगत पत्रों को आधार बनाया है। किसी के पारिवारिक पत्रों में किसी प्रकार की राजनीतिक प्रेरणा नहीं होती है। परन्तु जो परिवार अपने राष्ट्र के लिए ही अपना तन, मन, धन सर्वस्व अर्पण कर चुका हो तो उसके लिए उनका जीवन समिधा होता है और वे राष्ट्र हित के लिए राजनीतिक तथा सामाजिक परिस्थितियों को सुदृढ़ करना चाहते है। इसके साथ ही इसके लिए अपने कई पीढ़ियों को स्वाहा भी कर देते हैं।

अस्तु।

वीर सावरकर जी का दृष्टान्त

वीर सावरकर जी का पूरा जीवन ही एक दृष्टान्त प्रस्तुत करता है। वीर सावरकर का अर्थ ही क्रान्ति का प्रारुप है। अर्थात् इसका तात्पर्य यह हुआ कि वीर सावरकर जी का जीवन-दर्शन क्रान्तिकारी परिवर्तन लाने वाला है। सर्वप्रथम जीवन दर्शन की परिभाषा को व्याख्याइत करते हैं।

जीवन दर्शन का अर्थ

जीवन-दर्शन दो शब्दों- जीवन तथा दर्शन के मेल से बना हुआ है, जिसका अर्थ है जीवन के प्रति दृष्टिकोण, जीवन को देखने का नज़रिया।

प्रत्येक जीव-जन्तु को जीवन और मृत्यु का चक्र मिलता है। मनुष्यों को भी मिलता है। सभी अपनी भूमिका निभाते हैं और चले जाते हैं। किन्तु कुछ लोग जाने के बाद भी अपने जीवन दर्शन के कारण पीढ़ी दर पीढ़ी जीवन्त बने रहते हैं। उदाहरणस्वरुप:-

मर्यादा पुरुषोत्तम श्रीराम, महर्षि वेद व्यास, महर्षि आदि कवि वाल्मीकि, आदिगुरु शंकराचार्य, स्वामी विवेकानन्द, महर्षि दयानन्द सरस्वती, महात्मा गाँधी, सरदार पटेल इत्यादि।

इन्हीं में से एक वीर सावरकर जी का जीवन दर्शन है। इनके जीवन दर्शन का सुक्ष्मातिसूक्ष्म विश्लेषण करने के लिए निम्नलिखित बिन्दुओं को केन्द्र में रखना होगा:-

1. स्वदेशी उत्पादों के प्रयोग पर विशेष दृष्टि

वीर सावरकर जी की राष्ट्र के प्रति दृष्टि अत्यंत ही स्पष्ट थी। जब वे बी. ए. अन्तिम वर्ष की परीक्षा की तैयारी कर रहे थे तभी से उनके मन में कुटीर उद्योगों के बढ़ावे की बातें चल रही थी। अर्थात् सन् 1905 में ही उन्होंने विदेशी वस्त्रों के बहिष्कार का निर्णय ले लिया था। यद्यपि इस निर्णय का नरम दल के काँग्रेसी नेताओं ने स्वागत नहीं किया। उनका मानना था कि विदेशी वस्त्रों को जलाने से अच्छा गरीबों में बाँट दिया जाए, किन्तु वीर सावरकर जी का मानना था कि विदेशी वस्त्रों की होलिका दहन करने के बाद ही स्वदेशी वस्तुओं के महत्त्व को स्थापित किया जा सकता है। अतः 22 अगस्त, 1906 ई० को उन्होंने तिलक जी की अध्यक्षता में पूना में पहली बार सार्वजनिक रूप से विदेशी

वस्त्रों की होलिका जलाई। इसका सकारात्मक परिणाम हुआ। यह घटना समाचार पत्रों में स्थान बनाने के कारण वैश्विक बन गई। सभी ने वीर सावरकर के इस साहसिक कार्यों की प्रशन्सा की, परन्तु कुछ सरकारी पदाधिकारी ब्रिटिश सरकार के प्रति निष्ठा दिखाते हुए उन्हें महाविद्यालय से निष्कासित कर दिए। इसके साथ ही दस रुपए का दण्ड भी लगा दिए। 'केसरी' पत्र के माध्यम से लोक मान्य तिलक जी इस दण्ड का विरोध किए। यही नहीं इस आर्थिक दण्ड से कहीं ज्यादा धनराशि उनके शुभचिन्तकों ने भेजवा दिए। लेकिन वीर सावरकर जी ने बची हुई धन राशि स्वदेशी-उत्पादों के प्रचार हेतु दान कर दिए। यहीं से वीर सावरकर जी ब्रिटिश सरकारी तंत्र के लिए सर्वाधिक खतरनाक व्यक्ति बन गए और अन्त तक बने रहे।

2. मातृभूमि की नई व्याख्या पितृभूमि के रुप में

वीर सावरकर जी सनातनी परम्परा को पुनः प्रतिष्ठित किए। उन्होंने मातृभूमि को पुण्यभूमि व पितृभूमि के रुप में प्रतिष्ठित किया। पश्चिमी दृष्टि को खारिज करते हुए उन्होंने यह स्पष्ट किया कि किसी भी व्यक्ति के निर्माण में माता व पिता दोनों का योगदान रहता है। यही नहीं सिर्फ माता-पिता के ही गुण बच्चों में नहीं आते, अपितु सात-सात पुष्तों के गुण-अवगुण बच्चों में आते हैं।

अतः पितृभूमि का अर्थ हमारे पूर्वजों से है और दोनों पक्ष के पूर्वज। वीर सावरकर जी की यह दृष्टि एक व्यक्ति को अपने जड़ों से जोड़ता है। व्यक्ति के विकास में सिर्फ वातावरण का महत्त्व नहीं होता, अपितु उसके जड़ों में केन्द्रित महत्त्वपूर्ण मिट्टी के तत्व निर्भर करता है।

अतः कहा जा सकता है कि वीर सावरकर जी के निम्नलिखित श्लोक से आधुनिकता के रंग में रंगे पीढ़ी को सनातनी दृष्टि मिलती है --

आसिंधु सिंधु पर्यन्ता, यस्य भारतभूमिका।
पितृभू: पुण्यभूश्चैव स वै हिंदुरिति स्मृतः।।

3. हिन्दू शब्द का अर्थ विस्तार

ऐसी बात नहीं है कि हिन्दू शब्द का सर्वप्रथम प्रयोग सावरकर जी ने किया। उनसे पूर्व कई बार इस शब्द का प्रयोग किया जा चुका है, परन्तु उन्होंने हिन्दू शब्द का विस्तार किया। सर्वविदित है कि विश्व की समस्त सभ्यताएँ नदियों किनारे फली-फूली हैं। ठीक उसी प्रकार जम्बू द्वीप की सनातनी सभ्यता सिंधु नदी के किनारे सिंधु घाटी की सभ्यता है। यही तथ्य उपर्युक्त श्लोक में भी कहा गया। उनका मानना है कि सिन्धु घाटी की सभ्यता में जितना भी समाज पल्लवित-पुष्पित हुआ है, वे सभी हिन्दू हैं। आज पूजा-पद्धति से हिन्दू को जोड़ा

जाता है और उस समय भी जोड़ा जाता रहा है। समाज को जोड़ने के लिए वीर सावरकर जी ने हिन्दू शब्द के अर्थ के वास्तविक स्वरुप को विस्तार दिया।

4. हिन्दुत्व की परिभाषा

जितने भी आताताई जम्बू द्वीप में अनाधिकार प्रवेश पाएँ, उनकी प्रथम चेष्टा ही हिन्दुत्व को नष्ट करने की रही। सनातनी संस्कृति में भेद-विभेद उत्पन्न करने की रही। प्रकृति को अपना रक्षक-पोशक मानने वाले समाज को उन्होंने अर्थ-तंत्र की अनिश्चित निद्रा में सम्मोहित कर दिया। इसी प्रतिक्रिया स्वरुप ही वीर सावरकर जी ने हिन्दुत्व शब्द को परिभाषित किया जो इस प्रकार है:-

"...एक बात निश्चित है कि किसी पगड़ी विशेष में, ब्रह्मसूत्र में, चोटी में या गोमूत्र में हिन्दुत्व नहीं है। हिन्दुत्व कोई ताड़पत्र पर लिखी हुई पोथी नहीं है, जो ताड़पत्र के चटकते ही चूर-चूर हो जाए और न आज उत्पन्न होकर कल नष्ट होने वाली कागज पर लिखी हुई घटना ही हिन्दुत्व है। हिन्दुत्व गोलमेज परिषद् का कोई प्रस्ताव नहीं है। हिन्दुत्व एक महान जाति का जीवन है। यह सहस्त्रावधि पुण्यात्माओं के, हुतात्माओं के युगानुयुग अथक परिश्रम एवं प्रयत्नों का परिपाक है।..."

अतः उनका मानना यह है कि हिन्दुत्व एक उदार जीवन पद्धति है। यहाँ एक ही सत्य है उसको मानने वाले विविध पंथ से वहाँ पहुँचते हैं, इन्हीं विविध पंथों में इस्लाम, क्रिस्तान तथा अन्य मतावलम्बी भी आते हैं। धर्म शब्द की गलत व्याख्या करके हमारे सनातनी संस्कृति को नष्ट किया जा रहा है। यहाँ पर धर्म का अर्थ कर्त्तव्य होता है। वस्तुतः हिन्दुत्व एक संस्कृति तथा संस्कार है।

5. हिन्दू राष्ट्र अखण्ड भारतवर्ष के रुप में

जब हिन्दुत्व एक संस्कृति व संस्कार है तब वीर सावरकर जी अखण्ड भारतवर्ष के रुप में हिन्दू राष्ट्र को देखते हैं। वे कहते हैं कि जब एक संस्कृति से जुड़े हुए लोग एक क्षेत्र विशेष के अन्तर्गत आते है तो उन्हें उसी अंचल का निवासी बता दिया जाता है तब क्यों नहीं सिन्धु घाटी की सभ्यता तथा संस्कृति से जुड़े हुए निवासी को हिन्दू तथा उनके राष्ट्र को अखण्ड भारतवर्ष तथा हिन्दू राष्ट्र कहा जाय। उनका यह भी मानना है कि 'अखिल मनुष्य जाति ही केवल एक राष्ट्र पृथ्वी ही एक देश और मानवता यही एक धर्म है, यह भी एक ध्येय है। उससे हमारा विवाद नहीं। वैसे भी हमारे यहाँ तीनों लोक की बात की जाती है। परन्तु अंग्रेज, फ्रेंज, जापानी, अमेरिकन आदि लोकपदों को राष्ट्र की पदवी निर्विवाद रुप से धारण करने का अधिकार कैसे प्राप्त हुआ?

6. एक भाषा और एक लिपि

जब सम्पूर्ण सिन्धु घाटी की सभ्यता एक अंचल विशेष के अन्तर्गत आता है तो आपसी सम्पर्क भाषा और लिपि भी एक होनी चाहिए। वीर सावरकर जी का मानना है कि एक भाषा और एक लिपि राष्ट्रीयत्व का दूसरा लक्षण समझा जाता है। हम हिन्दुओं में इस लक्षण की कमी पड़ने का कोई भी कारण नहीं है। हम सारे हिन्दुओं की समान धर्म भाषा संस्कृत और समान धर्मलिपि देवनागरी अनेक शतकों से बद्धमूल हो चुकी है। वैदिक सनातनियों के कोटि-कोटि लोगों की तो वह प्रत्यक्ष देववाणी ही है।सबकी मातृ भाषा भिन्न-भिन्न दिखती है, किन्तु सबकी जननी देववाणी,संस्कृत ही है और मातृ भाषा में ही प्रारम्भिक शिक्षा देनी चाहिए, परन्तु अखण्ड राष्ट्र के लिए एक भाषा और एक लिपि होनी चाहिए।

यदि वीर सावरकर जी के शब्दों में कहें तो कहा जा सकता है..."हम हिन्दुओं की धर्मभाषा और लिपि जैसी संस्कृत और नागरी वैसी ही हमारी व्यावहारिक राष्ट्रभाषा हिन्दी और राष्ट्रलिपि नागरी है।"

7. धर्मांतरण का अर्थ राष्ट्रांतरण

वीर सावरकर जी का मानना है कि धर्मांतरण का अर्थ राष्ट्रांतरण ही है। जैसा कि हम सभी जानते हैं कि धर्म का सम्बन्ध संस्कृति व सभ्यता से होता है और संस्कृति व सभ्यता का सम्बन्ध राष्ट्र से होता है और राष्ट्र का सम्बन्ध हमारे पूर्वजों से होता है। अतः कहा जा सकता है कि जो व्यक्ति तलवार के भय से या अर्थ के मोह में अपने धर्म व संस्कृति को बदल लेते हैं और अपने धर्मावलम्बियों को अपशब्द कहते है तो क्या उन्हें राष्ट्रद्रोही नहीं कहा जाना चाहिए। यही तथ्य वीर सावरकर जी के जीवन दर्शन में भी दिखता है।

8. संकीर्ण मानसिकता व पुर्वाग्रह से मुक्त जीवन

वीर सावरकर जी किसी भी पुर्वाग्रह से ग्रसित होकर कोई धारणा नहीं बनाते हैं और न ही संकीर्ण मानसिकता के साथ किसी व्यक्ति विशेष या धर्म की आलोचना नहीं करते थे। वे हिन्दू धर्म के तत्कालीन स्वरुप में बहुत सुधार करना चाहते थे।

9. धर्मांधता से मुक्त जीवन

वीर सावरकर जी धर्मांधता से मुक्त जीवन के लिए प्रेरणा देते थे। इनका मानना था कि एक सफल जीवन के लिए धर्म की मान्यता होनी चाहिए, किन्तु धर्मांधता एक राष्ट्र के लिए खतरनाक होता है। हिन्दू, मुस्लिम, सिख, इसाई इत्यादि की धर्मांधता के लिए समान रुप से वीर सावरकर जी समीक्षा किए हैं।

10. अस्पृश्यता निवारण

आक्रान्ताओं के आक्रमण के कारण कालान्तर में सनातनी सामाजिक व्यवस्था में कुछ अवगुणों का समावेश हो गया था। अस्पृश्यता उसमें से प्रमुख समस्या थी। अखण्ड हिन्दू समाज को तोड़ने के लिए ही इस समस्या को समाज में प्रत्यारोपित किया गया था। इस तथ्य को सावरकर जी समझ चुके थे। अतः रत्नागिरि के गृह कारावास के समय उन्होंने अस्पृश्यता (अछूतोद्धार) निवारण के लिए अनेकों कार्य किये। सामाजिक समरसता उत्पन्न करने के लिए तथा कथित अस्पृश्य व्यक्ति के घर सभी बन्धु-बान्धव के साथ भोजन करते थे। दान-पुण्य करते थे।

11. सप्त बंधनों से मुक्ति

सामाजिक समरसता के लिए ही उन्होंने समाज को समाज के सप्त बंधनों से मुक्त होने के लिए आग्रह करते थे। ये सात बेड़ियाँ थीं- वेदोक्त बंदी, व्यवसाय बन्दी, स्पर्श बन्दी, सिंधु बन्दी, शुद्धि बन्दी, रोटी बन्दी और बेटी बन्दी। रोटी-बेटी के लिए अन्तर्जातीय विवाह पर विशेष बल था। विदेश यात्रा के लिए समुन्द्र पार करने पर आग्रह था। यद्यपि वेद के पठन-पाठन के लिए कोई मनाही नहीं थी, फिर भी कुछ लोगों की ढिठाई के कारण वेदोक्त बंदी से मुक्ति की बात करते हैं। इसी के साथ व्यवसाय बन्दी पर भी मुख्य रुप से जोर देते हैं। उनका मानना था कि इसे परिवारिक व्यवसाय नहीं बनाना चाहिए और न ही जाति-पाति में बाँधना चाहिए। यद्यपि आज की स्थिति वीर सावरकर जी की है।

12. जैसे को तैसा अर्थात् दुष्ट से दुष्टता

वीर सावरकर जी का मानना था कि जैसे को तैसा अर्थात् दुष्ट से दुष्टता ही करना चाहिए। नेता जी सुभाष चन्द्र बोस के प्रेरणास्रोत वीर सावरकर जी गाँधी जी की नीतिओं को सहजता से स्वीकार नहीं करते थे। उनका मानना था कि अहिंसा परम धर्म होता है। परन्तु राष्ट्र के आन, बान व शान के लिए तथा धर्म की रक्षा करने हेतु आवश्यकता पड़ने पर अस्त्र-शस्त्र अवश्य उठाना चाहिए।

13. अस्त्र शस्त्र का ज्ञान प्रत्येक नागरिकों को अति आवश्यक

वीर सावरकर जी का मानना था कि अस्त्र-शस्त्र का ज्ञान प्रत्येक नागरिकों के लिए अति आवश्यक है। आत्म-रक्षा व राष्ट्र-रक्षा के लिए अस्त्र-शस्त्र का संचालन सीखाना चाहिए, इस प्रतिज्ञा के साथ जब अपनी जान पर आन पड़े तभी अस्त्र-शास्त्रों का प्रयोग करेगें।

यही कारण था कि उन्होंने नेताजी सुभाष चन्द्र बोस को आजाद हिन्द फौज की परिकल्पना से अवगत करवाएँ।

14. समय का सदुपयोग करना

समय का सदुपयोग करना वीर सावरकर जी का प्रमुख जीवन दर्शन था। विपरीत स्थिति को भी राष्ट्रोपयोगी बना लेते थे। काला पानी जैसे भयानक आजीवन कारावास को भी सामाजिकों के लिए समर्पित कर दिए। एकान्तवास को साहित्य सृजन में लगाकर कमला जैसे महाकाव्य तथा अन्य कई ग्रन्थों का निर्माण कलम व कागज के अभाव में कोयले से दीवार पर कर दिए।

इसके साथ ही जेलखाने में हो रहे धर्म परिवर्तन को रुकवाएँ। लोगों को अपने धर्म की महत्ता बताएँ।

15. राजनीतिक बन्दी के लिए न्यायिक संघर्ष

इसके साथ ही उन्होंने यह भी बताया कि अपराध होते देखना भी अपराधी के श्रेणी में ही होना होता है। इसलिए उनके साथ कई बन्दियों के साथ अपराधिक श्रेणी का व्यवहार किया जाता था। कोल्हू में बैलों की तरह जोता जाता था। नारियल के छिल्लके से रस्सी बनवाई जाती थी। अनेकों शारीरिक यातनाएँ दी जाती थी। अतः उन्होंने अपनी चतुराई से विदेशी पटल पर इन मुद्दों को उठाया। अन्त में उनको तथा अन्य साथियों को अपने-अपने गृह राज्य में नजर बन्द पर छोड़ा गया। यद्यपि इसी घटना को उनके जीवनोपरांत कुछ विरोधी दल लांछन लगाते रहे हैं। एक कारण और भी लगता है कि वीर सावरकर जी भगत सिंह जैसे क्रान्तिकारियों की शहादत देख चुके थे। इसलिए वे भारत माता की मुक्ति के लिए भावनाओं में बहकर शहीद होने के स्थान पर जीवित रहकर सौगुना कार्य करना चाहते थे। यही कारण है उन्होंने साम, दाम, दण्ड,भेद इत्यादि सभी हथ्कण्डो से अँग्रेजों को छका दिए थे।

16. संगठन गढ़ते चलना

वीर सावरकर जी का संगठन पर विशेष बल था। वे सनातनी समाज को पुनः वैदिक संस्कृति के सूत्र में पिरोना चाहते थे। यही कारण था कि वे अपने विद्यार्थी जीवन से ही संगठनात्मक संस्था की स्थापना करते रहे और आगे तक करते रहे। उदाहरणस्वरुप-मित्र-मेला, अभिनव भारत, फ्री इण्डिया सोसाइटी इत्यादि। सामाजिक समरसता के साथ राजनीतिक सुदृढ़ता के लिए वीर सावरकर जी मरणोपरान्त भी सेवा करते रहे। निम्नलिखित कथन को देखना चाहिए इससे स्पष्ट हो जाएगा:-

"मेरी मृत्यु पर हड़ताल न की जाए, न किसी भी कार्यक्रम में बाधा डाली जाए, जिससे देश को हानि हो। मेरे श्रद्ध का धन बचाकर हिन्दू धार्मिक संस्थाओं को दान में दिया जाए- मैं अपने निजी कोष से पाँच हजार रुपये शुद्धि आन्दोलन के लिए भेंट करता हूँ। हिन्दुओं को शुद्धि आन्दोलन को सुचारु रुप से चलाते रहना चाहिए।"

निष्कर्षत: कहा जा सकता है कि वीर सावरकर जी का सम्पूर्ण जीवन ही राष्ट्र के लिए समर्पित था। यही नहीं उनका सम्पूर्ण परिवार ही राष्ट्र की स्वतंत्रता के लिए स्वाहा हो गया। उनकी माता जी बचपन में रामायण, महाभारत तथा छत्रपति वीर शिवाजी की महान गाथाओं को सुनाती थी। उनके बाल्यावस्था से लेकर किशोरावस्था तक इतनी क्रांतिकारी घटनाएँ घटती गई कि वीर सावरकर जी सामान्य बालक की तरह जीवन बिता ही नहीं सके। बचपन से ही उनको जीवन, समाज व राष्ट्र को देखने की दृष्टि मिलती गई और अन्त में उनका जीवन दर्शन बन गया। यदि उनके जीवन दर्शन को पद रुप में कहना हो तो कह सकते हैं -

संगठन गढ़े चलो, सुपंथ पर बढ़े चलो
हाथ में ध्वजा रहे, बाल दल सजा रहे
राष्ट्र हित काम सब किये चलो।

तथा

"देश हमें देता है सब कुछ हम भी तो कुछ देना सीखे ...।"

भले ही कुछ बड़े व महान वृक्षों की छाँव की महानता स्थापित करने के षड़यंत्र में राष्ट्र के वास्तिवक पुरोधाओं को जंगल-झाड़ बताकर उनकी उपयोगिता तथा उनके क्रिया-कलापों को निकृष्ट कोटि का सिद्ध कर दिया गया हो, परन्तु हाथ कंगन को आरसी क्या, पढ़े लिखे को फारसी क्या? हीरा को भले ही कुछ समय तक कोयला बताकर छिपा कर रखा जा सकता है, उसके अस्तित्व को समाप्त नहीं किया जा सकता है।

वीर सावरकर पर केन्द्रित रोचक जानकारियाँ

1. : वीर सावकर जी का जन्म कब और कहाँ हुआ था?

उत्तर : वीर सावरकर जी का जन्म 28 मई सन् 1883, वैशाख कृष्ण 6, संवत् 1940 को महाराष्ट्र के नासिक जिले के भगूर नामक गाँव में हुआ था।

2. : सावरकर जी के दादाजी का नाम क्या था?

उत्तर : सावरकर जी के दादाजी का नाम विनायक दीक्षित था।

3. : विनायक दीक्षित जी के कितने पुत्र थे और उनके नाम क्या थे?

उत्तर : विनायक दीक्षित जी के दो पुत्र थे और उनका नाम क्रमश: महादेव तथा दामोदर था।

4. : सावरकर जी के माता-पिता का नाम क्या था?

उत्तर : सावरकर जी के माता का नाम राधाबाई तथा पिताजी का नाम दामोदर पंत सावरकर था।

5. : सावरकर जी के कितने भाई-बहन थे और उनका नाम क्या था?

उत्तर : सावरकर जी के कुल पाँच भाई और दो बहनें थीं, जिनमें से दो भाई और एक बहन की मृत्यु हो गई थी।बड़े भाई का नाम गणेश सावरकर छोटे भाई का नाम नारायण सावरकर तथा बहन का नाम मैना था।

6. . सावरकर जी की कुलदेवी का नाम क्या था?

उत्तर : उनके कुलदेवी का नाम सिंह वाहिनी दुर्गा था।

7. : उनका परिवार कैसे विचारों वाला था?

उत्तर : उनका परिवार पूर्णतः स्वतंत्र एवं हिंदुत्व के विचारों से ओत-प्रोत था।

8. : सावरकर जी के बचपन का नाम क्या था?

उत्तर : सावरकर जी के बचपन का नाम तात्या था।

9. : उनकी भाभी का नाम क्या था?

उत्तर: उनकी भाभी का नाम यशोदा था।

10. उनके पिताजी की मृत्यु कब और कैसे हुई?

उत्तर : उनके पिताजी की मृत्यु सन् 1899 में प्लेग की बिमारी के कारण हो गई थी।

11. : उनके माता की मृत्यु कब हुई थी और उस समय उनकी उम्र क्या थी?

उत्तर : उनके माता की मृत्यु सन् 1892 ई० में हुई थी और उस समय उनकी उम्र मात्र नौ वर्ष की थी।

12. : लोकमान्य तिलक जी ने सन् 1897 के पूना के प्लेग के विषय में किस पत्रिका में लिखा था?

उत्तर : लोकमान्य तिलक जी ने सन् 1897 के पूना के प्लेग के विषय में 'केसरी' पत्रिका में लिखा था।

13. : यह लेख उन्होंने किसके विरोध में लिखा था?

उत्तर : यह लेख उन्होंने मिस्टर रैन्ड के दुर्व्यवहार के विरोध में लिखा था।

14. : चाफेकर बंधुओं ने किसकी और क्यों हत्या कर दी?

उत्तर : चाफेकर बंधुओं ने मिस्टर रैन्ड तथा एयस्ट्र की हत्या कर दी क्योंकि उस समय देश में तथा पूना में भी महारानी विक्टोरिया के राज्याभिषेक की जयंती का उत्सव मनाया जा रहा था और देश की अवस्था खराब थी अत: वह उत्सव उन्हें सह्य नहीं हुआ।

15. : बालक तात्या के मन पर 12 जून 1897 के किस घटना का प्रभाव पड़ा?

उत्तर : 12 जून 1897 को छत्रपति शिवाजी का जन्मोत्सव मनाया गया, जिसकी रिपोटिंग सम्पादकीय के रुप में तिलक जी ने केसरी में लिखा, इसका प्रभाव बालक तात्या के मन पर पड़ा ही ; इसके साथ ही रैण्ड की हत्या का आरोप लगाकर तिलक जी को राजनीतिक हत्या का समर्थक बताकर सजा दिया गया ; जिसका प्रभाव उस बालक पर पड़ा।

16. : सावरकर जी के पिताजी का व्यवसाय क्या था?

उतर : सावरकर जी के पिताजी पास के ही किसी गाँव के विद्यालय में अध्यापक थे।

17. : उनकी माता की मृत्यु के समय वे कितने वर्ष के थे?

उत्तर : माता की मृत्यु के समय में वे केवल 9 वर्ष के थे।

18. उनकी प्रारंभिक शिक्षा कहाँ से हुई?

उत्तर : उनकी प्रारंभिक शिक्षा गाँव की पाठशाला में हुई।

19. मित्र-मेला कौन लगाता था और यह किसका संगठन था?

उत्तर : वीर सावरकर जी 'मित्र मेला' नामक छात्रों का संगठन तैयार किये थे।

WORDS OF WISDOM

APJ Abdul Kalam

JOLLYJOY

100 Selected Quotes
by APJ Abdul Kalam

Edition 2024

Published by

JOLLYJOY

G/F, 4771/23, Bharat Ram Road, Daryaganj, New Delhi-110002

E-mail: Contact@jollyjoybooks.com

ISBN: 9789363973268

Cover, Typesetting, and Book Design by JollyJoy
Printed & bound in India

ABOUT THE AUTHOR

Great personalities are not born every day; they are born once in a century and are remembered for millennials to come. One such great personality that we will always be proud of is Dr. APJ Abdul Kalam. His full name was Avul Pakir Jainulabdeen Abdul Kalam, born in Rameswaram of Madras Presidency on 15th October 1931 and died on July 27, 2015, Shillong. He was an Indian Scientist and also a politician leader, who later became the 11th President of India. He played an important role in the development of India's missile and nuclear weapons program.

100 SELECTED QUOTES

"Dream is not that which you see while sleeping
it is something that does not let you sleep."

"If you want to shine like the sun,
first burn like the sun."

"You cannot change your future,
but you can change your habits,
and surely your habits will change your future."

"All birds find shelter during a rain.
But eagle avoids rain by flying above the clouds.
Problems are common,
but attitude makes the difference."

SUCCESS
IS
WHEN
YOUR
SIGNATURE
BECOMES
AN
AUTOGRAPH

"Learning gives creativity.
Creativity leads to thinking.
Thinking provides knowledge.
Knowledge makes you great."

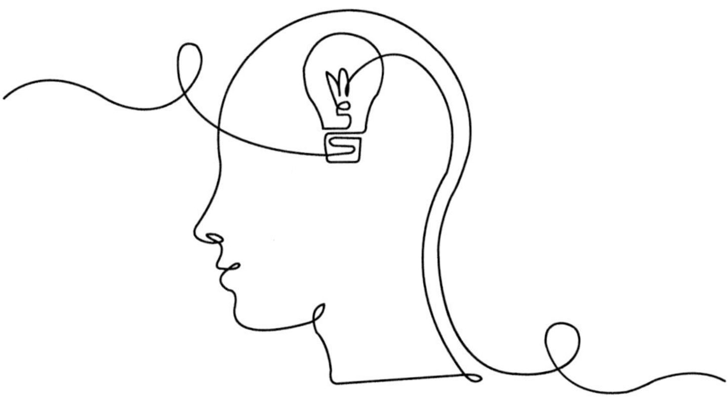

"Confidence and hard work is the best medicine
to kill the disease called failure.
It will make you successful person."

"Don't read success stories, you will only get a message.
Read failure stories, you will get some ideas to get success."

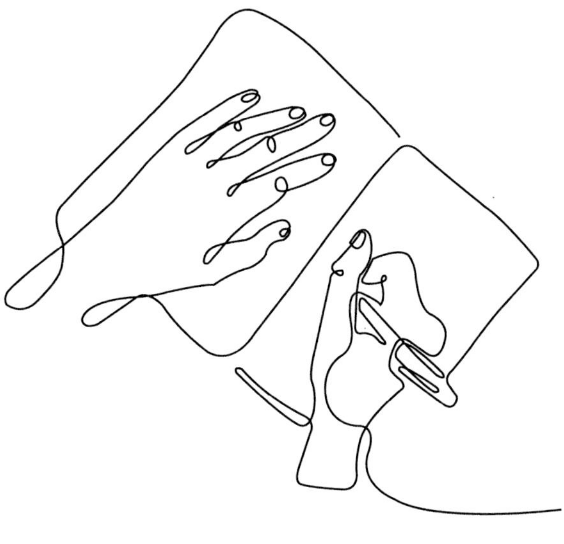

"Don't take rest after your first victory because if you fail in second, more lips are waiting to say that your first victory was just luck."

"To succeed in your mission,
you must have single-minded devotion to your goal."

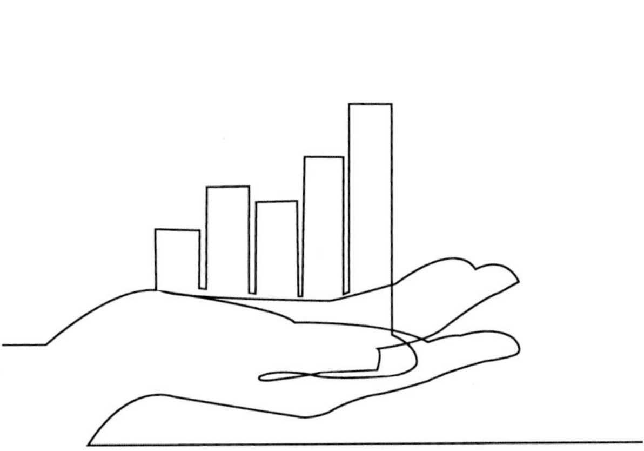

PROBLEMS
ARE
COMMON,
BUT
ATTITUDE
MAKES
THE
DIFFERENCE

"One best book is equal to hundred good friends but one good friend is equal to a library."

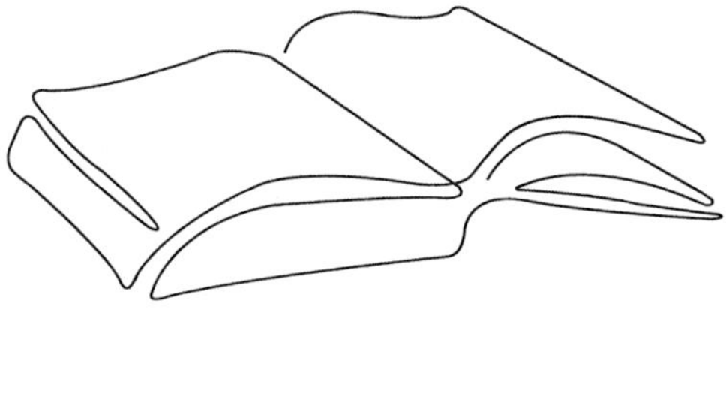

"It Is very easy to defeat someone,
but it is very hard to win someone."

"I'm not a handsome guy,
but I can give my hand to someone who needs help.
Beauty is in the heart,
not in the face."

"Without your involvement you can't succeed.
With your involvement you can't fail."

"The best brains of the nation may be found on the last benches of the classroom."

"Dreams are not those which comes
while we are sleeping,
but dreams are those when you don't
sleep before fulfilling them."

*"Once your mind stretches to a new level
it never goes back to its original dimension."*

"Thinking should become your capital asset,
no matter whatever ups and downs
you come across in your life."

"We are all born with a divine fire in us.
Our efforts should be to give wings to
this fire and fill the world with the glow of its goodness."

"Difficulties in your life do not come to destroy you, but to help you realise your hidden potential and power, let difficulties know that you too are difficult."

*"You see, God helps only people who work hard.
That principle is very clear."*

"What is the secret of success?
Right decisions.
How do you make right decisions?
Experience. How do you gain experience?
Wrong decisions."

"Dream,
Dream Dream Dreams
transform into thoughts And
thoughts result in action."

"In this world,
fear has no place.
Only strength respects strength."

"Never stop fighting until you arrive at
your destined place – that is,
the unique you.
Have an aim in life,
continuously acquire knowledge,
work hard, and have perseverance to realise the great life."

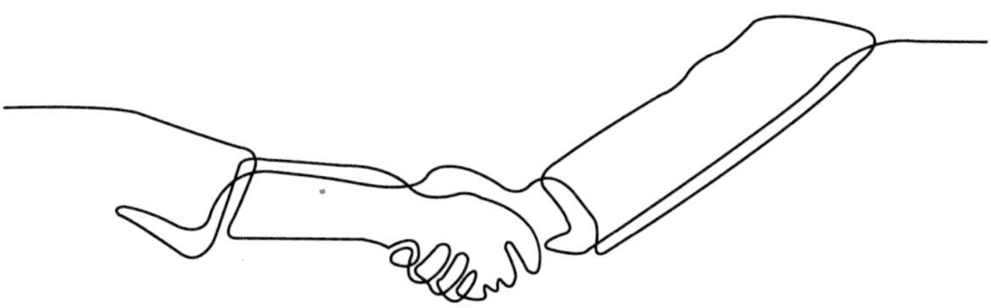

"A Fool can become a Genius when
he understands he is a Fool but.
A Genius can become a Fool when
he understands he is a Genius."

"Be active!
Take on responsibility!
Work for the things you believe in.
If you do not,
you are surrendering your fate to others."

"Man needs his difficulties because they are necessary to enjoy success."

*"No matter what is the environment around you,
it is always possible to maintain your brand of integrity."*

"Look at the sky.
We are not alone.
The whole universe is friendly to us and conspires only to give the best to those who dream and work."

"If you are born with fame,
it is an accident.
If you die with fame,
it is an achievement."

"We should not give up and we should not allow the problem to defeat us."

YOU
HAVE
TO
DREAM
BEFORE
YOUR
DREAMS
CAN
COME
TRUE

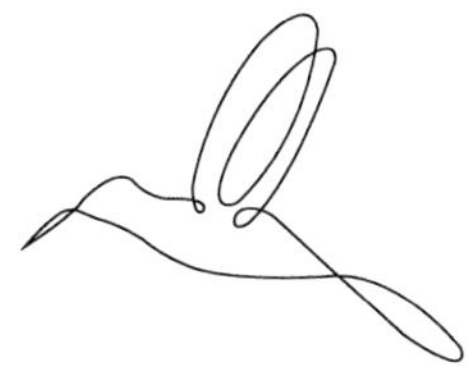

"Thinking is the capital,
Enterprise is the way,
Hard Work is the solution."

"When mother is happy,
family is happy.
When family is happy,
nation is happy."

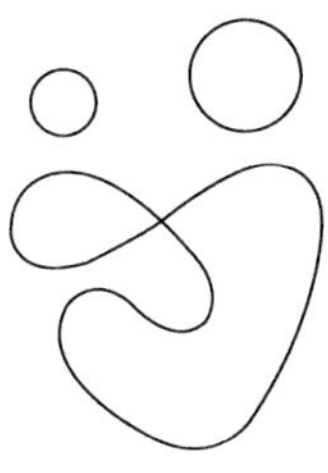

"As a young citizen of India,
armed with technology and love for my nation,
I realize, a small aim is a crime."

"Let us sacrifice our today so that
our children can have a better tomorrow."

ADVERSITY
ALWAYS
PRESENTS
OPPORTUNITIES
FOR
INTROSPECTION

WORK
WITH
INTEGRITY
AND
SUCCEED
WITH
INTEGRITY

"Life is a difficult game.
You can win it only by retaining
your birthright to be a person."

NO
SANCTION
CAN
STAND
AGAINST
IGNITED
MINDS

"Total commitment is the common denominator among all successful men and women."

"When learning is purposeful,
creativity blossoms.
When creativity blossoms,
thinking emanates.
When thinking emanates,
knowledge is fully lit.
When knowledge is lit,
economy flourishes."

"Let me define a leader.
He must have vision and passion and not be afraid of any problem.
Instead, he should know how to defeat it.
Most importantly,
he must work with integrity."

"For great men,
religion is a way of making friends;
small people make religion a fighting tool."

"As a child of God,

I am greater than anything that can happen to me."

GREAT
DREAMS OF
GREAT
DREAMERS
ARE
ALWAYS
TRANSCENDED

A
TEACHER
SHOULD
HAVE
A
CREATIVE
MIND

"Creativity is the key to success in the future, and primary education is where teachers can bring creativity in children at that level."

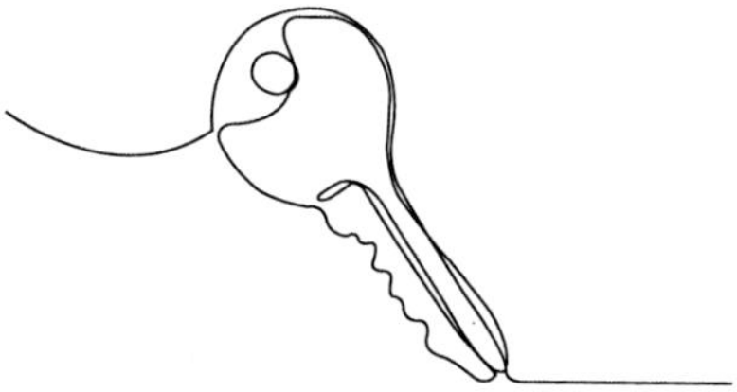

"Climbing to the top demands strength, whether it is to the top of Mount Everest or to the top of your career."

"When we tackle obstacles,
we find hidden reserves of courage and resilience
we did not know we had.
And it is only when we are faced with failure
do we realise that these resources were always there within us.
We only need to find them and move on with our lives."

"One of the very important characteristics of a student is to question. Let the students ask questions."

I
WAS
WILLING
TO
ACCEPT
WHAT
I
COULDN'T
CHANGE

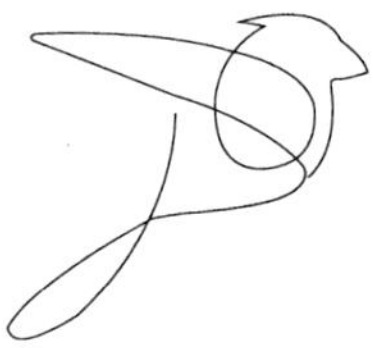

"The bird is powered by
its own life and by its motivation."

"For me,
there are two types of people:
the young and the experienced."

"While children are struggling to be unique, the world around them is trying all means to make them look like everybody else."

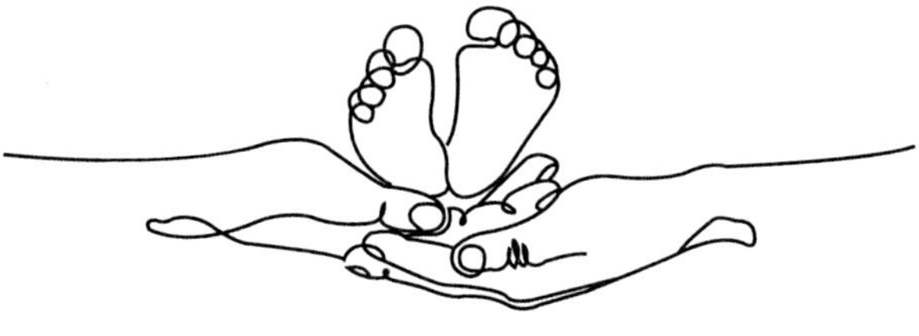

"A developed India by 2020,
or even earlier,
is not a dream.
It need not be a mere vision in the minds of many Indians.
It is a mission we can all take up – and succeed."

"There are forces in life working for you and against you. One must distinguish the beneficial forces from the malevolent ones and choose correctly between them."

"Teaching is a very noble profession that shapes the character, caliber, and future of an individual.
If the people remember me as a good teacher, that will be the biggest honour for me."

"English is necessary as at present original works of science are in English.
I believe that in two decades times original works of science will start coming out in our languages.
Then we can move over like the Japanese."

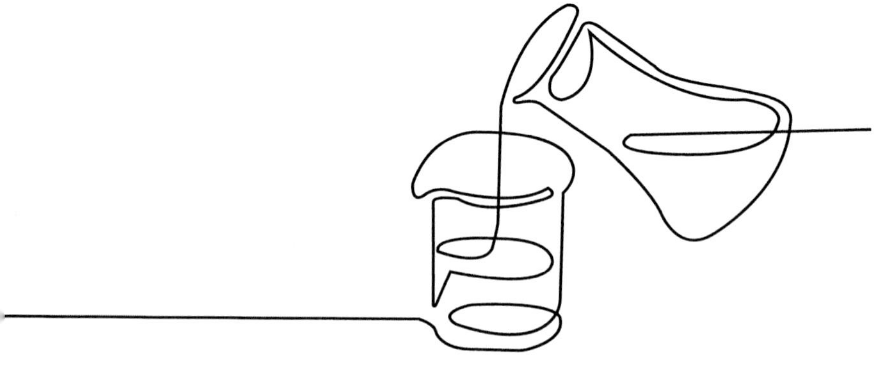

"Those who cannot work with their hearts
achieve but a hollow,
half-hearted success that breeds bitterness all around."

"Thinking is progress.
Non-thinking is stagnation of the individual,
organisation and the country.
Thinking leads to action.
Knowledge without action is useless and irrelevant.
Knowledge with action,
converts adversity into prosperity."

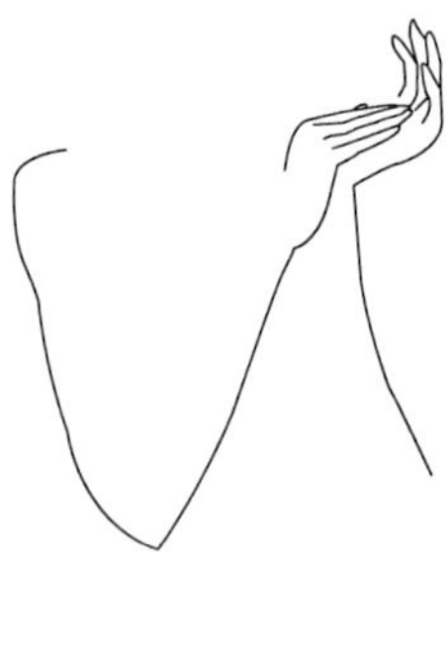

*"Building capacity dissolves differences.
It irons out inequalities."*

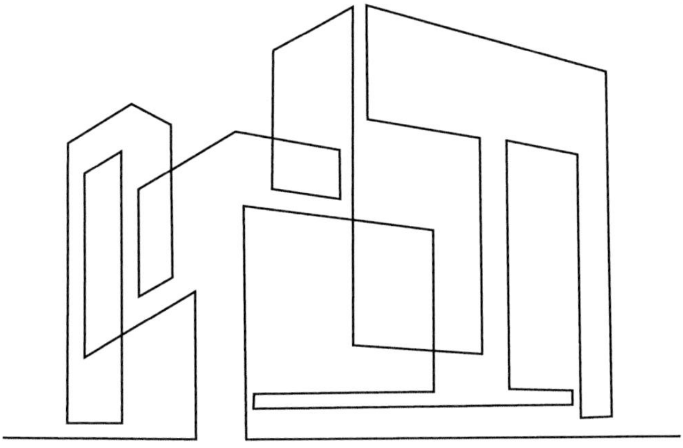

"The youth need to be enabled to become job generators from job seekers."

WAR
IS
NEVER
A
LASTING
SOLUTION
FOR
ANY
PROBLEM

"God, our Creator,
has stored within our minds and personalities,
great potential strength and ability.
Prayer helps us tap and develop these powers."

"Do we not realize that self respect comes with self reliance?"

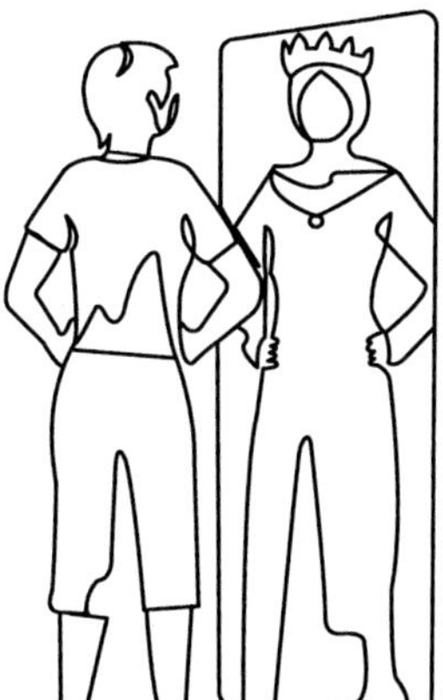

THE
EARTH
IS
THE
MOST
POWERFUL
AND
ENERGETIC
PLANET

"All wars signify the failure of conflict resolution mechanisms, and they need post-war rebuilding of faith, trust and confidence."

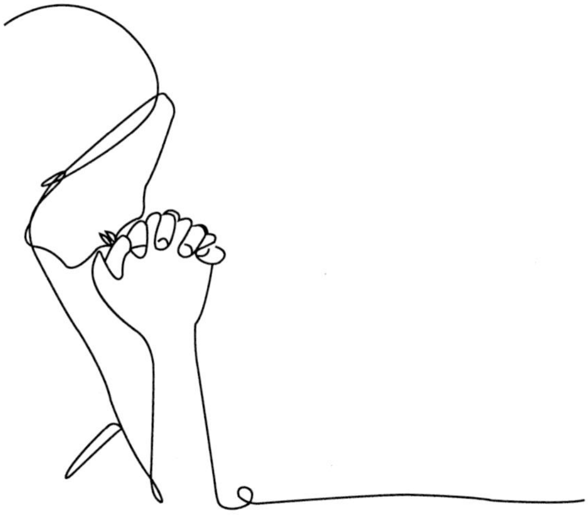

"Educationists should build the capacities of the spirit of inquiry, creativity, entrepreneurial and moral leadership among students and become their role model."

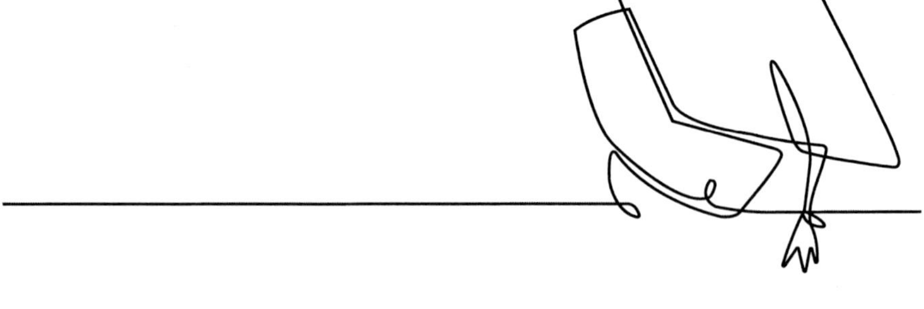

*"India has to be transformed into a developed nation,
a prosperous nation and a healthy nation,
with a value system."*

"One lesson that every nation can learn from China is to focus more on creating village-level enterprises, quality health services and educational facilities."

"We must think and act like a nation
of a billion people and not like that of a million people.
Dream, dream, dream!"

"What is politics?
Political system is equal to
development politics plus political politics."

"India should walk on her own shadow – we must have our own development model."

*"We have not invaded anyone.
We have not conquered anyone.
We have not grabbed their land,
their culture, their history and tried to enforce our
way of life on them."*

*"My impression of the American people
can be summarized by a quotation from Benjamin Franklin,
Those things that hurt instruct!
I realised that people in this
part of the world meet their problems
head on. They attempt to get out
of them rather than suffer them."*

"Everyone's life is a page in
the human history irrespective of
the position he or she holds or the work he or she performs."

"To line only for some unknown future is superficial."

"When a nation is surrounded by weaponized nations, she has to equip herself."

"Pondering must turn out to be your cash asset, regardless of whichever ups and downs you occur throughout in the everyday living."

I'M NOT AN EXPERT ON THE ARMS RACE

"Nations consist of people.
And with their effort,
a nation can accomplish all it could ever want."

"We will be remembered only if we give to our younger generation a prosperous and safe India, resulting out of economic prosperity coupled with civilizational heritage."

"All God's creatures are His family;
and he is the most beloved of God who tries to
do most good to God's creatures."

"In a democracy,
the well-being,
individuality and happiness of every citizen
is important for the overall prosperity,
peace and happiness of the nation."

"My worthiness is all my doubt His Merit- all
my fear- Contrasting which my quality
Does however appear."

"My view is that at a younger age your optimism is more and you have more imagination etc. You have less bias."

"The government, whether state or central, is elected. hat means we have a responsibility to elect the right kind of leaders."

"For 2,500 years,
India has never invaded anybody."

"Economy forced me to become a vegetarian,
but I finally starting liking it."

"Today,
India is a nuclear weapons state."

"We need to create brand institutions.
In the fortune 500 companies,
5 Indian companies are named while 15 are from China
though we have similar kind of populations."

L'Écornifleur

Jules Renard

PAGES PLANET PUBLISHING